अभिप्राय

'एक दिवस' या कथासंग्रहातल्या कथा ठरावीक साचेबंद वळण घेताना दिसतात.

सामना, ८-५-२०११

आयुष्यभर भारताबाहेर राहूनही भारतीय संवेदनशीलता
जपणारे हृदयस्पर्शी लेखन

एक दिवस

शोभा चित्रे

मेहता पब्लिशिंग हाऊस

◆ *या पुस्तकातील लेखकाची मते, घटना, वर्णने ही त्या लेखकाची असून त्याच्याशी प्रकाशक सहमत असतीलच असे नाही.*

EK DIVAS by Shobha Chitre

एक दिवस : शोभा चित्रे / ललितलेख

© Shobha Chitre

Shobha Chitre, 309 Caloosa Palms Court, Sun City Center, Florida, 33573, USA Email: Shobha_chitre@hotmail.com 813-633-1236

प्रकाशक : सुनील अनिल मेहता, मेहता पब्लिशिंग हाऊस,
१९४१, सदाशिव पेठ, माडीवाले कॉलनी, पुणे – ४११ ०३०

अक्षरजुळणी : वैशाली पांडे, पुणे

मुखपृष्ठ : फाल्गुन ग्राफिक्स

प्रकाशनकाल : जानेवारी, २०११ / पुनर्मुद्रण : जून, २०१७

P Book ISBN 9788184981834
E Book ISBN 9789353171049
E Books available on : play.google.com/store/books
www.amazon.in

रोहित आणि प्रिया
अमित आणि मोना...
या पुस्तकातली भाषा तुम्हाला कदाचित समजणार नाही
पण— मनाची संवेदनशीलता जपून ठेवता आहात
म्हणून हे तुमच्यासाठी.

— **तुमची मॉम**

मनोगत

दर दोन-चार वर्षांनी होणाऱ्या आमच्या भारतभेटीत नवनवीन ओळखी होतात. गप्पा होतात. रंगतात. आमचं लेखन या मंडळींनी वाचलेलं असतं. त्यांना ते आवडलेलंही असतं. तरीही नंतर प्रश्न येतोच, "परदेशात इतकी वर्षं राहून तुम्ही एवढं चांगलं मराठी कसं बोलता?"

यात उपरोध वगैरे नसतो. निव्वळ आश्चर्याचा भाग. मात्र, या प्रश्नानं आम्हा दोघांना अवघडल्यासारखं होतं. आम्ही दोघं मराठीत थोडंफार लेखन करतो; मग आमच्या मराठी बोलण्याचं कोणाला अप्रूप का वाटावं? बरं, आमचं बोलणं म्हणजे इंग्लिश शब्दाला ओढून-ताणून मराठी शब्द योजून केलेली कसरत नसते. ते सहजच असतं. मला तर वाटतं, मी जसं बोलते तसंच लिहिते किंवा जसं लिहिते तसंच बोलतेही. तरीही भारताबाहेर आयुष्य काढणाऱ्या पहिल्या पिढीच्या बहुतेक मराठी लोकांचं मराठी तिथं लोकांना सुखद धक्का देऊन जातं, एवढं खरं. आमची मराठी भाषा अशी राहण्याचं कारण एवढंच, की ज्या काळात आम्ही इथं आलो, त्या काळात तिथं बोलली जाणारी मराठी भाषा आम्ही इथं आणली. केवळ भाषाच नाही, तर त्याबरोबर मध्यमवर्गीय संस्कार, आचार-विचार यांची शिदोरी घेऊन इथं आलो. ते संस्कार, आचार-विचार, भाषा सगळं इथं जपलं; जोपासलं. नंतरच्या इतक्या कालावधीत मराठी भाषेत झालेले बदल, बेधडक घुसलेले केवळ इंग्लिशच नव्हे तर इतर भाषेतलेही शब्द, दूरदर्शनवर वापरली जाणारी मराठी आणि फॅशन म्हणून रोजच्या व्यवहारातही तशीच बोलली जाणारी भाषा आम्हाला जशी वेगळी वाटते, तशी आमची मराठीही तिथे लोकांना वेगळी वाटत असेल का...? त्यातूनच असे प्रश्न विचारले जात असतीलही.

माझी फिलाडेल्फियातली मैत्रीण, सुप्रसिद्ध गुजराती कवयित्री पन्ना नायक, आपल्या 'चेरी ब्लॉसम' या कवितासंग्रहातील 'मातृभाषा' या कवितेत म्हणते, 'ज्या भाषेत तुम्हाला स्वप्नं पडतात, ती तुमची मातृभाषा.' हे ऐकलं आणि मी थबकले.

पुन:पुन्हा कविता ऐकली. ऐकली असं म्हणते याचं कारण मला गुजराती वाचण्याचा सराव नाही. किती साध्या-सरळ शब्दांत तिनं जगभराच्या देशांतरितांच्या मनाचा तळ गाठला!

आम्ही आमच्या जाणत्या वयात अमेरिकेत आलो. राहिलो. स्थिरावलो. या देशाला आपलं मानलं. तरीही आम्हाला पडणारी स्वप्नं ही आम्ही बरोबर आणलेल्या मराठी भाषेतलीच. मात्र या देशात जन्मलेल्या, वाढणाऱ्या पुढील पिढीची स्वप्नं मराठीत नाहीत; नसणार, हेही आम्ही स्वीकारलेल्या जीवनाचं वास्तव.

परदेशी राहत असताना 'इथलं-तिथलं' हे अपरिहार्य ठरलं. भोवतालच्या दुनियेचे साद-पडसाद मनात उफाळू लागले. सतत स्वत:शी संवाद चालू झाला. असं मनात साकळलेलं सगळं हळूहळू कागद कधी टिपू लागला, ते जाणवलंही नाही. पण ते वाचकांपर्यंत पोचलं व त्याला उत्तम प्रतिसादही मिळाला.

'गोठलेल्या वाटा', 'पानगळीच्या आठवणी', 'गौरी, गौरी, कुठे आलीस...?', आणि मी व दिलीपनं मिळून भाषांतरित केलेलं 'मीना : अफगाण मुक्तीचा आक्रोश' या माझ्या पुस्तकांनंतर आज 'एक दिवस' हे वेळोवेळी दिवाळी अंकांतून प्रसिद्ध झालेल्या माझ्या ललित लेखांचं संकलित स्वरूपातलं नवं पुस्तक मेहता पब्लिशिंग हाऊसतर्फे वाचकांच्या हाती देताना मला आनंद वाटत आहे.

या पुस्तकात रोजच्या आयुष्यातल्या साध्या-साध्या गोष्टी आहेत. वय हळूहळू वाढत असताना निर्माण होणारे प्रश्न आहेत. इतक्या वर्षांत आमच्या इथल्या समाजात झालेले बदल आहेत. त्यातूनच समृद्धी-समृद्धी म्हणताना शेवटी कसली समृद्धी, हा मनाला पडलेला प्रश्न आहे. विचारानं मागे जाणारा भोवतालचा समाज, तिथल्या सद्य परिस्थितीचे इथे उमटणारे पडसाद, इथल्या काही उच्चशिक्षित लोकांना अचानक साक्षात्कार झाल्याप्रमाणे लागलेली 'तथाकथित अध्यात्माची' भूक व ती पुरी करण्याकरिता किंवा भडकावण्याकरिता तिथून येणारे बुवा-बाया, त्यातूनच कुटुंबांची होणारी फरपट... हे सगळंच कुठेतरी चक्रावून सोडणारं. मग ते कागदावर उमटलं नसतं तरच नवल.

अपर्णा वेलणकरच्या आग्रहामुळे या वेळी मेहता पब्लिशिंग हाऊसतर्फे हे पुस्तक प्रकाशित करायचं ठरलं. तिच्याच पुढाकारानं सुनील मेहतांशी आमचा परिचय झाला. सुनील मेहता, या पुस्तकाचं आपलेपणानं काम पाहणाऱ्या राजश्री देशमुख, मेहता पब्लिशिंगचा अन्य परिवार आणि या पुस्तकाचे समर्पक मुखपृष्ठ करणारे चंद्रमोहन कुलकर्णी या साऱ्यांचे मन:पूर्वक आभार. सुप्रसिद्ध समीक्षक डॉ. सुधाताई जोशी यांनी या पुस्तकाला प्रस्तावना लिहून द्यायचं कबूल केलं व त्यांच्या कामात व्यग्र असूनही माझ्या आजवरच्या लेखनाचा आढावा घेऊन प्रस्तावना लिहिली, त्याबद्दल त्यांचे नुसते शाब्दिक आभार मानणं चुकीचं ठरेल. त्यांचे हे ऋण आभाराच्या शब्दांतून न फेडता तसेच राहू देते.

यापूर्वीच्या माझ्या पुस्तकांना जसा वाचकांचा भरघोस प्रतिसाद मिळाला तसा याही पुस्तकाला मिळेल, असा विश्वास वाटतो.

– शोभा चित्रे

शोभा चित्रे यांचे ललितलेखन : एक दृष्टिक्षेप

परदेशात स्थायिक झालेल्या मराठी माणसांनी मातृभाषेत ललितलेखन करणं ही आज तशी नाविन्याची गोष्ट राहिलेली नाही. मात्र १९८५ मध्ये 'कुंपणापलीकडले शेत' हा देशांतरित मराठी माणसांनी लिहिलेल्या कथांचा संग्रह प्रकाशित झाला तेव्हा तो एक अभिनव व आद्य असा उपक्रम होता. त्याचा संकल्प आणि सिद्धी यांचं मुख्य श्रेय दिलीप वि. चित्रे या वॉशिंग्टनच्या साहित्यकलाप्रेमी वास्तुतज्ज्ञाचं. शिवाय सुरवातीपासून साथ देणारे लंडनचे मुकुंद सोनपाटकी, संपादकीय मार्गदर्शन करणारे श्री.पु. भागवत तसंच प्रकाशक, लेखक अशा अनेकांच्या सहभागातून हा प्रकल्प सफलसंपूर्ण झाला. त्याचं चांगलं स्वागत झालं, जगभरातल्या मराठी माणसांना जोडणारा दुवा म्हणून आणि मराठी साहित्यातील अनुभवविश्वाला नवी जोड, नवी परिमाणं देण्याची क्षमता असलेला उपक्रम म्हणूनही.

या संग्रहाच्या निमित्ताने अनेकजण नव्याने लिहिते झाले. त्यातल्याच एक शोभाताई, दिलीप चित्रे यांच्या पत्नी. 'कुंपणापलीकडले शेत' मधली 'या ऋणानुबंधाच्या' ही कथा हे त्यांचं पहिलंवहिलं लेखन. त्या म्हणतात तसं 'भीतभीतच' केलेलं. पण वाचकांना ते आवडल्याची पावती मिळाली आणि 'अनेक वर्षं मनात दाटलेल्या विचारांना कागदावर उतरण्याला वेग आला', असं त्या म्हणतात. त्यांनी वेळोवेळी केलेलं असं लेखन प्राधान्याने 'ललितलेख' वा 'ललितनिबंध' या स्वरूपाचं आहे. 'गोठलेल्या वाटा' (१९८७) हा त्यांचा असा पहिला लेखसंग्रह. त्यानंतरचा 'गौरी, गौरी कुठे आलीस...?' (२०००) हा दुसरा आणि आता प्रकाशित होत आहे तो 'एक दिवस' हा तिसरा.

मधल्या काळात 'पानगळीच्या आठवणी' (१९९४) हे शोभाताईंचं आत्मकथन प्रकाशित झालं. हे त्यांचं पहिलं आणि (अद्याप तरी) एकमेव असं दीर्घ पल्ल्याचं लेखन आहे. त्यांच्या सासऱ्यांना 'अल्झायमर'ने ग्रासलं, तेव्हा स्मृतिभ्रंशाच्या या गंभीर व्याधीला सामोरं जाताना, रुग्णाला समजावून घेताना त्यांना जे अनुभव आले

ते त्यांना इतरांपुढे मांडावेसे वाटले. या 'आठवणीं'च्या लेखनामागची मुख्य प्रेरणा ही आहे. मात्र या लेखनाचा आवाका फक्त या अनुभवांपुरताच मर्यादित नाही.

तसं पाहिलं तर ही एक मध्यमवर्गीय कुटुंबकथा आहे. मात्र तिची पोच कौटुंबिकतेत अडकून पडलेली नाही, तसंच प्रबोधनपरतेचं वजनही तिच्यावर नाही. माणसामाणसांतील नाती, त्यांचे परस्परसंबंध, त्यांतील आश्वासक अर्थवत्ता आणि त्याचबरोबर अशा संबंधांच्या, संवादाच्या अटळ मर्यादा, तसंच सगळ्याला पुरून उरणारं माणसाचं सनातन एकाकीपण, त्याचं अदृष्ट, यांची ती एक भावस्पर्शी आणि मर्मग्राही कहाणी आहे. मायदेशातल्या आणि परदेशातल्या अशा दोन्हीकडच्या आठवणींचा, अनुभवांचा, जीवनसंदर्भांचा गोफ असं तिचं स्वरूप आहे. त्याला एकसंध, एकात्म स्वरूप प्राप्त झालं आहे, ते या सर्वांची संगती लावू पाहणाऱ्या लेखिकेच्या चिंतनातून, स्वत:शी चालू असलेल्या अखंड संवादातून. एक व्यक्ती म्हणून तिची घडतवाढत जाण्याची प्रक्रियाही त्यातून मूर्त होते. ही वैशिष्ट्यं हा या आत्मकथनातला आणि तिच्या एकूण स्फुट ललितलेखनातला समान धर्म आहे, त्या दोहोंतला अर्थपूर्ण दुवा आहे.

शोभाताईंच्या तीन संग्रहांतील लेखांतून चित्रित झालेला एकूण कालपट हा सत्तरच्या दशकापासून ते ओबामा यांच्या सत्ताग्रहणापर्यंतचा, म्हणजे २००९ सालापर्यंतचा आहे. या कालावधीतील त्यांची व्यक्तिगत आयुष्यातील वाटचाल आणि मायदेशातले व ज्या परदेशात, बव्हंशी अमेरिकेत, आपली मुळं रुजवीत त्या यथावकाश स्थायिक झाल्या, तिथलं कुटुंबजीवन, लोकजीवन, सामाजिक-सांस्कृतिक पर्यावरण यांतल्या स्थित्यंतरांचे संदर्भ स्वाभाविकपणेच या लेखनातील चित्रणाला आहेत. एक सजग, संवेदनशील नागरिक म्हणून, तसंच एक लेखिका म्हणून होत गेलेल्या त्यांच्या जडणघडणीचा आलेखही त्यात उमटत गेलेला आहे.

याचा एक पडताळा म्हणजे या लेखांतील अनुभवक्षेत्राचा पैस, विषयसूत्रांचा आवाका यथावकाश विस्तारत गेला आहे; एवढेच नव्हे, तर त्यांना अधिक परिमाणं प्राप्त होत गेली आहेत. लेखाचा रचनाबंध बहुधा स्थूलमानाने तसाच राहिला तरी काळाच्या ओघात त्यातील आशय अनेकपदरी होत गेला आहे, त्यात व्यामिश्रता आली आहे. सामान्यत: लेखाची सुरवात एखाद्या साध्याशा प्रसंगाने होते, घरातला असेल, घराबाहेरचाही असेल. पण तो पुढे प्रवाही होत राहतो, तेव्हा संदर्भानुसार स्मरणाने जमवले गेलेले वेगवेगळ्या स्थळकाळांतल्या, भिन्नभिन्न संस्कृतींतल्या व्यक्तींचे, समाजगटांचे अनुभव, संबंधित घटनाप्रसंग सामावून घेत जातो. त्यातून व्यक्त होणाऱ्या विभिन्न नैतिक जाणिवा, सांस्कृतिक दृष्टिकोन यांच्या मेळातून, परस्परन्यासातून हे लेखन अधिक अर्थघन, कसदार होत गेले आहे. अर्थात निसर्गन्यायाने या प्रवासातही चढउतार आहेत, हे वेगळे सांगायला नको.

शोभाताईंच्या लेखनातील अशा काही समान, सर्वसाधारण विशेषांची नोंद करीत असतानाच हेही सांगितले पाहिजे की, उघडपणेच हे लेख एकाच थाटाचे आणि घाटाचे नाहीत. त्यांतील काही अधिक अंतर्मुख प्रकृतीचे तर काही भोवतालच्या वास्तवाचा वेध घेण्यात विशेष गढलेले असे दिसून येतील. (अर्थात ललितनिबंधाची अंगभूत आत्मनिष्ठ प्रकृती ध्यानी ठेवूनच या विधानातील तथ्य जाणायचे.) प्रस्तुत संग्रहातील पहिला आणि शेवटचा हे दोन लेख या निरीक्षणाची प्रतिकात्मक उदाहरणे म्हणता येतील. पहिला 'एक दिवस' हा चित्रे दांपत्याचं खास दोघांचंच असं जग साकारणारा, नेहमीच्या चाकोरीला चकवून फक्त स्वत:साठी, स्वत:पुरता राखून चवीचवीने अनुभवलेला, विरंगुळ्याचा, एकमेकांची सोबत आणि निसर्गरम्य परिसर निवांतपणे उपभोगण्याचा, अखेरीच्या कलाटणीवजा, हिरमोड करणाऱ्या घटनेनंतरही दोघांतल्या सायुज्यावर चरा उमटू न देणारा असा. तर शेवटचा 'असाही एक दिवस' ओबामा यांच्या शपथविधी सोहोळ्याचा. जागतिक पातळीवर नवा इतिहास घडवणारा. तसा हाही प्रत्यक्षात दोघांनी फक्त एकमेकांच्या सहवासात अनुभवलेला. पण वस्तुत: या समारंभाला उपस्थित असलेल्या आणि नसलेल्याही जगभरातल्या असंख्य नागरिकांसमवेत जगलेला, अनेक राजकीय घडामोडींच्या आणि इतरही आठवणींनी गजबजलेला, शांतताप्रेमी, माणुसकीचा धर्म मानणाऱ्या जनसमूहाशी सायुज्याचा प्रत्यय देणारा.

अंतर्मुखतेचा प्रभाव असलेल्या, आत्मसंवादात्मक अशा लेखनाचा एक उत्कृष्ट आणि आगळा नमुना म्हणून 'आश्वासक आभास' ('गौरी, गौरी कुठे आलीस...?') या लेखाकडे आवर्जून लक्ष वेधायला हवे. त्यात दैनंदिन चाकोरीतल्या प्रापंचिक अनुभवांच्या रांगेत दिवास्वप्नासारखी, अनोळखी अंत:प्रेरणेतून स्फुरलेली, कल्पनेची मुक्त क्रीडा म्हणावी अशी एक अनुभवांची माळ मध्येच येऊन ठाकते. ती भोवतालच्या वास्तवाचा विसर पाडते, आश्वस्त करते. दूरवरच्या अस्पष्ट, धूसर अवकाशाने चेतवलेला, पुरातन शिवालय आणि त्याचा गूढरम्य परिसर यांचा हा स्वप्नरंजनात्मक अनुभव निववणारा, नेणिवेतल्या सनातन अशा आध्यात्मिक असोशीला रूप देणारा असा म्हटला पाहिजे. लेखिका म्हणून शोभाताईंविषयीच्या अपेक्षा उंचावणारा असा हा लेख आहे.

अशी आत्मशोधाची, जवळच्या माणसांच्या सहवासात निवांतपण अनुभवण्याची, अनोख्या निसर्गपरिसरात, तिथले वारेतारे, डोंगरदऱ्या, सागरकिनारे, तिथले प्राणिपक्षी यांच्या विश्वात स्वत:ला मिसळून देण्याची ओढ हा शोभाताईंच्या लेखनातला, अनुभवविश्वातला एक अर्थपूर्ण घटक आहे. या ओढीतून केलेल्या कँपिंग-सफरींची अनुभवचित्रे रेखाटणारा 'माझा तिथेच असतो गाव' ('गौरी, गौरी कुठे आलीस..?') हा लेख हे त्याचे नमुनेदार उदाहरण आहे.

या ललितलेखनातून जशी अशा एकांतवासाची, तशी स्नेहीसोबती यांच्या

स्नेहाची, त्यांच्या सहवासात रमण्याची, प्रसंगी माणसांच्या मर्यादा, वर्मे सोसून, स्वीकारून साधायच्या लोकसंग्रहाची असोशीही अनुभवाला येते. एकांत आणि लोकांत यांची अशी सुज्ञ जोड हा या लेखिकेच्या वृत्तीतला, जगण्यातला, या दांपत्याच्या सहजीवनातला एक सुंदर समतोल, एक शहाणीव म्हणता येईल. खरं सांगायचं तर, शोभाताईंच्या लेखनातली निवेदक 'मी' कित्येकदा आपल्या कथनात आपला जोडीदार दिलीप (त्यांच्या शब्दात 'हा') याचे संवेदन असे सामावून घेते, की त्या 'मी' ला 'आम्ही'चा रंग येतो. हे सहानुभवाचे परिमाण त्यांच्या लेखनातील अनुभवविश्वाचे एक खास वैशिष्ट्य आहे.

कोणत्याही ललितलेखातलं कळीचं पात्र असतं, ते त्यातला/ली निवेदक 'मी'. हे निवेदकपात्रच त्या लेखाला आकार, रूपरंग देत असतं, त्यातल्या घटनाप्रसंगांची, व्यक्तिरेखांची निर्मिती करीत असतं. शोभाताईंच्या लेखनात आपल्याला अशा अनेक व्यक्तिरेखा, 'इथली' आणि 'तिथली' अशी भरपूर आणि तऱ्हेतऱ्हेची माणसं भेटत राहतात, मोजक्या शब्दांत पण नेमकेपणाने रेखाटलेली, सहानुभवाने तरीही वस्तुनिष्ठपणे त्यांच्या गुणदोषांसह समजून घेतलेली. त्या सर्वांत ठाशीव व्यक्तिरेखा आहे ती दिलीप चित्रे यांची आणि ते स्वाभाविक म्हटलं पाहिजे, कारण आपल्या भोवतालचं जग, जनजीवन समजावून, सामावून घेत पुढे सरणारं असं शोभाताईंचं लेखन आहे, हे खरंच. पण त्याच्या गाभ्याशी, उगमस्थानी आहे ती एक संसारकथा.

या लेखनाचा मनावर होणारा संस्कार आपल्या भोवतीचं जग, मानवी व्यवहार, या सर्वांत होत चाललेली स्थित्यंतरं यांविषयी सजग करणारा तर आहेच पण तो मुख्यत: आश्वासक असा आहे. जीवनात बरंवाईट, कडूगोड, शुभाशुभ ही द्वंद्वे असणारच. त्यांचं चित्रण या अनुभवकथनात आल्याशिवाय कसं राहील? पण त्यातून शेवटी मनात स्थिरावणारा भाव असतो तो सकारात्मक. सर्व व्यापतापांना पुरून उरणारा जीवनोत्साह, जगण्यावरचं निखळ प्रेम हा या लेखनामागच्या ऊर्जेचा स्रोत आहे.

आयुष्याच्या शेवटच्या टप्प्यावरचे वास्तव उभे करणाऱ्या लेखनातही या वृत्तीचा पाया ढळलेला दिसत नाही. उदाहरणार्थ, 'या जन्मावर' हा वाढत्या वयातले प्रश्न मांडणारा लेख. या प्रश्नांतली गुंतागुंत व गांभीर्य यांची जाणीव त्यातून निश्चितच व्यक्त होते. परंतु शोभाताईंचे गोत्र जुळते ते म्हातारपणाला समजूतदारपणाने सामोरे जाणाऱ्या, वृत्तीने तरुण अशा वृद्धांशीच. 'खोळंबलेला प्रवास' हा न परतीची पण न संपणारी वाटावी अशी निष्ठुरपणे लांबलेली मरणासन्न स्थिती चित्रित करणारा एक करुणगंभीर लेख. या विशिष्ट परिस्थितीत सापडलेले वृद्ध, तसेच त्याचे नातलग यांच्यासमोरचे बिनतोड पेच त्यात अतिशय संवेदनशीलतेने मांडले आहेत. पण त्याचबरोबर या वास्तवाकडे एका तटस्थ, बुद्धिनिष्ठ, सुजाण अशा दृष्टिकोनातून पाहणे लेखिकेला साधले आहे, हेही लक्षात घेतले पाहिजे.

या सगळ्यामागे जाणवतो तो एक भक्कम कॉमन सेन्स, जमिनीवर घट्ट पाय रोवणारं सरळसाधं शहाणपण. त्याला जोड मिळालेली दिसते ती आणखी एका गोष्टीची. शोभाताईंनीच एका 'मनोगता'त म्हटलं आहे की, "....बदलत्या काळाबरोबर विविध अनुभवांना तोंड देत असताना बदलली नाही ती फक्त एकच गोष्ट. ती म्हणजे मनावरचे मध्यमवर्गीय संस्कार. कदाचित या संस्कारांमुळेही असेल, या वेगळ्या विश्वात आम्ही ठामपणे उभे राहू शकलो." हे संस्कार, ही संवदेनशीलता हे त्यांच्या लेखनाच्या विशिष्ट घडणीतलं एक महत्त्वाचं सूत्र आहे.

शोभाताईंच्या लेखनातून प्रतीत होणाऱ्या अशा मध्यमवर्गीय मूल्यजाणिवांचं स्वरूप सकारात्मक, विधायक आहे. उदाहरणार्थ, परिस्थिती असो वा माणसं, त्यांच्या मर्यादांसह त्यांना स्वीकारण्याची, समावेशनाची वृत्ती किंवा व्यक्ती म्हणून कुटुंबाचा, समाजाचा एक घटक म्हणून जबाबदारीची जाणीव. या आणि अशा संस्कारांत मिसळून जातं ते स्त्रीसहज असं व्यावहारिक शहाणपण. या विशेषांचा धागा जुळतो तो खिलाडू वृत्तीशी, विनोदबुद्धीशी. शोभाताईंच्या लेखनात असा विनोदाचा–नर्मविनोदाचा धागा सहजपणे मिसळून गेलेला आहे.

असा सौम्य, खेळकर, थट्टेखोर विनोद मित्रमंडळींच्या गप्पाष्टकांतून, घरगुती प्रसंगांतून आणि कित्येकदा पतीपत्नीमधल्या वादसंवादातून खुलत जातो. त्यातील सुखात्मक जाणिवेच्या मुळाशी असते ते परस्परांतील सौहार्द, जिव्हाळा. रोजच्या जगण्यातल्या अडीअडचणींना, उपद्रवकारक गोष्टींना तोंड देतानाही शेवटी विनोदबुद्धीच कामाला येते. उदाहरणार्थ, 'खारीचा वाटा' लेखातील इरसाल खारींच्या खोड्यांचे किस्से. या मुजोर खारींच्या छळातून सुटण्यासाठी एक नामी उपाय अंमलात आणला जातो, तो त्यांना पिंजऱ्यात पकडून मुलाच्या कॉलेज कॅम्पसवर, म्हणजे पुरेशा दूरवर सोडून द्यायचा. पण त्यानंतरही मनात थोडी धास्ती उरतेच. ती अशी हलकी होते.

मी याला म्हटलं, "कॅम्पसवर उच्च शिक्षणासाठी गेलेल्या खारी शिकून सवरून पुन्हा आपल्याकडे येणार तर नाहीत नं?"

या लुच्च्या खारी सासूबाईंनी उदारपणे देऊ केलेल्या कच्च्या शेंगदाण्यांच्या आमिषाला भुलत नाहीत, पण मुलाने पिंजऱ्यात आक्रोड ठेवल्यावर तत्काळ मोहवश होतात. आक्रोडाच्या भुलावणीने खार अखेर पिंजऱ्यात अडकली, हे ऐकल्यावर मात्र आईंच्या जिवाचा संताप झाला. "तिकडे माणसं उपाशी मरतात आणि इकडे या मेल्यांना आक्रोडं पाहिजेत." या सात्विक संतापाने, त्यांची सूनच कशाला, आपणदेखील खट्याळपणे खुलतोच.

असा नर्म उपरोध हा शोभाताईंच्या कथनशैलीचा एक स्वाभाविक घटक आहे. आक्रमक असा तीव्र उपरोधाचा सूर सामान्यतः त्या लावत नाहीत. याचं एक कारण 'अनुभवाचे बोल' सांगणारी ही लेखिका वास्तव हे 'असंही' आणि 'तसंही' असू

शकतं, याचं भान राखते. मात्र जेव्हा एखाद्या परिस्थितीबद्दल अनुभवांती तिची भूमिका पक्की होते, त्याविषयीची अस्वस्थता वाढीला लागते, तेव्हा तिला दंभस्फोटाची निकड वाटून उपहास-उपरोधाचे शस्त्र परजावेसे वाटते. असा एक अपवादात्मक नमुना म्हणजे 'प्रिय परमेश्वरा' हे अन्योक्तिस्वरूप अनावृत पत्र. अमेरिकेतील भारतीय समाजात अधिकाधिक रुजत, बळावत चाललेली बुवाबाजी, अंधश्रद्धा पोसणारी, कर्मकांडाचे स्तोम माजवणारी अनिष्ट प्रवृत्ती हे त्याचे निमित्त आहे. श्रीमंत सुशिक्षितांची बौद्धिक दिवाळखोरी, नैतिक विकलता पाहून वाटलेली खिन्नता हीच त्यातील उपरोधाच्या मुळाशी आहे.

विनोदवृत्तीप्रमाणेच शोभाताईंच्या लेखनात मिसळून राहिलेला आणखी एक भावविशेष म्हणजे नॉस्टाल्जिया किंवा स्मरणरंजन, गतकातर वृत्ती. जुन्या आठवणींत हळवेपणाने हरवून जाणं, त्या स्मृतिचिन्हांच्या रंगरेखा नव्याने उजळण्यात रमणं हे या लेखनातील भावविश्वाचं एक परिमाण आहे. याचं एक उदाहरण 'गुलमोहोर' हा लेख. असं लेखन भावोत्कट असलं तरी ते भावविवशतेकडे झुकत नाही, हे महत्त्वाचं. असं स्मरणरंजन असो, निसर्गपरिसरातल्या वा मनातल्या एकांतात नव्याने आत्मशोध घेणे असो, कवितेवर प्रेम करणाऱ्या या लेखिकेच्या निर्मितीत काव्यात्मतेचा सूरही मिसळून गेलेला दिसेल.

या ललितलेखांचा रूपबंध हा विशिष्ट आशयसूत्राने संघटित झालेले अनुभवकथन असा म्हणजे बहुधा रूढ धाटणीचाच आहे. याला दोन अपवाद आहेत ते 'प्रिय परमेश्वरा' आणि 'आटपाट नगर होतं' हे लेख. 'प्रिय परमेश्वरा' हे परमेश्वराला लिहिलेलं खुलं पत्र हे त्याला नव्हे, तर वस्तुतः समाजातल्या प्रवाहपतित अशा समूहाला उद्देशून आहे. त्यातही पुन्हा लेखिकेने जणू त्या समूहाच्या वतीने, त्यात स्वत:ला सामील करून ते लिहिल्याचा आव आणल्याने त्यातील उपरोधाला अधिकच धार चढली आहे.

'आटपाट नगर होतं' ही लोकपरंपरेतला रूपबंध योजून आधुनिक जीवन. जाणिवा साकारणारी संहिता आहे. इथे व्रतकथा हा कहाणीचा बाज वापरलेला आहे. या व्रतकथेच्या पोटात एक कहाणी सामावलेली आहे, ती स्त्रीजातीच्या शोषणाची, दु:खभोगाची, पिढ्यान्‌पिढ्या चालत आलेली. ती साक्षात पार्वतीदेवीला ऐकवलेली आणि तिचंच प्रबोधन करणारी अशी आहे; तर व्रतकथा जी कल्पित, स्वप्नरंजनात्मक सृष्टी उभारते, ती आहे स्त्रीजातीच्या भविष्यातील वर्तमानाची. स्त्रीच्या दुय्यमपणाची पुरुषकेंद्री व्यवस्थेने घडवलेली आणि पोसलेली मिथ इथे मिथकाच्या माध्यमातूनच उलटवलेली दिसेल. सौम्य सुरात दंभस्फोट करणारा, नर्मविनोद फुलवीत जाणारा उपरोध हे या कथनाचे एक लक्षणीय वैशिष्ट्य आहे.

एक लेखिका म्हणून शोभाताई नव्या वाटांचा शोध घेत आहेत, याचं आणखी एक उदाहरण म्हणजे 'हाऊ डेअर यू...?' ही या संग्रहातली एकमेव कथा. ही स्त्रीच्या

स्वत्वशोधाची, स्त्रीकेंद्री अशी कथा आहे. दांभिक, आपमतलबी, बुवाबाजीला, त्या मार्गाचा हट्ट न सोडणाऱ्या नवऱ्याला नकार देणारी अशी त्यातील कथानायिका आहे. आत्मसन्मानाची जाणीव दृढ असलेल्या, तत्त्वनिष्ठ, विचारी अशा या स्त्रीचा नकाराच्या निर्णयापर्यंतचा प्रवास या कथेत संवेदनशीलतेने, मार्मिकपणे चित्रित झालेला आहे.

अशी एखादी कथा असो वा ललितनिबंध, या स्फुट साहित्यप्रकारांना आवश्यक असते, ती साधनांची काटकसर, त्यांचा किमान वापर. आणि हे शोभाताईंना नक्कीच साधलेलं आहे. उदाहरणार्थ, अगदी मोजक्या प्रसंगांतून, माणसांचं दिसणं, वावरणं, बोलणंवागणं यांच्या वेचक तपशिलांमधून त्यांनी जिवंत केलेल्या कितीतरी व्यक्तिरेखा. त्यांनी रेखाटलेली परिसरचित्रं हीदेखील आपल्याला त्यांच्या या कौशल्याची प्रचिती देतात. मग तो परिसर निसर्गाचा असेल, शहरभागाचा, एखाद्या उपनगराचा असेल किंवा एखाद्या वास्तूचा, घराचा, त्यांच्या अंतर्भागाचा तसंच भोवतालचा असेल. शोभाताई त्यांचं रंगरूपच नव्हे तर त्यांचा 'मूड', भावरंग, त्यांचं व्यक्तिमत्त्व यांचा साक्षात प्रत्यय आपल्याला घडवतात. कधी अशा परिसरातला, वातावरणातला सूर लेखातील अनुभवसूत्रावरही संवादी असतो तर कधी क्वचितच तो विसंवादी किंवा विरोधात्मही असतो. उदाहरणार्थ, 'खोळंबलेला प्रवास' मध्ये जवळच्या मैत्रिणीला शेवटचा निरोप द्यायला जिथे स्नेहीसोबती जमले, त्या फ्यूनरल होमच्या सभोवतालचा परिसर, तसंच त्या वास्तूचा अंतर्भाग, तिथली सजावट अतिशय नेटकी, प्रसन्न, अभिरूचीसंपन्न असणं. त्यातला हा एक नमुनेदार दाखला :

'दोन्ही बाजूला हिरवंगार गवत. आखीव-रेखीव. एका बाजूला उत्साहानं भुईतून वर आलेले नानाविध रंगांचे ट्युलिप्स. वाऱ्यावर डोलणारे, लहान बाळासारखं बोळकं पसरून हसणारे.'

या प्रतिमेचं बोलकेपण सांगण्यापेक्षा अनुभवणं अधिक बरं.

''...मी जसं बोलते तसंच लिहिते किंवा जसं लिहिते तसंच बोलतेही'', या शोभाताईंच्या म्हणण्यात तथ्य आहे. मुळात मराठी भाषेचं 'मराठी' पण जपणाऱ्या त्यांच्या लेखनातल्या जिवंतपणाचं मर्म आहे, ते त्यातील सहजता आणि साधेपणा यांमध्ये. मुळात कोणताही आव न आणता, पवित्रा न घेता, ग्रहपूर्वग्रह न ठेवता अनुभव घेण्यातली स्वाभाविकता हीच या लेखनातल्या अकृत्रिमतेच्या मुळाशी आहे.

बारकाईने पुन:पुन्हा वाचत जावं, अशी गुणवत्ता शोभाताईंच्या लेखनात खचितच आहे. तिची श्रीमंती वाढती राहो आणि मोकळ्या झालेल्या नव्या वाटांवरील त्यांचा पुढचा प्रवास दमदार होवो, ही हार्दिक शुभेच्छा!

– सुधा जोशी

E-mail : sudhaprj@yahoo.co.in

दुसऱ्या आवृत्तीच्या निमित्ताने

एक दिवस हे माझं पुस्तक 'मेहता पब्लिशिंग हाऊस'तर्फे प्रसिद्ध होऊन पाच-सहा वर्षांचा काळ उलटला. आज त्यांच्यातर्फे या पुस्तकाची दुसरी आवृत्ती प्रकाशित होत आहे, ही आनंदाची गोष्ट. या पुस्तकात अंतर्भूत असलेले लेख दिवाळी अंकांमधून प्रकाशित झालेले. त्यांना त्या त्या वेळी वाचकांचा उत्तम प्रतिसाद मिळाला होता. पुस्तकरूपानं ते समोर येताच वाचकांनी ई-मेलद्वारा आपल्या प्रतिक्रिया कळवल्या.

साधी सहज सोपी भाषा, प्रसंग डोळ्यांसमोर उभं करण्याचं सामर्थ्य आणि निवेदनातला नर्म विनोद याचा वाचकांनी आवर्जून उल्लेख केला. दूरस्थ वाचकांचा मिळणारा हा असा प्रतिसाद मला मोलाचा वाटतो. भोवती दिसणाऱ्या साध्या साध्या गोष्टी, काही मनाला भावणाऱ्या, काही मन अस्वस्थ करणाऱ्या... कागदावर उतरल्या... वाचकांपर्यंत पोचल्या, हेच महत्त्वाचं.

आम्ही देशांतरित. दोन-चार वर्षांसाठी पाहुणी म्हणून या देशात आलेली आमची पहिली पिढी. हळूहळू मनानं तळ्यात-मळ्यातली अवस्था बाजूला सारली आणि या मातीत आम्ही रुजलो, तिथले भावबंध मनात जपत. आमची पुढची पिढी इथंच वाढली. त्याच्या पुढील पिढीसुद्धा इथंच वाढते आहे. मधला इतक्या वर्षांचा काळ ओलांडल्यावर आमच्या मनावर, शरीरावर सांजवेळेचे रंग उमटू लागले. 'इथेच आता विठ्ठल-शंकर, इथेच हो घनश्याम' असं म्हणत म्हणत या नव्या वाटेचाही आम्ही आनंदानं स्वीकार केला.

या दुसऱ्या आवृत्तीच्या निमित्तानं माझं मन भूतकाळात डोकावलं. मनात अनेक आठवणींची गर्दी झाली. यातील लेख १९९५ पासून २००८ पर्यंतच्या काळात लिहिले गेलेले. त्या वेळी भोवती घडणाऱ्या घटनांवर भाष्य करणारे. या पुस्तकातील शेवटला लेख 'असाही एक दिवस' हा बराक ओबामा हे राष्ट्राध्यक्ष म्हणून शपथबद्ध झाले त्या दिवसाचं वर्णन करणारा. एका कृष्णवर्णीय व्यक्तीला राष्ट्राध्यक्षपद मिळालं या ऐतिहासिक घटनेचे साक्षीदार झाल्याचा विलक्षण आनंद आम्हाला वाटला. याच मार्गानं हा देश जर चालू राहिला, तर लवकरच राष्ट्राध्यक्षपदी बाईची निवड निश्चित होईल हे स्वप्न आम्ही पाहिलं; मात्र विधिलिखित वेगळंच होतं. कोणाच्याही कल्पनेत नसलेलंच सत्य म्हणून सामोरं आलं. असो.

मेहता पब्लिशिंग हाऊसतर्फे ही दुसरी आवृत्ती निघत आहे त्याबद्दल त्या सर्वांची मी आभारी आहे. आणि अर्थातच वाचकांचीसुद्धा.

शोभा चित्रे

अनुक्रमणिका

एक दिवस / १

गुलमोहोर / १८

प्रिय परमेश्वरा / २९

या जन्मावर / ३७

फुग्यातली माणसं / ५५

खारीचा वाटा / ६५

खोळंबलेला प्रवास / ७७

तरुण असतं म्हातारपण / ९१

आटपाट नगर होतं / ९७

हाऊ डेअर यू...? / ११०

असाही एक दिवस / १२७

एक दिवस

पहाटे तिला जाग आली.

डेकवर लावलेल्या घंटेचा मंजूळ नाद तिच्या कानी आला. पावसाची रिपरिप थांबली होती. तिचं लक्ष घड्याळाकडे गेलं. रोजची उठायची वेळ झालेली. शेजारी झोपलेल्या नवऱ्याला तिनं हलवलं.

"एऽऽ, झोपू दे नं! काय गं कटकट? आत्ता आत्ता कुठं डोळा लागतोय!"

तिला हसूच आलं.

रात्रभर तर चांगलं घोरत होता! पण हे नेहमीचंच. रोज याला उठवणं, ही कसरतच. बरी, मुलं याच्या वळणावर गेली नाहीत. त्यांचा ती गजर लावायची, वेळेवर उठून बाहेर पडायची. मोठी होऊन बाहेर पडली, त्यालाही किती वर्षं झाली.

तिनं परत त्याला हलवलं.

"आज वार कुठला?" –त्याचा प्रश्न.

"बुधवार." ती अंथरुणातून बाहेर पडणार तोच पटकन त्यानं तिला जवळ ओढलं.

"तू मला एक प्रॉमिस केलं आहेस." आता त्याची झोप उडाली होती.

"घड्याळ पळतंय, ते बघ. कसलं प्रॉमिस? ते संध्याकाळी."

"आपण काय ठरवलं होतं, की एखाद्दिवशी ऑफिसला जायला म्हणून तयार व्हायचं आणि जायचंच नाही. ऑफिसला दांडी मारून मस्तपैकी भटकत दिवस घालवायचा. आज मला एकही मीटिंग नाही. दांडी मारू या. मजा करू या."

"हो, पण ऑफिसला जायला तयार व्हायचं म्हटलं तरी आधी बेडच्या बाहेर पडायला हवं."

"उठतो गं! पण इतक्या लवकर कशाला? आरामात उठून, आटपून बाहेर

पडू.'' तिला उठू न देता तो पुढे म्हणाला, ''मजा येईल आज भटकायला. फॉलचे रंग बघायला.''

परवा शनिवारी-रविवारी तिची खूप इच्छा होती बाहेर जाण्याची, पण यानं घरात पाहुणे गोळा केलेले आणि आज तिला दांडी मारून फॉलचे रंग बघायला चल म्हणून मागे लागलाय. काही बोलावंसं तिला वाटलं; पण इतकी सुंदर पहाट, त्याचा मूड बघून ती त्याला बिलगली.

रोज सकाळी उठताना तो मरगळलेला असतो. झोपच पुरी झाली नाही, पाय दुखतायत, पाठ दुखतेय– अशी काहीतरी तक्रार करीतच उठतो. पण आज मात्र त्याच्या अंगात चैतन्य आलंय.

''अरे, काय चाललंय? वयाचा विचार कर. साठी उलटली.''

''कुणाची?''

किती सुख देऊ-घेऊ, असं त्याला होऊन गेलं. थोड्या वेळानं तृप्त होऊन तो बाजूला झाला. क्षणार्धात शांतपणे झोपून गेला. चेहऱ्यावर निरागस भाव.

ती नुसती पडून राहिली.

पानगळीचे दिवस. सगळीकडे शांतता. फक्त वाऱ्यानं हलणाऱ्या घंटेचा नाद. उन्हाळ्याच्या दिवसांत या वेळेला बाहेर उजेड असतो. पक्ष्यांची लगबग, किलबिलाट केव्हाच सुरू झालेला असतो. आता मात्र पक्षीही मूक झालेत, की त्यांनी निमूट दक्षिणेचा रस्ता धरलाय?

गेले काही दिवस संध्याकाळी ऑफिसमधून घरी परतताना तिला एका ठरावीक ठिकाणी झाडांवर बरेच पक्षी जमलेले दिसत. थंडी सुरू झाल्यावर उत्तरेकडून दक्षिणेकडे प्रवासाला निघालेले. परत दिवस मोठे झाले, हवेतला गारवा ओसरला की पुन्हा उत्तरेकडे जाताना ते याच ठिकाणी विसावतात. वर्षानुवर्षं हाच नियम.

तिला गंमत वाटते.

एवढे सगळे पक्षी कुठून येत असतील? आणि जाता-येताना नेमकं याच ठिकाणी थांबायचं, हे त्यांना कसं कळत असेल?

प्रथम जेव्हा वसंत ऋतू सुरू झाल्यावर हे पक्षी तिनं झाडावर बघितले, तेव्हा शेजारी असणाऱ्या नवऱ्याला ती म्हणाली, ''बघ नं, या पक्ष्यांनाही कळतं, की फार काळ आपला गाव सोडून राहायचं नसतं. बाहेर पडलं तरी घरी परत यायचं असतं.''

नकळत तिचे डोळे पाणावले होते. अशी प्रत्येक ठिकाणी ती स्वत:लाच शोधत बसते.

तो हसून म्हणाला होता, ''पक्के लबाड आहेत हे पक्षी. स्वार्थीच. उत्तरेकडची थंडी वाढली की तो त्रास चुकवायला दक्षिणेकडे धावायचं आणि दक्षिणेकडचा

उन्हाळा सुरू व्हायच्या आत परत उत्तरेकडची सुखद हवा गाठायची.''

आजही पडल्या-पडल्या तिला पक्षीच आठवले.

झोप लागणं शक्य नव्हतं. ती हळूच बेडमधून बाहेर पडली.

तो कुरकुरत पुटपुटला, ''झोपू दे नं मला. तू दांडी मारणार नं?''

''तू झोप. मी माझं आटपून घेते.''

ती हळूच दुसऱ्या खोलीत गेली. तिथं बसून तिनं त्याच्यासाठी चिठ्ठी लिहिली.

'आज मी दांडी मारायला तयार आहे. मात्र माझी अट अशी की, दोघांनी नुसतं भटकायचं. मजा करायची. कुठलंही प्लॅनिंग करायचं नाही. कामांच्या याद्या करायच्या नाहीत. कुठल्या पार्ट्या करायच्या, पार्ट्यांना मेन्यू काय ठरवायचा, असल्या कुठल्याही गोष्टीचा विचार करायचा नाही. केवळ निव्वळ मजा.'

तिनं हळूच ती चिठ्ठी ड्रेसरवरच्या त्याच्या चष्म्याखाली ठेवली. उठल्यावर आधी त्याला चिठ्ठी दिसणार.

मग ती बाथरूममध्ये गेली.

टबमध्ये पाणी सोडलं. आज आरामात बबल-बाथ घ्यायचा तिनं विचार केला. मेणबत्त्या लावल्या. बाथरूमचे दिवे बंद केले. मंद सुरात टेप सुरू झाली. ती टबमध्ये शिरली. किती दिवसांनी ती इतकी रिलॅक्स झाली. रोजची घाई, धावपळ, सकाळी झटपट घेतलेला शॉवर, ट्रॅफिकचं टेन्शन, ऑफिसचं काम... आज काही काही नव्हतं. एक दिवस अचानक पुढ्यात येऊन उभा राहिला. इतर दिवसांहून वेगळा. शांत, स्वस्थ.

त्याला हाक मारावी, अशी अनावर झालेली इच्छा आवरून तिनं स्वत:साठी भरपूर वेळ दिला. तिचं अभ्यंगस्नान आटोपलं. तिनं पडदा बाजूला सारला. हात लांबवून टॉवेल उचलणार, तर त्यावर त्याची चिठ्ठी.

'हा कधी इथं येऊन गेला?' असं मनाशी म्हणत तिनं चिठ्ठीवर नजर टाकली.

'तुझ्या सगळ्या अटी मान्य. माझी अट एकच– मजाच करायची, तर आज जे समोर येईल ते खायचं. प्यायचं. उगीच कॅलरीज, कोलेस्ट्रोल, शुगर असल्या गोष्टींचा विचार करायचा नाही आणि आता खाली जाशील, तर माझ्या स्पेशल ऑमलेटची तयारी कर. चहा ठेव. मी आलोच.'

तिनं बेडकडे नजर टाकली. तो मस्त झोपला होता. ती खाली गेली.

नेहमीच्या सवयीनं देवाजवळ उदबत्ती लावली. हात जोडून ती म्हणाली,

''परमेश्वरा, सगळ्यांना सद्बुद्धी दे. सुखी ठेव.''

एका क्षणातच ती तिथून बाजूला झाली.

अलीकडे ती देवासमोर फार वेळ उभी राहू शकत नाही. काही काही विचार मनात येतात. तिला अस्वस्थ करतात. उदाहरणार्थ, तिला देवाच्या अस्तित्वाविषयीच

शंका येऊ लागली आहे. जर खरंच जगात देव असेल, तर त्याच्याच नावानं चहूकडे चाललेलं हे हत्याकांड तो उघड्या डोळ्यांनी कसं बघतोय? त्याला कोणाचाच आक्रोश ऐकू येत नाही का? जिवंत जाळल्या जाणाऱ्या लहान-लहान अर्भकांच्या किंकाळ्या त्याच्यापर्यंत पोचतच नाहीत का? कदाचित तो नसावाच. परमेश्वर केवळ आपण मानवानं केलेली संकल्पना असावी. पण हा विचार तिला अधिकच घाबरवतो. जर परमेश्वर ही नुसती संकल्पना असेल तर, त्या नसलेल्या परमेश्वरासाठी शतकानुशतकं आपण एकमेकांवर किती अत्याचार करत राहणार?

एरवी ती अशा काही-बाही बातम्या जेव्हा वाचते तेव्हा खूप अस्वस्थ होते. पण जेव्हा सकाळी ती देवाजवळ नकळत हात जोडते, तेव्हा मनाला स्वस्थता वाटण्याऐवजी ती अधिकच अस्वस्थ होते. म्हणून अलीकडे ती फार वेळ देवापुढे थांबतच नाही.

आजचा मूड वेगळा होता.

तिनं ऑफिसमध्ये फोन करून तिला यायला जमणार नसल्याचं कळवलं. भराभर ऑमलेटची तयारी केली. टोमॅटोच्या चकत्या केल्या. गाजर, चीझ किसलं. सॉसेजच्या चकत्या केल्या. कोथिंबीर, कांदा, ढोबळी मिरची इत्यादी चिरून ठेवलं. आणि भरपूर अंडी फेटून ठेवली.

अजून वर कसलीच हालचाल नव्हती. त्यामुळे तिनं बाहेर फेरफटका मारायचं ठरवलं. एरवी सकाळच्या घाई-गडबडीत घरातून गाडीत जाताना आजूबाजूला नजर टाकायलाही जमत नाही.

हवेत किंचित गारवा.

सूर्य नुकताच उगवत होता. बहुधा थंडीला सुरुवात झाल्यामुळे त्यालाही लवकर उठणं जिवावर येत असावं. ऑक्टोबरचे दिवस. नुकताच पडून गेलेला पाऊस. पावसानं भिजलेले झाडांचे ओले रंग. पानांना स्पर्श केला तर ते लाल-पिवळे रंग आपल्या हातांना लागतील, असं तिला वाटलं. सूर्याचे किरण हलकेच या पानांना स्पर्श करू बघणारे. तिला गुलाबाच्या झाडावर दोन अर्धोन्मिलित कळ्या दिसल्या. आतल्या बाजूला पिवळसर रंगाच्या आणि गडद गुलाबी कडा असलेल्या. या वर्षीच्या या शेवटच्या कळ्या. हळूहळू येणाऱ्या थंडीनं सगळंच गोठून जाईल. गुलाबाच्या नुसत्या काटक्या राहतील– वसंत ऋतूची, पुन्हा फुलण्याची वाट बघत.

तिनं कात्रीनं हळुवारपणे त्या कळ्या दांडीसह कापल्या. लांब दांडी, मोठी-मोठी हिरवी पानं आणि एकमेकींना चिकटून उमलू पाहणाऱ्या त्या हसऱ्या कळ्या... जुळ्या बहिणीच.

त्याच आनंदात ती पुढील दारी आली, वर्तमानपत्र घ्यायला. तोच तिला समोर दोन बायका दिसल्या. तिच्याच मूडमध्ये असल्यामुळे हसून तिनं त्यांना 'गुड

मॉर्निंग' म्हटलं. मग क्षणार्धात तिच्या डोक्यात प्रकाश पडला. अरे, या बायका तर 'धर्माच्याकरिता'वाल्या! खरं म्हणजे, हा त्या दोघांचा एक जोकच.

एका सुट्टीच्या दिवशी ती काहीतरी कामात असताना तो सारखा तिच्या आगेमागे लुडबूड करून म्हणू लागला–

"धर्माच्याकरिता अम्हास जगती येशूने धाडियले
ऐसे जाणून येशुभक्तीकरिता ऐश्वर्य हे लाभले–"

ती वैतागली.

"काय वेड लागलंय का? हे काय सुरू केलंस सकाळी-सकाळी? चहाच प्यायलास नं?"

तो हसायला लागला.

"अगं, जरा बाहेर डोकावलो. बाहेरची काय कामं करायची, याचा विचार करत होतो. तर, दारात कुठल्याशा चर्चची माणसं हजर. सकाळीच धर्माचा बुधला घेऊन दारोदार रतीब टाकायला निघालेले. त्यांची सॉलिड फिरकी घेतली. पळून गेले बिचारे. मग विचार केला, आपण म्हणतो, 'धर्माच्याकरिता अम्हास जगती रामाने धाडियले.' ते बिचारे म्हणत असतील– 'येशूने धाडियले.' फरक काय गं?"

तेव्हापासून दारावर असं कुणी आलं की ती दोघं त्यांचा उल्लेख 'धर्माच्याकरिता' असा करतात.

तिनं कसंबसं त्या बायकांना कटवलं. घरात शिरली. तिला पाण्याचा आवाज आला. तो शॉवर घेत असावा. पटकन तिनं चहा ठेवला. फुलदाणीत फुलं मांडली. काचेच्या सुंदर भांड्यात पाणी घालून फ्लोटिंग मेणबत्ती लावली. टेबल मांडलं. काटे-सुऱ्या लावल्या. चहा गाळला. खालूनच ओरडली, "अहो राजे ऽऽ, उतरा आता."

"खाऊन सँडविच गे आम्ही आहोत राजे
पावात घाल माझ्या तू हॅम-चीझ ताजे!"

म्हणत त्यानं प्रवेश केला. तिनं मांडून ठेवलेलं टेबल पाहून खूश झाला.

"हे बघ, मला माझा चहा एन्जॉय करू दे आणि तूही कर."

तिनं पेपराचा काही भाग त्याच्या पुढ्यात टाकला. चहा घेता-घेता ती निवांत पेपर वाचू लागली.

"मस्त जमलाय चहा. एवढा चहा संपवून मी ब्रेकफास्टच्या मागे लागतो."

"तू कुणाच्याही मागे लाग; मी इथून आता उठणार नाही. सगळी तयारी करून ठेवलेली आहे. उगीच आणखी नाचवू नकोस. जरा कधी नव्हे तो स्वस्थपणे पेपर तर वाचू दे." तिनं पेपरात लक्ष घातलं.

त्यानं चहा संपवला.

थोड्याच वेळात तिच्यासमोर ऑमलेटची प्लेट आली.

ती म्हणाली, ''तुझं ऑमलेट जितकं आकर्षक दिसतं, तितकीच त्याची चवही मस्तच असते. छानच जमलंय.''

''जमणार नाही तर काय? उद्या जर माझी नोकरी गेली, तर पुण्याला मस्तपैकी ऑमलेट-हाऊस काढीन!''

''पुरे रे स्वत:चं कौतुक!''

सगळं आटपून दोघं बाहेर पडली.

''अशा अधून-मधून दांड्या मारल्याच पाहिजेत. काय हवा आहे!''

गाडीत बसून त्यानं किल्ली फिरवली. गाडी सुरूच होईना.

''च्यायला! या बयेला काय झालं? परवाच तर आपण रिपेअर करून आणली.''

तीही वैतागली. गेल्या आठवड्यात असाच प्रॉब्लेम झाला. भरपूर पैसे खर्चून गाडी रिपेअर केली, तर गाडीचं पुन्हा तेच रडगाणं!

त्यानं फोन फिरवला. मेकॅनिकला शिव्या घातल्या. शनिवारी त्यानं येऊन गाडी घेऊन जावी, हे सांगून फोन बंद केला.

दुसरी गाडी घेऊन ते बाहेर पडले. क्षणात त्याचा मूड बदलला. तो पुन्हा त्याच्या नेहमीच्या खेळकर मूडमध्ये आला. गाडी त्यांच्या गल्लीतून बाहेर पडली.

त्याला आठवण झाली. ''ती काळुंद्री आज आपल्या गाडीसमोर आली नाही. कुणाच्या गाडीखाली गेली नाही नं?'' आपल्याच जोकवर तो मनापासून हसला.

''उगीच तिला बिचारीला कशाला मारतोस? आज आपण उशिरा बाहेर पडतोय. तिनं तिची वेळ सांभाळली असेल.''

कुणातरी शेजाऱ्याची एक काळीभोर मांजर रोज सकाळी ही दोघं ऑफिसला जायला निघाली की त्यांच्या गाडीसमोरून जाते. चांगलीच धष्टपुष्ट. काळाभोर मखमली रंग आणि उग्र डोळे.

''रोज ती काळुंद्री आपल्याला आडवी जाते, त्यामुळे दिवस मस्त जातो.''

''आज ती दिसली नाही, त्यामुळे दिवस मस्त-मस्त जाईल.'' त्यानं तिचं वाक्य पुरं केलं.

गाडी हायवेला लागली. गाडीची गती वाढली. गाडी चालवताना त्यानं तिचा हात हातात घेतला.

''अगदी कॉलेजला असताना दांडी मारून सिनेमाला जाताना जसं वाटायचं, तसं वाटतंय बघ आज.''

''एऽऽ! हात सोड रे. बाजूनं पोलीसची गाडी चालली आहे. पोलीस बघेल नं!'' दोघंही हसत सुटले.

हाही एक जोकच.

लग्न ठरल्यानंतर ती दोघं कुठं बाहेर फिरायला निघाली की तिच्या भावी सासूबाई आवर्जून सांगायच्या, "नीट सांभाळून जा. पोलीस असतात रस्त्याला."

तिला याचा अर्थ कळेना. लहान मुलं मस्ती करत असतील, तर त्यांना आपण पोलिसाची भीती दाखवतो. आपण तर वयानं वाढलेले. सुशिक्षित. दोघांच्या नोकऱ्या. चार महिन्यांनी लग्न होणार. परदेशात जाणार. मग या पोलिसाची कसली भीती?

शेवटी तिनं एकदा त्याला विचारलंच.

तो हसायलाच लागला.

"आमची आई म्हणजे...!! जाऊ दे. अगं पलीकडच्या बिल्डिंगमधल्या मुलाला कुणा मुलीबरोबर चाळे करताना पोलिसांनी पकडलं. म्हणून ती तुला सांगत असेल."

तिलाही हसू आवरेना.

मग तेव्हापासून तो रंगात यायला लागला की ती त्याला चिडवते,

"ए, आपण गाडीत आहोत. पोलीस बघतोय. नीट बस."

"कुठे निघालोय रे आपण?"

"Shenandoah Valley ला. या वीकएन्डला म्हणे तिथे प्रचंड गर्दी होती. लांबलांबून लोक फॉल कलर्स बघायला जमले होते. शनिवारपर्यंत थांबायचं म्हटलं, तर पुढच्या दोन दिवसांत पाऊस पडणार म्हणे. पावसानं पानं गळतील. थंडी वाढेल. झाडांचे रंग बदलतील. आज मधलाच दिवस. फारशी वर्दळ नसेल. मस्त भटकू या. छान रंग बघता येतील."

"ग्रेट!"

हे ठिकाण दोघांच्याही आवडीचं. प्रत्येक ऋतूत तिथलं सौंदर्य वेगळंच भासणारं. मन सुखावणारं. एकदा तर डिसेंबरमध्ये हवा अचानक चांगली झाली आणि कुणा पाहुण्यांना घेऊन ती दोघं इकडे गेली. झाडं पानन् पान गळून गेल्यानं वस्त्रहीन झालेली. तरीही त्यातून प्रतीत होणारं त्यांचं सौंदर्य. मातकट, करड्या फांद्या. ताठ मानेनं उभी असणारी उंच-उंच झाडं. जणू एखाद्या कलावंतानं चारकोलनं केलेली स्केचेस बघतोय, असं तिला वाटलं. मध्येच काही ठेंगणी-ठुसकी एव्हरग्रीन झाडं. या थंडीतही आपलं हिरवेपण जपत उभी असलेली. शिवाय काही सदर्न मॅग्नोलियाची उंच, डेरेदार झाडं. मोठी-मोठी पानं. छान चकचकीत. प्रत्येक पान पुसून त्याला नुकतंच पॉलिश केलंय, असं वाटावं, इतका चकचकीत ताजा रंग. तर, मधूनच असलेली हॉलीची झुडपं. त्यांची कातरलेली किनार असलेली हिरवी पानं आणि त्यावर लहडलेली लाल-लालभडक फळं.

आज तर छानच मुहूर्त काढलाय Shenandoah Valley ला जायचा. हजारो लोक दर वर्षी इथला रंगोत्सव बघायला जमतात. किती वेळा नुसत्या पेपरमध्ये आणि टीव्हीवर त्याच्या बातम्या बघायच्या? पण मुद्दाम जाऊ म्हटलं, तर नेमकं काहीतरी निघतंच. त्यामुळे Shenandoah चं नाव काढताच ती खूष झाली.

आयुष्याची गती एवढी वाढली आहे की, एक दिवस कुठे, कधी संपतो आणि दुसरा कधी सुरू होतो, तेही समजत नाही. पण आजचा दिवस वेगळा. फक्त दोघांचा. तसा तो त्याच्या वेगानं जाईलही. पण आज कुठलंच, कसलंच बंधन नाही. कुठल्याही कामाचा विचार आज मनात येऊ द्यायचा नाही. वेळेत कुठं पोचण्याची घाई नाही. मनात येईल तसा एक दिवस दोघांनी मिळून जगायचा.

एरवी सुट्टी घेऊन ती दोघं कुठं गेली तरी सारखं हे बघायचं, ते बघायचं. इकडे जायचं, तिकडे धावायचं. थोड्याच वेळात जास्तीत जास्त गोष्टी उरकण्याचा अट्टहास करायचा. धावपळ करायची. जाग्रणं करायची आणि सुट्टीवरून रिलॅक्स होऊन येण्यापेक्षा जास्त थकूनच परतायचं.

"गाडीवाले गाडी धीरे हाक रे! आपल्याला कुठे पोचायची घाई नाही. स्पीड एवढा वाढवू नकोस. ऐंशीच्या पुढे आहेस तू. उगीच तिकीट मिळायला नको."

"पुरे गं तुझी कटकट. गाडी कशी छान चाललेय. जाणवतो का एवढा स्पीड? आजूबाजूचे सगळे याच वेगानं चाललेत नं?"

तिला वाटलं– काय बिघडलं आपण आपल्या वेगानं गेलो तर! प्रत्येक बाबतीत इतरांच्या बरोबर किंवा पुढेच जाण्याचा का अट्टहास?

मध्येच गाडी चालवताना तो म्हणाला, "मागची पाटी पाहिलीस का? पुढे अर्ध्या मैलावर भोपळ्याचं शेत आहे. तिथं थांबू या."

"ईऽऽऽ! भोपळा म्हणू नको रे. भोपळा म्हटलं की माझ्या डोळ्यांसमोर जाड्या अंगाचा, बेडकासारखे डोळे असलेला कुणी उभा राहतो. छान पंपकीन म्हणायचं. कसं क्यूट वाटतं नं? पंपकीन हा शब्द रोमँटिक वाटतो."

तेवढ्यात त्यांची गाडी शेताच्या पार्किंग लॉटमध्ये शिरली. त्याच्या गरगरीत पोटाला हात लावून गाडीतून उतरत ती म्हणाली, "चल रे भोपळ्या टुणुक टुणुक!"

एखाद्या लहान मुलीच्या उल्हासात ती धावत सुटली.

तिच्यामागोमाग तोही धावला. तिला पकडत म्हणाला, "बघ, अजूनही कसा धावतो!"

"एवढंसं धावलास त्याचं कौतुक! आणि 'अजूनही' म्हणजे काय? अरे बाबा, ही सुरुवात आहे. ऐंशीव्या वर्षी धावून दाखव आणि मग म्हण 'अजूनही'!" तिच्या डोळ्यांत मिश्कील चमक.

मधलाच दिवस असूनही शेत गजबजलेलं. आणखी दोन आठवड्यांनी हॅलोवीन आहे. त्यामुळे लोकांची भोपळे घ्यायला गर्दी. बरेचसे पालक लहान मुलांना घेऊन आलेले. कुणी आजी-आजोबा नातवंडांसमवेत आलेले. काही त्यांच्यासारखे.

स्वच्छ, निरभ्र आकाश. हवा किंचित थंड. सूर्याचे किरण दहा वाजून गेले तरी कोवळे भासणारे. भोवताली हेऽऽ एवढे भोपळे. सतेज. सुंदर.

एखाद्या आनंदी माणसासारखे. गडद केशरी. काही पिवळट. वेगवेगळ्या आकाराचे. पेंढ्यानं शाकारलेल्या स्टॉलवर मांडून ठेवलेले. शिवाय शेतात जाऊनही तुम्हाला हवा तो भोपळा निवडण्याची मुभा. एका बाजूला मक्याची शेतं. कणसं काढून घेतलेली. कोरडी पडलेली पानं.

तो रंगात येऊन गाऊ लागला–

"पंछी बनू उडता फिरू मस्त गगन में..."

"ए बाबा, तुझ्या गाण्यानं ही शेतातली बुजगावणीही घाबरून पळतील."

तिथं एक घोडागाडी होती. शेतातून फेरफटका मारायला. दोघं गाडीत बसले. गाडीत छोटी-छोटी गोजिरवाणी मुलं. गोबऱ्या गालांची. त्यांचा चाललेला चिवचिवाट. घोडागाडीतून फिरून ते परतले.

तो म्हणाला, "चला, आता भोपळ्यांची खरेदी करू या. काय मस्त आहेत. किती घेऊ न् किती नको, असं होतंय. छान मोठे-मोठे घेऊ या."

"म्हणजे, किती घेण्याचा तुझा विचार आहे?" तिनं थोडं घाबरूनच विचारलं.

स्वत:च्या उत्साहाला आवर घालत तो म्हणाला, "निदान दोन तरी मोठे-मोठे घेऊ या."

"जे दोन घेशील नं, ते मला उचलता येतील इतपतच घे. मागच्या वेळचं ते कलिंगडाचं आठवतंय नं?"

"तुम्ही बायका म्हणजे नसत्या गोष्टी लक्षात ठेवता." तो पुटपुटला.

मागे एकदा ते कलिंगडाच्या शेतात गेले. तिथून चांगली तीन भली मोठी कलिंगडं त्यानं घेतली. मग ती गाडीत ठेवताना, घरी पोचल्यावर गाडीतून घरात नेताना दोघांचाही दम निघाला. कंबर कितीतरी दिवस दुखतच राहिली. शिवाय तीन कलिंगडं दोघंच कशी संपवणार, म्हणून वाटून टाकायला लागली, ते वेगळंच.

"एऽऽ ही छोटी-छोटी पिल्लंही घेऊ या. नुसती मांडून ठेवायला. काय गोड दिसतात रे ही पिटुकली! रसरशीत केशरी रंग आणि डोक्यावर हिरवी शेंडी."

ते भोपळे पाहताना त्याच्या मनात आता ते कसे कोरून काढायचे, याचेच विचार होते. भोपळ्यांना कान, नाक, डोळे, दात करायचे. हॅलोवीनच्या रात्री या कोरलेल्या भोपळ्यांत मेणबत्त्या लावायच्या. आजूबाजूला गडद अंधार आणि ते कोरलेले भोपळे. राक्षसी हास्य करणारे. मेणबत्तीच्या प्रकाशात अधिकच भेसूर

दिसतील. चित्रविचित्र पोशाख करून मुलं जमतील Trick or Treat म्हणत. त्यांना कँडीज वाटायच्या. धमालच.

तिला वाटलं– हा आपलं थोडंच ऐकणार? कितीही नाही म्हटलं तरी हा मोठेच भोपळे घेणार. त्याबद्दलही तिची हरकत नाही. पण तिच्या डोळ्यांसमोर पुढचं सगळं उभं राहतं. हॅलोवीन संपला की ती दोघं प्रयासानं ते भोपळे कापणार आणि लगेच याची फर्माईश सुरू होणार.

“मस्तपैकी भाजी कर, मेथीची फोडणी देऊन. गूळ पुरता हवा हं. घारगे पण कर एखाद्या दिवशी. पंपकीन पाय आणि ब्रेड करायला किती लागेल तो बाजूला काढून ठेव. भोपळ्याची खीर हवीच. दुधी भोपळ्याएवढीच या भोपळ्याची खीरही छान होते तुझी. थोडं रायतं करशील नं?”

मग काय काय करायचं त्याप्रमाणे ती तुकडे करणं, किसून ठेवणं, शिजवून ठेवणं, फ्रीज करणं– असले प्रकार करणार. म्हणजे या भोपळ्यांपायी किती वेळ जाणार! मेहनत वेगळीच. याचा उत्साह असा सतत उतू का जातो?

शेवटी नेहमीप्रमाणे त्यानं दोन मोठे भोपळे पसंत केले. तिनं छोटी-छोटी पिल्लं गोळा केली.

त्यानं अगदी काळजीपूर्वक ते भोपळे गाडीत ठेवले. दोघं गाडीत बसली. गाडी सुरू करण्यापूर्वी तिच्या गालावरून हात फिरवत तो म्हणाला, “I love you pumpkin!”

“चल रे!”

त्यानं गाडी सुरू केली.

गाडीनं गती घेतली. ती रस्ते बघत होती. फार अंतर उरलं नव्हतं. फार तर तासाभरात ते पार्कमध्ये पोचणार होते. एवढ्यात पटकन त्यानं गाडी उजवीकडे वळवली.

“अरे, आपला रस्ता सरळ जातो. इकडे कशाला घेतलीस गाडी?”

ती असे म्हणेपर्यंत गाडी एका रेस्टॉरंटच्या समोर थांबली.

“लहान गावांमधली अशी पिढीजात रेस्टॉरन्ट्स मस्त असतात. तशी भूक नाही, फक्त हॉट चॉकलेट घेऊ या.”

एका तुरतुरीत प्रौढ स्त्रीनं त्यांचं स्वागत केलं. त्यांना त्यांचं टेबल दाखवलं.

त्यांची ऑर्डर घ्यायला सडसडीत तरुणी आली. त्यानं ऑर्डर दिली. “बोर्डवॉक फ्राईज, दोन हॉट चॉकलेट आणि पीकॅन पाय.” ती तरुणी ऑर्डर घेऊन निघून गेली.

“अरे, फ्राईज, हॉट चॉकलेट आणि पाय– या कशाचा काही संबंध आहे का? शिवाय पोटात अजून ऑमलेट बसलंय. आपण फक्त हॉट चॉकलेट घेणार होतो नं?”

"तू या फ्राईज खाऊन बघ. खूश होशील. मस्तपैकी मसाला लावलेल्या आणि सालासकट बटाटे. मी आतमध्ये येतानाच काही टेबलांवर बघितल्या. शिवाय आज त्यांचे स्पेशल म्हणून Pecan Pie आहेत. आज भरपूर चालणार आहोत. त्यामुळे आधीच थोड्या कॅलरीज पोटात गेल्या, तर बिघडत नाही."

फ्राईज मस्तच होत्या. आणि Pecan Pie तर डेडली. तिलाही वाटलं, अधूनमधून हे डाएट वगैरेचं भूत मानेवरून झटकून टाकलं पाहिजे.

खाणं आटपून ती दोघं बाहेर पडली.

डोंगर आणि रस्ते. सभोवती झाडं. रंगात रंगलेली. मधून जाणारी त्यांची गाडी. हायवे संपला होता. मग गाडीची गती कमी झाली. त्यामुळे हे सौंदर्य थोडं डोळ्यांत साठवता येऊ लागलं होतं. मैलोन् मैल मनुष्यवस्तीच्या खुणाच नव्हत्या. एका डोंगराला वळसा घालून जावं, तर दुसरा अगदी समोरच ठाकलेला. आणि जवळ जावं, तर त्यात वळसा घालून पुढे जाणारी वाट. हिरवं-हिरवं गवत. कुठं नांगरून ठेवलेली काळीभोर माती; तर कधी पुढे येणारं लहानसं, सुबक गाव. त्याला साजेसं गॅस स्टेशन. थोडीशी वर्दळ. एखादं ग्रोसरी स्टोअर. मध्येच हिरव्या शेतात असलेलं पांढरंशुभ्र कुंपण आणि शेतसुद्धा कसं उंच-सखल. त्याप्रमाणे वर-खाली दिसणारं कुंपण. दूर कुठेतरी उठून दिसणारं दगडी चर्च. शांत, स्तब्ध. धीरगंभीर. तर कुठं दिसणारी स्मशानभूमी. ओळीनं मांडलेले पांढरे दगड. जणू गेरूऐवजी हिरव्या रंगानं सारवलेली जमीन आणि त्यावर दिलेले रांगोळीचे पांढरे ठिपके.

तासाच्या आतच ते पार्कच्या परिसरात शिरले. मधलाच दिवस असूनही चांगलीच वर्दळ होती. पार्किंग लॉटमधल्या बऱ्याचशा जागा भरलेल्या. त्यांना जरा दूरची जागा मिळाली.

पार्किंग लॉटमधून बाहेर पडून ती दोघं चालत पुढे आली.

Blue Ridge आणि Allegheny पर्वतांच्या रांगा हजारो वर्षं उभ्या असलेल्या. लांबच लांब पसरलेल्या. अनेक राज्यांना व्यापून विस्तारलेल्या. यातून Shenandoah Valley ला लाभलेलं तिचं स्वतंत्र अस्तित्व. या दोन पर्वतरांगांच्या मधून वाहणारी Shenandoah नदी आणि या पर्वतराजींच्या अंगाखांद्यांवर, दऱ्याखोऱ्यांत वाढलेली घनदाट वृक्षराजी. आज शिशिराचा साज घेऊन सजलेली. ते स्तिमित होऊन हा रंगसोहळा पाहू लागले. ते डोंगर... खालची दरी, डोळ्यांना काही काही दिसेना. दिसत होती ती नानाविध रंगांची उधळण. निसर्गाची चाललेली रंगपंचमी. लालभडक, पिवळाधमक, गडद तपकिरी, केशरी, तर मध्येच हिरवागार. नुसते रंगांचे फटकारे मारलेले.

इतका वेळ चाललेली तिची बडबड, त्याचे जोक्स सगळं-सगळं बंद झालं. त्यानं तिचा हात हातात घेतला. निसर्गाचा श्वास ते भरभरून घेऊ लागले.

हे सगळं सौंदर्य तसं क्षणभंगूरच. थोड्याच दिवसांत हे वृक्ष आपला साज हळूहळू उतरवतील. आपल्याला मिळालेलं हे ईश्वराचं देणं त्यालाच अर्पण करतील आणि ताठ मानेनं, पुढं येणाऱ्या हिवाळ्याचं स्वागत करायला सज्ज होतील.

हळूहळू थंडी वाढेल. थंडीचे जीवघेणे वारे घोंगावत या दऱ्या-खोऱ्यांतून वाहू लागतील. हे वृक्ष आणि त्यांच्या सोबतीला तो बेभान वारा. कधी सतत होणारा हिमवर्षाव, तर कधी झोडपणारा पाऊस. या सगळ्या धुमश्चक्रीत काही वृक्ष भुईला लोटांगण घालतील.

पण हेही फार काळ टिकणार नाही. ऋतू बदलेल. नवनवीन रोपं भुईतून वर डोकावतील. बघता-बघता त्यांचंही प्रचंड वृक्षांत रूपांतर होईल. वर्षानुवर्षं चालणारं हे निसर्गचक्र. शांतपणे हे अनुभवणारी ही दरी. किती सहजतेनं निसर्ग आपलं रूप बदलतो. किती ताकदीनं तो बदल स्वीकारतो.

ती अशी विचारांच्या नादात असताना कुणीतरी तिच्या तंद्रीचा भंग केला. एका जोडप्याला त्यांचा फोटो काढून हवा होता. पटकन तिनं त्या जोडीचा फोटो काढून दिला. भराभर आजूबाजूला फोटो काढले जात होते. पानगळीची शोभा बघायला जमलेले रसिक ते सौंदर्य फोटोत बंदिस्त करू पाहत होते.

ती दोघं पुढे गेली. तिथं वेगवेगळ्या पाऊलवाटांच्या खुणा होत्या. प्रत्येक वाट किती मैलांची आहे, याची माहिती होती. त्या दोघांनी त्यातल्या त्यात कमी लांबीची वाट निवडली.

वळत जाणारी पाऊलवाट. अरुंद. भोवती झाडं-झुडुपं. काही झाडांची पानं गळून पडलेली. पाऊलवाटेवर वाळकी पानं, झाडांच्या काटक्या आणि मधूनच तुरूतुरू धावणाऱ्या खारी. माणसांची वर्दळ तशी कमीच. कुणी झपाझप चालत पुढे जाणारे. काही जॉगिंग करणारे. ती दोघं रमत-गमत निघाली. वाट वरती डोंगरात जाणारी. सूर्याचे किरण सर्व बाजूंनी त्या झाडा-पानांतून इथं शिरकाव करू बघणारे.

थोडं पुढे गेल्यावर विलक्षण दृश्य दिसलं.

एकदम अंधारून आलं. जणू बोगद्यात शिरल्यासारखं. मग लक्षात आलं– या वाटेवर दोन्ही बाजूंना उंच-उंच झाडं चांगलीच विस्तारलेली. एकमेकांना लगटून. रस्त्याच्या दोन्ही बाजूंच्या झाडांच्या फांद्या एकमेकींना बिलगलेल्या. त्यामुळे तयार झालेला लांबच लांब बोगदा. सूर्यकिरणांना मज्जाव करणारा.

एका आडव्या पडलेल्या झाडावर ते टेकले.

ती म्हणाली, ‘‘बघ तरी, एखाद्या घनदाट जंगलात आल्यासारखं वाटतंय. दुपारची वेळ; पण ही झाडं इतकी दाट, की आकाश दिसत नाही. सूर्याची किरणं इथं पोचत नाहीत. तसं पाहिलं तर पाऊलवाटेच्या दुतर्फा असलेली झाडं. स्वतंत्रपणे

उभी असलेली. तरीही हात लांबवून एकमेकांना कवटाळू बघणारी. शिवाय जमिनीत खोलवर गेलेली त्यांची मुळं. एकमेकांत पार मिळून गेली असतील. नवरा-बायकोचं नातं असंच असायला हवं नं?''

त्यानं तिला जवळ घेतलं. तिच्या गालावर ओठ टेकले.

पाऊलवाट वळली.

परतीचा प्रवास सुरू झाला. उतरणीचा रस्ता होता. पावलं जपून टाकावी लागत होती. तो तिला सांभाळून नेत होता.

तीन मैलांचा फेरफटका मारून ती दोघं परतली, तेव्हा भूक लागल्याची जाणीव त्यांना झाली. तीन वाजायला आले होते. समोरच असणाऱ्या कॅफेटेरियामध्ये ते शिरले. खाण्याचा फारसा चॉईस नव्हता. पण पार्कमधून बाहेर पडून हॉटेल शोधणं त्यांना नको होतं. चीझ बर्गर, अनियन रिंग्ज, कोक घेऊन त्यांनी पार्कमधलं पिकनिक टेबल गाठलं.

गर्द झाडीमुळं उन्हाचा त्रास नव्हता. त्याला वाटलं, इथं भेळ-पाणीपुरी असं खायला किती मजा येईल! निदान बटाटेवड्याचा एखादा स्टॉल. स्वत:च्या अनियन रिंग्ज संपवून त्यानं आता तिच्या खायला सुरुवात केली. ती खूश झाली. चला, तेवढ्याच कॅलरीज वाचल्या. तिच्या मनात नकळत कॅलरीजचा काऊंट सुरू झाला होता.

तिला डिवचत तो म्हणाला, ''किती दिवसांत कांद्याची भजी केली नाहीस तू. त्यामुळे या अनियन रिंग्जवर तहान भागवायला लागते.''

''बोकोबा, तुम्हाला खाताना नेहमी समोर नसलेल्या खाण्याच्या गोष्टीच कशा आठवतात? अरे बाबा, वाढत्या वयात खाण्याची क्वांटिटी आणि क्वालिटीही बदलायला हवी.''

''आज आपण काय ठरवलंय?''

त्यानं तिला थांबवलं. नाहीतर बाईंची गाडी नेमकी नको त्या विषयावर घसरणार.

''ओके, ओके.'' तिनं विषय थांबवला.

खाणं आटपून तो बाकावर आडवा झाला.

तिनं तिच्या पोतडीतून पुस्तक बाहेर काढलं. तिच्या या पर्स नामक पोतडीत अनेक गोष्टी कोंबलेल्या असतात. त्यात सकाळी निघताना तिनं आठवणीनं हे पुस्तक घेतलं होतं. परवाच तिच्या मैत्रिणीनं तिला दिलेलं. Octobar Sky या पुस्तकावरून केलेली मूव्ही त्या दोघांनी पाहिली होती. त्यांना आवडली होती. गेल्या आठवड्यात ऑफिसमध्ये गप्पांच्या नादात या मूव्हीचा उल्लेख निघाला. दोन दिवसांनी बेथनं आठवणीनं हे पुस्तक आणून दिलं.

पुस्तक हातात घेतल्यावर तिला आधी बेथची आठवण झाली.

पंचाहत्तर वर्षांची ही तरुणी अजूनही नोकरी करते. अवजड शरीर, संधिवात आणि इतर दुखणी सांभाळत काठी टेकत येते. सकाळी लवकर घरातून बाहेर पडते. थंडी, वारा, पाऊस, बर्फ काहीही असो; बरोबर सकाळी सहाला ऑफिसला पोहोचते. तिला छंद एकच– वाचण्याचा. त्यामुळे भरपूर पुस्तकं तिच्या संग्रही आहेत. जरा कुठल्या पुस्तकाचा उल्लेख करण्याचा अवकाश; लगेच बेथ ते पुस्तक घेऊन येते.

बेथचा विचार मागे सारून तिनं पुस्तकात डोकं खुपसलं. वाचनात ती गढून गेली. एका लहान गावातला हा मुलगा. आजूबाजूला कोळशाच्या खाणी आणि त्यात काम करणारे कामगार, यात वाढत असताना एक वेगळं स्वप्न कसं बघतो! पुस्तकातली साधी-सोपी भाषा. डोळ्यांसमोर उभं राहणारं त्या कुटुंबाचं, गावाचं चित्र. ती वाचनात गढून गेली.

मानेवर काहीतरी हुळहुळलं म्हणून तिनं झटकलं. क्षणभर आपण कुठं आहोत, तेच तिला कळेना. परत हुळहुळलं. मागे उभा राहून तो हसत होता; कसलीशी पानं तिच्या मानेवरून फिरवत.

"बाईसाहेब, चला! वेळ नाही, अवेळ नाही; किती वेळ झोपायचं?"

स्वत: झोप काढून ताजातवाना होऊन तो तिच्या मागे लागला.

सगळं आवरून त्यांनी परतीचा रस्ता धरला तेव्हा पाच वाजायला आले. अजून छान उजेड होता. दिवस चांगलाच निघाला होता. तिला वाटलं– आणखी दोन आठवड्यांनी घड्याळं बदलतील. सकाळी बाहेर पडताना उजेड असेल. पण संध्याकाळी चार वाजताच अंधार दाटून येईल. दिवस आक्रसून जातील. उगीचच मन उदास करणारा, लवकर वेढून येणारा अंधार आणि या अंधाराला पुढे करून येणारी थंडी... प्रचंड थंडी. पाऊस, हिमवादळं... सगळंच. अगदी थेट मार्चपर्यंत पुरणारं. क्षणभर तिचं मन उदासलं. पण लगेच लक्षात आलं; लवकरच सणावाराचे दिवस येतील. थँक्स गिव्हिंग, ख्रिसमस. घरात मुलं जमतील. दोन-चार दिवसांचंच त्यांचं राहणं असलं तरी प्लॅनिंग करण्यात, हळूहळू तयारी करण्यात पुढचे दिवस जातील. ती तिच्याच विचारात चूर असताना त्यानं विचारलं–

"बेगमसाहिबा, आज शामको हम क्या खायेंगे?"

"अरे बोक्या, पोटातलं अजून हललं नाही आणि तुला संध्याकाळची काळजी?"

"मला तुझी काळजी. तू थकली असशील. कुठे बाहेरच जायचं का जेवायला? थाय, मेक्सिकन, चायनीज?"

ती त्याला ओळखून आहे. ते सरळ निघून गेले, तर सात-साडेसातपर्यंत कुठल्याही हॉटेलात पोचतील आणि एवढ्या लवकर जेवणं त्याला कधीच आवडत नाही.

त्यापेक्षा घरी जाऊन आरामात दारू पीत वेळानं चमचमीत जेवणं तो पसंत करेल.

"बाहेर कशाला? मी मस्तपैकी कोलंबीचं लिपतं आणि टिलापिया तळायचं, असं ठरवलं होतं. तुला जर पसंत नसेल हा बेत, तर जाऊ या कुठे."

लगेच त्यानं पवित्रा बदलला.

"ग्रेट! तुला मी सगळी मदत करीन. झणझणीत कर लिपतं. बघ नं, माझ्या फारशा अपेक्षा नसतातच कधी. नुसतं कालवण-भात, थोडं फिश तळलेलं– एवढंच असलं तरी मी खूश असतो."

तिनं मान वेळावली.

रस्त्याला संध्याकाळचा ट्रॅफिक होता खरा, पण गाड्या पळत होत्या. आणखी तासाभरात ते घरी पोहोचणार.

त्याला वाटलं, मजा आली. दांडी मारायची आयडिया ग्रेटच.

गेले काही दिवस या नव्या प्रोजेक्टनं भंडावून सोडलं होतं. किती कटकटी! वेगवेगळ्या एजन्सीजची लट्ठालट्ठी. एकदाचं सगळं मार्गी लागलं. शिवाय आर्थिक मंदीची आलेली लाट. स्टॉक मार्केटनं लावलेली वाट. किती टेन्शन्स. रोज नवीनच काहीतरी. आज अगदी रिलॅक्स्ड वाटलं. घरी गेल्यावर मस्तपैकी स्कॉच घेत बसू या. ई-मेल्स चेक करणं, फोन करणं– हेही आहेच. मग आरामात जेवण. झणझणीत कोलंबीवर ताव मारायचा. तळलेल्या टिलापियाच्या तुकड्याही मस्त लागतात.

तिला डोळे जडावल्यासारखे वाटू लागले.

छान चालणं झालं. अधूनमधून असं चाललंच पाहिजे. मात्र, आता थोडं थकल्यासारखं वाटतंय.

वेगानं जाणारा ट्रॅफिक मंदावल्यासारखा झाला. गाड्यांची गती कमी झाली.

"अरे, हा कसला आवाज?"

"कसला म्हणजे, पोलीस कार-ॲम्ब्युलन्स यांचा."

"ॲम्ब्युलन्स इकडे कुठे?"

"म्हणजे, इकडे ॲम्ब्युलन्सनं येऊ नये का?"

तिनं आजूबाजूला पाहिलं. "Oh my God! म्हणजे मला स्वप्न पडलं होतं तर!"

"अर्धा तास तू मस्तपैकी झोपली होतीस, म्हणजे ते स्वप्नच असावं. ट्रॅफिक जाम झालाय. पुढे काहीतरी ॲक्सिडेंट झालाय. इतका वेळ एकही गाडी सरकली नाही. मी बाहेर फिरूनही आलो. पण तू मस्त झोपलेली. पण काय गं, कसलं स्वप्न पडलं होतं?"

तिनं मान हलवली.

“अगदी विचित्र स्वप्न. म्हणजे गाडीला ॲक्सिडेंट झालाय आणि आपण दोघंही त्यात मेलोय. मी तुला विचारलंसुद्धा, आपण खरंच मेलोय का? तर तू म्हणालास– अगदी खरंच मेलोय म्हणून.”

“अगं, जागेपणीसुद्धा तुझ्या कुठल्याही प्रश्नाला मी नकारार्थी उत्तर देत नाही; मग तुझ्या स्वप्नात माझी काय शामत आहे मेलो नाही म्हणायची!”

“जाऊ दे. स्वप्नातसुद्धा तुझा असाच चावटपणा. म्हणजे, आपण मेलो, हे लक्षात घेऊनही तू सारखं मला चिडवत होतास.”

“Good! माणूस मेलं म्हणून काय झालं, त्याचा स्वभाव थोडाच बदलणार?” त्याला हसूच आवरेना.

गेला अर्धा तास तो कंटाळून गेला होता. हा थबकलेला ट्रॅफिक. त्यात ती शांत झोपलेली. आता ट्रॅफिकही हळूहळू सुटतोय. ही ताजीतवानी झालेय. छान मजा येईल.

“अगं, तुझ्या स्वप्नात पुढे काय झालं?”

“तसं धडसं नीट काही आठवत नाही. सगळंच वीअर्ड. अरे आठ-दहा बायका-पुरुषांचा घोळका. काळे डगले घातलेला. सगळे ‘धर्माच्याकरिता’ पंथाचे. ते सगळे आपल्याला सांगायला लागले– अजून वेळ गेलेली नाही. आमच्या धर्मात या. तुमची सगळी पापं कबूल करा. थेट तुम्हाला स्वर्गात नेण्याची व्यवस्था करतो. तू हळूच त्या घोळक्याच्या मागे गेलास. लांबच लांब फटाक्यांची माळ ठेवलीस आणि दिलीस पेटवून. त्या धाडधाड येणाऱ्या आवाजानं ते सगळे घाबरून जीव मुठीत घेऊन पळत सुटले. नशिबानं समोरच एक दार उघडं दिसलं, त्यातून ते आत गेले.”

तिला ते स्वप्न आठवून हसूच आलं.

तो म्हणाला, “अगं, ते त्या उघड्या दारातून आत शिरले खरे, पण त्या दारावरची मोठ्या अक्षरातली ‘HELL’ ही पाटी बदलून मी तिथं ‘HEAVEN’ असं लिहून ठेवलं होतं, ते बघितलंस का?”

तिला हसू आवरणं कठीण झालं. खोकला आला. ती पाणी प्यायली, तर तिला जोराचा ठसका लागला. डोळ्यांतून पाण्याच्या धारा येऊ लागल्या. तोही हसून-हसून बेजार झाला. गाडी थोडी वेडीवाकडी झाली. ती ओरडली, “अरे, सांभाळ; नाहीतर हसता-हसता आपल्यालाही त्याच ‘HEAVEN’ मध्ये जायची पाळी येईल.”

तुंबलेला ट्रॅफिक सरकू लागला.

गाड्यांनी गती घेतली. सर्वच गाड्या एका विलक्षण वेगानं धावू लागल्या. एवढा फुकट गेलेला वेळ भरून काढण्यासाठी प्रत्येकाची घाई सुरू झाली.

रस्ता संपत आला होता.

तिला घराची जबरदस्त ओढ लागली. फार वेळ बाहेर काढला की कधी एकदा घरी पोचतो, असं तिला होऊन जातं. घरी वाट पाहणारं कुणी नसलं तरी तिला वाटतं– घरसुद्धा दिवसभर एकटं आपली वाट पाहत असेलच नं?

ते घरी पोचले.

त्यानं गाडीतून भोपळे अलगद बाहेर काढले. पुढील दारी ठेवले. ती लगबगीनं घरात शिरली.

ती स्वयंपाकघरात शिरली आणि तिचा पाय घसरला. स्वत:ला कसंबसं सावरत ती पुढे आली. परत आपला तोल जातोय, असं तिला वाटलं.

"अरे, हे काय चाललंय? असं का होतंय?"

"आता मी आरामात बसून ड्रिंक घेणार आहे. तुझा तोल जायला काय झालं? मघापासून पाणीच पीत होतीस नं?"

तिनं जरा नीट निरखून सगळीकडे बघितलं आणि ओरडली, "Oh, my God!"

"काय झालं?" तिच्या मागोमाग तोही आला.

किचनमध्ये पाणीच पाणी झालं होतं.

दोघांची धावपळ उडाली. नीट शोध घेतल्यानंतर डिशवॉशरचा प्रॉब्लेम होऊन सगळीकडे पाणी झाल्याचं कळलं. नेमका आजच घरातून बाहेर पडताना तिनं डिशवॉशर चालू केला होता. वरून पाणी झिरपून थेट बेसमेंटमध्येही गेलेलं.

मग कितीतरी वेळ त्यांची वरती-खालती धावाधाव. वस्तू सरकवणं, सगळं पुसून काढणं. सगळं आटपेपर्यंत दहा वाजून गेले. शिवाय, लवकर कुणी गाठून डिशवॉशर दुरुस्त करून घेणंही आलंच. त्यात खर्च होणारा भरपूर पैसा आणि वेळही.

दोघं थकून टीव्हीपुढे बसले. त्यानं ग्लास तोंडाला लावला.

म्हणाला, "शांत बस. किती दमलीस. आता करण्याचं काही काढू नकोस. कालची चिकन करी असेल नं, तीच काढ. मस्त झाली होती."

आरामात जेवणं आटोपली.

मग दोघांनी भराभर सगळं आवरून टाकलं. अंथरुणात पाठ टेकताना तो म्हणाला, "काय मस्त दिवस गेला. अशाच अधूनमधून दांड्या मारायला पाहिजेत. Very relaxing. थकलीस. झोप शांत."

तिनं घड्याळाकडे पाहिलं. घड्याळानं बारा वाजल्याचं दाखवलं. दिवस संपला होता.

■

लोकसत्ता – दिवाळी २००३

गुलमोहोर

गोष्ट जुनी.

रविवारची सुस्तावलेली सकाळ.

आरामात आटपलेला ब्रेकफास्ट. मग हळूहळू कामानं वेग घेतला. मनाला उद्याचे वेध लागले.

उद्यापासून मुलांच्या शाळा सुरू होणार. गेले दोन आठवडे त्यासाठी चाललेली खरेदी. मुलांची एकीकडे उन्हाळा लवकर संपल्याची भुणभुण. पण त्याचबरोबर नवीन वर्षाबद्दल उत्सुकता, मित्रमंडळींना भेटण्याचा आनंद आणि शाळेच्या तयारीची लगबग.

शाळा सुरू होणार म्हटल्यावर, उन्हाळ्यात लांबलेल्या दिवसांचं आता लहान होत जाणं, झाडापानांतून जाणवणारा हवामानातला बदल, मग त्यातून उलगडत येणारा हिवाळा– सगळंच कसं माझ्या मनात उमटून गेलं.

हात कामात. हा खाली तळघरात काहीतरी ठाकठोक करण्यात गुंतलेला.

माझी कामं चालू असतानाच पुन्हा खालून याची हाक आली. 'दोन मिनिटांत खाली येते' असं याला सांगितलं खरं; पण माझी चिऊताईसारखी, 'थांब, माझ्या बाळाला अंघोळ घालते... थांब, माझ्या बाळाला तीट लावते.' म्हणत कामं निघतच गेली. मग मात्र याचा आवाज जरा चढलाच. मी हातातलं काम टाकून खाली धावले. सकाळपासून याचं जे काय काम चाललं होतं, ते कसं दिसतंय, हे बघायला बोलावलं असेल, असं मनाशी म्हणत मी खाली गेले. तर, यानं एक कागद हातात ठेवला.

''अरे! कविता लिहिलीस? मग आधी का नाही बोलावलंस?''

''वाच जरा मोठ्यानं.''

मी वाचू लागले–

सशक्त झाडांची पाने गळू लागतात
तेव्हा उन्हाळा संपलेला असतो,
निष्पर्ण झाडांची बोटे आभाळात घुसतात
तेव्हा बहर ओसरलेला असतो.

माझ्या डोळ्यांसमोर उलगडणारं ऋतुचक्र. पानांना निरोप देताना हळूहळू उघडी पडत जाणारी झाडं, अधिकच उंच भासणारी. मी पुढं वाचू लागले–

कुरकुरीत बर्फाची तलम चादर अंथरली जाते
तेव्हा आठवणींच्या बीजांना कोंब फुटतात...
याच वेळी माझ्या मनात भडकलेला
एक गुलमोहोर फुलत असतो.

या चार-सहा ओळी लिहिताना याच्या मनात किती गोष्टी दाटल्या असतील? याला नेमकं हेच म्हणायचं होतं का? की इथल्या निसर्गाचं वर्णन करत असताना, याच्या जुन्या आठवणीतला तो भडकलेला गुलमोहोर सामोरा आला?

देश सोडून परदेशी वास्तव्य करताना तिथल्या आठवणी मनाच्या कोपऱ्यात दडून बसलेल्या असतात. कधी एखादी छोटीशी घटना घडते आणि एखादी आठवण धिटाईनं सामोरी येते. बरं, आता घडणारी घटना आणि चाळवली गेलेली जुनी आठवण, यांचा प्रत्येक वेळी घनिष्ठ संबंध असतोच, असं नाही.

वाटलं, या आठवणी काही फक्त प्रियजनांच्याच असतात, असं नाही. त्या असतात मागे ठेवलेल्या समाजाच्या, संस्कृतीच्या, खाण्यापिण्याच्या, नावागावांच्या, सणावारांच्या, भाषेच्या, कवितांच्या आणि शब्दांच्याही.

“अगं, कविता कशी वाटली?”

“ही वाचून माझ्याही मनात भडकलेला गुलमोहोर फुलतोय बघ.” मी हसून म्हणाले.

मग, परत कामाला सुरुवात केल्यावर माझं मन ‘त्या गुलमोहोराभोवती’ घुटमळत राहिलं.

एका देशातून दुसऱ्या देशात येताना किती किती मागं ठेवलं जातं. परक्या वातावरणात, परक्या संस्कृतीत आपले संदर्भ सापडत नाहीत. जे समोर येतं, त्यानं मागचंच काही मनाशी उचंबळतं किंवा जे परक्या देशात आपल्याला दिसणार नाही,

असं मनाला वाटत असताना जेव्हा नेमकं तेच समोर येतं, तेव्हा कोण आनंद होतो.

१९६९ च्या सप्टेंबरच्या सुरुवातीला मी भारतातून लंडनला पोचले. तेव्हा गणपती अगदी तोंडावर आले होते. गौर-गणपती आटपून लंडनला जाण्याची माझी इच्छा होती. पण हाही एकटा इकडे कंटाळला होता. काका– माझे सासरे म्हणाले, ''इकडे सारखे सणवार निघतच राहणार. तू तिकडे लवकर जा.''

मग मला निघावं लागलं.

बावरलेल्या मनानं मी विमानप्रवास केला. तिथून निघताना बरोबर आणले आठवणींचे तहानलाडू, भूकलाडू. इथं आल्यावर पाहिलं, तर भोवती नुसते भारतीयच नाहीत, तर अनेक मराठी कुटुंबंही. आमचं गोल्डर्स ग्रीन म्हणजे दुसरी हिंदू कॉलनीच.

आजीबाई बनारसे यांच्याकडे गणपती उत्सवाच्या सोहळ्याला आम्ही सर्व जमलो. भारताबाहेर, विशेषत: लंडनमध्ये आपल्याला गणपती उत्सव साजरा करता येतोय, याचाच मनाला कोण आनंद झाला. आरत्या म्हणायला अगदी चेव आला.

नंतर, दर वर्षी गणपती उत्सव कधी चुकला नाही. मंडळात, कुणाच्या तरी घरी, दर वर्षी गणपती उत्सव थाटात साजरा होत असतोच.

आज असे गणपतीसाठी आम्ही एकत्र जमलो होतो. गेले चार दिवस गणपतीच्या निमित्तानं अनेक आठवणी मनात गोळा झाल्या. काका-मामांकडे येणारे गणपती, सार्वजनिक गणपती, त्यात याच्या घरी तर गणपतीचं मोठंच प्रस्थ. गणपती पाठोपाठ येणारी गौर. दोन वर्षं मी बडोद्याला गौरी-गणपतीला होते. सगळा आसमंत कसा गणपतीमय होऊन जायचा. इथं एका दिवसाचा साजरा होणारा उत्सव. तोही सुट्टीचा दिवस पाहून. भोवतालचं वातावरण नेहमीसारखंच. या वातावरणाला ना आपल्या गणपती उत्सवाचं रूप, ना रंग-गंध.

एव्हाना, आम्हाला भारत सोडून चार वर्षं झाली होती. लंडन सोडून आम्ही अमेरिकेत आलो. परत निदान घरच्यांना भेटायला जाणंही जमलं नव्हतं. अशा सणावारी तर तिथल्या आठवणी अधिकच घेरून येणाऱ्या.

आमच्या आरत्या सुरू झाल्या. बहुतेक आमच्या आगं-मागं इथं आलेले. प्रत्येकाच्या मनात तिथल्या गणपतीच्या, त्या आरत्यांच्या आठवणी जागत असतीलच.

'येई हो विठ्ठले माझे माऊली ये' सुरू झाली.

सगळ्यांना अधिकच चेव आला.

आरती पुढं सरकत होती.

आम्ही म्हणत होतो,

''आलिया गेलिया हाती धाडी निरोप
पंढरपुरी आहे माझा मायबाप...''

या ओळी इतरांबरोबर म्हटल्या खऱ्या, पण या वेळी मनात काही वेगळंच

लकाकलं. या ओळींचा नवाच अर्थ मनात उमटला.

हो, आम्हीही हेच करतो. येणाऱ्या-जाणाऱ्यांबरोबर आई-वडिलांसाठी निरोप पाठवतो.

नुसतं पत्रच इथून तिथं पोचायला बारा-पंधरा दिवस लागतात. पत्रातून फोटो पाठवायचे म्हटले की अनेकदा ती पत्रं गहाळ होतात. भारतात आमच्या बहुतेकांच्या पालकांकडे फोन नाहीत. असले तरी इथून नुसती चौकशी करण्यासाठी फोन करायचा म्हटला, तरी ते अतिखर्चाचं आहे. पण कुणीही भारतात जायला निघाला, की आम्ही आवर्जून विमानतळावर निरोप द्यायला जमतो. भारतात जायला निघालेल्या व्यक्तीचा मला तर हेवाच वाटतो. मग, या मित्रमंडळींबरोबर घरच्यांसाठी पत्र, फोटो, निरोप पाठवले जातात. ती मंडळी परत आली की, आपल्या आई-वडिलांना हे प्रत्यक्ष भेटले, याचा मनाला भारी आनंद होतो.

'आलिया गेलिया हाती धाडी निरोप...'

मग तो निरोप 'त्या मायबापाला' पोचवायचा असो किंवा आपल्या मायबापांना पोचवायचा असो; त्या मागची भावना तर एकच.

'घालीन लोटांगण' सुरू झालं. मग मनाला हळूहळू इथल्या जगाची जाण झाली.

त्यानंतर इतकी वर्षं लोटूनही दर वेळी 'येई हो विठ्ठले' सुरू झालं की मला जाणवलेला अर्थच आठवत राहतो.

कधी गंमतच होते. मनात उमटणाऱ्या आठवणी या इतरांच्या आयुष्यातल्या असतात; पण त्या आपल्याच आयुष्याचा भाग बनलेल्या असतात.

जसं काही वर्षांपूर्वी... आम्ही नुकतंच घर घेतलं होतं. वॉशिंग्टनच्या परिसरात राहायला येऊन दोन वर्षं झाली होती. इथं न्यूयॉर्क, न्यू जर्सीपेक्षा थंडी थोडी कमी असते आणि बर्फ वगैरे विशेष होत नाही, असं ऐकून होतो. या घरातला हा आमचा पहिलाच हिवाळा.

शनिवारी टीव्हीवर सतत, या भागात मोठं हिमवादळ होणार असल्याचं सांगितलं जाऊ लागलं. दुसरा दिवस रविवारचा. झालं तर होऊ दे, म्हणत आम्ही त्या बातम्या ऐकल्या. संध्याकाळपासून बर्फ पडायला सुरुवात झाली. पण तो जमिनीवर पडण्यापूर्वीच वितळत होता.

"काय रे या लोकांचा आरडाओरडा! म्हणे स्नो स्टॉर्म!" मी याला म्हटलं. रात्री छान झोप लागली. रात्रभर बाहेर काय चाललंय याचा आम्हाला मागमूसही नव्हता. सकाळी उठून बघितलं, तर आमचा विश्वासही बसेना. नजर टाकावी तिथं डोळ्यांना दिसणारा पांढरा रंग. धुरकटलेलं आकाश. आणि बर्फाच्या पुंजक्यांचं वेगानं खाली धावणं. दोन्ही गाड्या बर्फात गाडल्या गेलेल्या. मुलं तर एवढा 'स्नो' बघून भलतीच खूश.

टीव्ही लावला. टीव्हीवर २६ ते २८ इंच बर्फ पडणार, असं सांगत होते. शिवाय, किती घरांची छपरं बर्फाच्या वजनानं कशी कोसळली, किती अपघात ठिकठिकाणी झाले, रस्त्यात गाड्या कशा घसरत आहेत... असं सर्वच.

आम्ही तळघरात गेलो. तळघराच्या खिडक्यांमधून बाहेरचं काही दिसत नव्हतं. दिसत होता तो पांढरा रंग. त्या खिडक्यांच्या वरपर्यंत आलेला बर्फ. आता मात्र मला भीतीच वाटली. समजा, छप्पर कोसळलं तर? एवढ्या ढिगाऱ्यातून बाहेर पडायची वेळ आली, तर मुलांना घेऊन कसं बाहेर पडणार? कुठं जाणार?

याला म्हटलं, ''काय करायचं रे आता? घराला नुसता बर्फाचा वेढा पडलाय. अगदी उथव आलाय.''

किती नकळत 'उथव' हा शब्द माझ्या तोंडून बाहेर पडला. तो इथं लागूही न होणारा. पण या शब्दानं आम्ही दोघंही हसलो.

मन एकदम मागं गेलं. थेट महाडपर्यंत पोचलं.

आमची ताई – माझी आई, ही महाडची. दादा – माझे वडील, हेही महाडला होते. त्यामुळं माझ्या लहानपणापासून मी ताई-दादांकडून सतत ऐकलेल्या महाडच्या गोष्टी. त्यात 'उथव' येईच. महाडचा पावसाळा, नदीचं भरून वाहणं, बाजारपेठेतून पुढं-पुढं सरकरणारं पाणी थेट घराच्या जोत्यापर्यंत येणारं – ज्याला उथव म्हणतात असं काही त्यांच्या गप्पांमधून मला कळे. शिवाय छबिना, चवदार तळं आणि ते काय काय बोलत. आम्हा भावंडांना त्याची गंमत वाटे. महाडला माझं आजोळ असल्यानं अगदी लहानपणी मी तिकडं जाऊन राहिल्याच्या अस्पष्ट आठवणी आहेत. त्यानंतर मोठेपणी दोन-चार दिवसांसाठी जाणं झालं. पण, घरी सारख्या या ताई-दादांकडून, मामालोकांकडून, आजीकडून महाडच्या गोष्टी ऐकल्यामुळं महाडबद्दल मनात एक विशेष आस्था होतीच. मग महाडच्या चवदार तळ्याच्या साक्षीनं घडलेल्या सामाजिक इतिहासाची जेव्हा कळत्या वयात मनाला जाणीव झाली, तेव्हा हे आपलं गाव म्हणून अधिकच आपलेपणा निर्माण झाला.

शिवाय, लहानपणापासून दादांच्या तोंडून ऐकलेल्या गप्पांत, त्यांच्या शाळकरी मित्राचा, भाई चित्रे यांचा उल्लेख हमखास असायचा. पुढं जेव्हा या भाई चित्रे यांच्या मुलाशी माझं लग्न ठरलं, झालं; तेव्हा तर महाडबद्दलचं प्रेम अधिकच दाटून आलं.

यानंही याच्या लहानपणी काकांकडून ऐकलेल्या महाडच्या अनेक गोष्टी. त्यात अर्थातच उथव, चवदार तळं, सावित्री-गांधारी या नद्या आणि कितीतरी. याचा महाडला मुक्काम असा कधी झाला नाही. पोलादपूरला गावी जाता-येताना महाडला थांबणं आणि महाडहून परतताना आठवणीनं महाडचे जगप्रसिद्ध 'सोडे' आणणं, एवढाच याचा महाडशी संबंध आला.

मग लग्न ठरल्यापासून हा काका-दादांची गंमत करण्यासाठी छबिना, उथव

चवदार तळं असले काही परवलीचे शब्द उच्चारी. मग त्या दोघांच्या महाडच्या गप्पा सुरू होत आणि आमची हसून-हसून पुरेवाट होई.

तर, असं लहानपणापासून महाडच्या उथवासंबंधी ऐकलं होतं. आज घराला वेढून वर-वर सरकणारा बर्फ बघितला आणि माझ्या तोंडून तो शब्द नकळत बाहेर पडला.

मग कितीतरी वेळ आमच्या दोघांच्या आम्ही ऐकलेल्या महाड, पोलादपूर, वरंडोली इथल्या गप्पा सुरू झाल्या. किती वेळ गेला, कुणास ठाऊक! थोड्या वेळानं मुलं स्नो पडायचा थांबल्याचं सांगत आली.

या महाडच्या गप्पांत माझ्या मनावरचं भीतीचं सावट कसं अलगद दूर झालं. आता एवढा बर्फ काढून कुठे, कसा ढकलता येईल, याचे आमचे बेत सुरू झाले.

तर, असा हा मनात फुलणारा आठवणींचा गुलमोहोर.

एकदा आम्ही दोघं कॅम्पिंगला निघालो. पाऊस नुकताच पडून गेला होता. हवेत ओला वास. सभोवताली हिरव्या रंगाला आलेलं उधाण. मुख्य रस्ता सोडून आमची गाडी आतल्या रस्त्याला लागली. हा एकेरी मार्ग होता. गाड्यांची गती कमी झाली. रस्त्याच्या अगदी कडेपर्यंत तरारलेली मक्याची शेतं. कुठं चरणारी गाई-गुरं. गप्पांच्या नादात असताना बंद गाडीतसुद्धा तीव्रतेनं नाकाला शेणाचा वास जाणवला. मी नाक मुरडलं,

''शी! काय हा वास!''

''अगं, लहानपणी तर मला हा वास खूप आवडायचा. आमच्याकडे तर आपलं लग्न ठरेपर्यंत सारवणाची जमीन होती. मी ताईला जमीन सारवायला नेहमी मदत करत असे. अगदी पहाटे उठून पांजरपोळात जाऊन बादलीतून शेण घेऊन येत असे. आज मात्र हा वास सहन होत नाही.''

''मला वाटतं, वेगळ्या वातावरणात इतकी वर्षं काढल्यावर आपल्या अनेक संवेदनांत बदल झाले. त्यात गंधसंवेदना आलीच. अरे, मलाही हा वास लहानपणी आवडायचा.''

मग मी याला माझी लहानपणीची एक आठवण सांगितली.

मी कदाचित तिसरी-चौथीत असेन. दादरहून आजीबरोबर कर्जतला मामाकडं गेले होते. तिथं ओटा सारवायला शेण हवं होतं. तेवढ्यात माझं लक्ष बाजूला उभ्या असलेल्या काळ्याभोर डोळ्यांच्या गाईकडं वळलं. बघते तर तिनं शेपटी वर केली. मी धावत पुढं होऊन माझ्या हातांची ओंजळ खाली धरली. शहरातून आलेल्या मला तर या प्रकारची मज्जाच वाटली. माझ्या छोट्याशा ओंजळीत न मावून ते शेण आजूबाजूला, माझ्या फ्रॉकवर उडालं. आजीनं घरातून ते पाहिलं. ती बाहेर येऊन आधी मोलकरणीला ओरडली, मग मला. ''काय गं हा घाणेरडेपणा!'' पण मला

तर त्यात काही गैर वाटलंच नाही. जसं ताजं दूध, तसं ताजं शेण. गाय दिसली, तर तिच्या अंगाला हात लावून नमस्कार करण्याचे ते दिवस होते.

आज या वासानं मला कर्जतला नेलं.

मामाच्या घराच्या, त्या गावाच्या आठवणी निघाल्या. तिथं शेतात फिरणं, शेजारच्या मुलींबरोबर भातुकली करणं आठवलं. दुपारच्या वेळी चिंचेच्या झाडाच्या सावलीत बसून आमचा खेळ सुरू होई. भातुकलीतला पहिला घास भुतासाठी काढून टाकावा लागे. मुंबईला नसतील; पण इथं चिंचेच्या झाडावर हमखास भुतं असतात, असं काहीसं मोठ्या मुली ठणकावून सांगत. संध्याकाळच्या वेळी जरा घाबरतच मी या झाडांवर नजर टाकीत असे. पण, घरी कुणाला या भुतांबद्दल प्रश्न विचारण्याची हिंमत झाली नाही.

तर, त्या वेळी कर्जतला असलेला माझा विनामामा. अजूनही फक्त हाच मला शोभी म्हणणारा. मी अगदी दहा-बारा वर्षांची झाले, तरी आमच्याकडं आल्यावर प्रथम मला उचलून कडेवर घेणारा. मी दर वेळी भारतातून इकडं यायला निघाले की कुठेही आडगावात असला, तरी मला भेटायला येणारा. माझ्यासाठी दवणा, मरवा घेऊन येणारा.

कर्जतला मला घेऊन गेलेली आजी. कधी स्वस्थ बसायची नाही. फुलांच्या वेण्या सुकल्या की त्यातली फुलं काढून तो वेणीचा दोरा काळजीपूर्वक सोडवून त्याचा पिंडा करून ठेवायची. मग क्रोशाने त्या दोऱ्यांचे रुमाल विणायची.

पण, त्याहीपेक्षा तिचा आवडता उद्योग म्हणजे सतत बोटवी (गव्हले) वळणं. हात सारखे चालूच. घरी नेहमी कसल्याशा सणावाराच्या निमित्तानं पानाला लावायला ही बोटव्याची खीर व्हायचीच. मला ही खीर खूप आवडायची. विशेषत: साय घालून केलेली.

लहानपणी मला सायीच्या दुधाची, भरपूर साखर घातलेली खीर किती आवडायची, हे याला सांगायला अगदी तोंडावर आलेले शब्द मी गिळलेच. आज सकाळीच साध्या चहावरून हा वैतागलाच. याच्या चहात मी चुकून 'फॅट फ्री' दूध घातलं होतं.

आमची गाडी पुढं निघून गेली. मक्याची शेतं मागं पडली. आम्ही कॅम्प ग्राऊंडच्या जवळ आलो आणि पुढच्या दोन-तीन दिवसांत इथं काय काय करायचं, याचे आमचे बेत सुरू झाले.

उन्हाळ्याचे दिवस. गेले दोन-चार दिवस हवेतला उष्मा चांगलाच वाढला होता. आज संध्याकाळी जोरदार पाऊस पडणार असल्याचं भाकीत हवामान खात्यानं केलं होतं. ऑफिस सुटल्यावर घरी पोहोचेपर्यंत पाऊस गाठणार, अशी चिन्हं दिसू लागली. एकदम सगळं झाकोळून आलं. घरी पोहोचेपर्यंत वाऱ्याची धिंगामस्ती वाढली. घरी पोचलो. आता विजांचा कडकडाट आणि ढगांचं गडगडणं

सुरू झालं आणि ताडताड करीत गारा पडू लागल्या.

दारात उभं राहून हे उधाण बघणं आनंदाचं होतं. पण, असा गारांचा पाऊस आला की मला आठवण येते नागपूरची. पहिला गारांचा पाऊन मी तिथंच पाहिला. त्या गारांच्या पावसाबरोबर अनेक आठवणी तडतडत आल्या.

मी सहावीत असताना दादांची मुंबईहून नागपूरला बदली झाली. आमच्या कुटुंबातलं एवढ्या दूर कुणी गेलं नव्हतं. आम्ही फक्त दोन-चार वर्षांसाठी जाणार, ही त्यातल्या त्यात समाधानाची गोष्ट होती. मात्र, नागपूरला समुद्र नाही, हे कळल्यावर तर मला रडूच आलं. दादरला समुद्र कसा परसदारी असल्यासारखा वाटे. शाळेचं वर्ष पूर्ण झाल्यावर थोड्या नाखुशीनंच आम्ही सर्व नागपूरला गेलो.

नागपूरला गेल्यावर लक्षात आला, तिथल्या आयुष्याचा संथपणा. अगदी लोकांच्या बोलण्यातूनही डोकावणारा. 'येऊन राहिलोय', 'करून राहिलोय' वगैरे.

नवीनच झालेल्या शंकरनगर या वसाहतीतला एक बंगला आम्हाला भाड्यानं मिळाला. चाळीपेक्षा खूपच मोठी जागा. सभोवती बाग. दोन पपईची झाडं.

मुंबईच्या चाळीत सतत असलेली जाग, सारखे दारावर येणारे फेरीवाले, माकडाचा खेळ करणारे, डोंबारी, अंबाबाई– असलं इथं काही नव्हतं. त्यात दादरला आमच्या चाळीसमोर अमर हिंद मंडळ होतं. नुकतीच संयुक्त महाराष्ट्राची चळवळ आटोपत होती. अत्र्यांचा घणाघाती आवाज सगळीकडं घुमत होता. एक वेगळंच चैतन्य होतं तिथं.

शिवाय, दादरला चाळीत अठरापगड जातीचे लोक होते. सारस्वत, सोनार, मराठा, पाचकळशी, भंडारी वगैरे. तर, इथं सगळी ब्राह्मण वस्ती. लोक आपापल्या कोषात.

थोड्या दिवसांनी आमच्या लक्षात आलं, की रोज सायकलवरून एक फेरीवाला हलक्या आवाजात 'बदामी हलवाऽ' असं ओरडत फिरतोय. आजूबाजूच्या बंगल्यांतून लोक त्याला बोलवीत; पण सायकलला गाठोडं बांधून धोतर, सदरा, टोपी असा पेहराव केलेल्या, बापुडवाण्या चेहऱ्याच्या या माणसाकडं बदामी हलवा काय प्रतीचा असेल, हा प्रश्नच होता. त्यात आमच्याकडं दादांचे खाण्याच्या बाबतीत काही नियम होते. खाण्याच्या ज्या गोष्टी बाहेरून आणल्या जात, त्या विशिष्ट दुकानातूनच आणण्याचा त्यांचा कटाक्ष असे. म्हणजे चंदू हलवाई, पारसी डेअरी वगैरे. काही गोष्टी आम्हाला वर्ज्य होत्या. त्या म्हणजे बर्फाचे गोळे, बुढ्ढी के बाल, आइसफ्रूट वगैरे. तरीही या बदामी हलवा विकणाऱ्या माणसानं आमची उत्सुकता चाळवली आणि एक दिवस दादा घरात नसताना आम्ही त्याला बोलावलं.

तो माणूस आत आला. त्यानं हळूच गाठोडं उलगडलं. आतल्या करंडीत ताजी अंडी होती. अंडी बघून सगळे खूश झाले. माझं मन खट्टू झालं.

"दादरला तर तो करीम, 'बैदा बैदा' असं ओरडत येई. तसं याला ओरडायला काय झालं?"

"शहाणीच आहेस! अगं, ही ब्राह्मणांची वस्ती." ताई म्हणाली.

"मग बदामी हलवा म्हणत अंडी घेतलेली चालतात का त्यांना?" –माझा प्रश्न.

माझी शाळा सुरू झाली. या शाळेतलं वातावरण अगदी बाळबोध होतं. केसांना रिबीन बांधणं, हातात बांगड्या घालणं आणि कपाळाला कुंकू लावणं आवश्यक होतं. बहुतेक मुली साड्या किंवा परकर-पोलकं घालीत. दादरच्या पिंटो व्हिलामधून आल्यावर हे वातावरण अंगवळणी पडायला अवधी लागला.

आमच्या शाळेजवळ लक्ष्मीनारायणाचं देऊळ होतं. देखण्या, प्रसन्न मूर्ती. स्वच्छ आवार. आवारात झाडं. आम्ही मुली मधल्या सुट्टीत तिथं जात असू. झाडांच्या सावलीत छान, थंड वाटे. आवारात एका बाजूला विहीर. मुली तिथलं पाणी पीत. मुंबईहून आल्यानं ही विहीर, दोर सोडून बादलीनं पाणी काढणं, या प्रकाराची मला भारी मजा वाटली. मीही पुढं सरसावले. दोर खाली सोडला. बादली पाण्यानं पूर्ण भरली. पण मला ती खेचताच येईना. उलट दोर आणि दोरासकट मी खेचली जाऊ लागले. मुली धावल्या आणि बादली वर खेचली. मुली म्हणत, या विहिरीचं पाणी अगदी स्वच्छ असतं. कारण विहिरीत कासवं सोडलेली आहेत. ती सर्व केरकचरा खाऊन टाकतात. ते पाणी खरंच गोड लागे.

पण कासवांनी केलेली घाण कुठं जाते, हा प्रश्न मी कुणाला विचारलाच नाही.

लवकरच आम्ही शंकरनगरमधून रिझर्व्ह बँकेच्या नवीनच बांधलेल्या क्वार्टर्समध्ये राहायला गेलो. तिथं मैत्रिणी भेटल्या. मग नागपूरचे दिवस हळूहळू अंगवळणी पडले. त्यातच पहिला गारांचा पाऊस आला. मी गच्चीवर धावले. गारांना ओंजळीत पकडण्याची माझी धडपड सुरू झाली. पण त्या इतक्या छोट्या होत्या, की हाताचा स्पर्श होताच वितळत. पण त्या गारांच्या पाण्याचा स्पर्श हाताला छान थंडावा देऊन गेला. शिवाय, गारा कशा असतात, ते प्रत्यक्ष बघायला मिळालं. तो आनंद मोलाचा होता.

मग नागपूरच्या नऊ वर्षांच्या वास्तव्यात अनेक वेळा गारांचा पाऊस धावत-पळत येऊन गेला. दर वेळी माझं मन त्यात न्हाऊन निघालं. पण, लक्षात राहण्यासारखा गारांचा पाऊस मात्र मी कॉलेजमध्ये असताना पडला होता.

माझी प्रिलिम चालू होती. अभ्यासाची गडबड. डोक्यावर परीक्षेचं ओझं. पहिला पेपर आटपून घरी येताना आभाळाचं रंग-रूप बदलल्याचं लक्षात आलं. वारा लहान मुलांच्या उत्साहानं धावू लागला होता. मी झपाझप चालत कॉलनीपाशी पोचले. माझ्या मैत्रिणी फिरायला बाहेर पडत होत्या. त्यांच्या परीक्षेला अजून अवकाश होता.

परीक्षा असूनही मला त्या हवेचा मोह आवरला नाही. कशीबशी घरी जाऊन पुस्तकं टाकली. ताईनं दिलेला चहा घेतला. मला आवडणाऱ्या चकल्या पटकन संपवून पळत खाली गेले. मैत्रिणी थांबल्या होत्याच.

आमच्या कॉलनीमधून बाहेर पडल्यावर थोड्या-थोड्या अंतरावर बंगले होते. पुढं गेल्यावर सरकारी इमारती. संध्याकाळच्या वेळेला कर्मचारी परतल्यानं त्या वर्दळ नसलेल्या रस्त्यावर आम्ही आरामात भटकत असू.

आज तर काळेभोर ढग, मध्येच घुसू बघणारे काही चुकार पांढरे ढग आणि वारा यांचा छान दंगा चाललाय. कुठल्याही क्षणी पाऊस कोसळणार, हे दिसत असूनही आमची पावलं मात्र पुढं आणि पुढंच पडत होती.

बघता-बघता थाडथाड आवाज करत छान, मोठमोठ्या, टपोऱ्या गारा आमच्या अंगावर, जमिनीवर आपटू लागल्या. धावत जाऊन आम्ही आडोशाला उभ्या राहिलो. हात लांबवून आम्ही त्या गारा हातात घेऊ बघत होतो. त्या हाताला सटासट लागत. एका विलक्षण आनंदात आम्ही भिजत होतो. कुणीसं म्हणालं, "काय अगदी सिनेमासारखी सिच्युएशन आहे. कमी फक्त हीरोचीच."

किती वेळ त्या उन्मनी अवस्थेत गेला, देव जाणे!

जाग आली तेव्हा मला परीक्षेची आठवण आली. त्या पाठोपाठ घराचीही. बाप रे! घरी ताई काळजी करत असेल. एव्हांना गारांचा भर ओसरला होता. पाऊस रिमझिमत होता. आम्ही परतीचा रस्ता गाठला. रस्ताभर विखुरलेल्या गारांवरून चालणं, ही कसरत होती. आता कधी घरी पोचतोय, असं होऊन गेलं.

आम्ही आपापल्या घरी गेलो. घरी कुणीही आमची काळजी करत नव्हतं. कारण प्रत्येकीच्या आईला असल्या हवेत आम्ही बाहेर न जाता, कॉलनीतच कुणाकडं तरी असणार याची खात्री होती.

खरी गोष्ट कळल्यावर भरपूर बोलणी खावी लागली. पण त्या गारा विलक्षण होत्या.

इकडं-तिकडं धावणाऱ्या मनाला लगाम घालून माझे हात कामात गुंतले. बाहेर जणूकाही घडलंच नाही, अशा थाटात छान, सोनेरी किरणं सगळीकडं विखुरली.

अगदी परवाची गोष्ट.

आमच्या ऑफिसमधून बाहेर पडलं की डाव्या हाताला एक खोली आहे, जिचा उल्लेख किचन म्हणून केला जातो. तिथं टेबल, खुर्च्या आहेत. कुणी इथं बसून लंच घेतं. फ्रीज आहे. दोन मायक्रोवेव्ह ओव्हनही. अर्थात, आमच्या ऑफिसमध्येही फ्रीज, टोस्टर, मायक्रोवेव्ह या गोष्टी आहेतच. मात्र, आमचं पाणी आम्हाला या किचनमधून घ्यावं लागतं. इथं एका बाजूला पाण्यानं भरलेले बुधले ओळीनं

लावलेले असतात आणि दुसऱ्या बाजूला पाण्याचा मशीनवर बसवलेला बुधला. या मशीनमधून थंड किंवा गरम पाणी येण्याची सोय आहे. तसे आमच्या मजल्यावर जागोजागी वॉटर फाउंटन्स आहेत; पण हे झऱ्याचं विकत घेतलेलं पाणी अधिक शुद्ध असतं या समजुतीनं आम्ही एक वॉटर क्लब काढून पाण्याची व्यवस्था केली.

गेले काही दिवस या किचनचा उद्धार करण्याचं काम सुरू झालं. त्यामुळे आतल्या गोष्टी हळूहळू बाहेर पॅसेजमध्ये आल्या. सर्वांत शेवटी पाण्याची बाटली तिचा प्लग काढून स्टॅण्डसकट बाहेर, पॅसेजमध्ये आली. आमची पाण्याची गैरसोय झाली. मग नाइलाजानं कॅफेटेरियातून छोट्या बाटल्या आणून तहान भागवावी लागली. हे काम अजून दोन-तीन दिवस चालणार म्हणे. मग दुसऱ्या दिवशी मी घरून येताना पाण्याचा बाटल्या घेऊन आले. ऑफिसमध्ये आले आणि बाटल्या फ्रीजमध्ये ठेवायला चालले असताना कुणीसं विचारलं, ''कुठून, कॅफेटेरियातून आणलंस पाणी?''

''नाही. इंडियातून घेऊन आले.''

किती अभावितपणे माझ्या तोंडून घरून म्हणायच्याऐवजी 'इंडिया' हा शब्द निघून गेला.

सगळ्यांना वाटलं, मी गमतीनं तसं बोलले. सगळेच हसले. आमच्या ग्रुपमधला, भारताची जास्त माहिती असलेला, भारतीय लेखकांची इंग्लिश पुस्तकं आवर्जून वाचणारा जेरी म्हणाला,

''Oh! It's holy water from Ganges.''

परत सगळेच हसले.

मी बाटल्या ठेवायला पुढं गेले खरी, पण या छोट्याशा प्रसंगानं मन मागंच धावलं.

विचार केला तेव्हा लक्षात आलं, आज भारत सोडून छत्तीस वर्षं झाली. जेवढा काळ तिथं घालवला, त्यापेक्षा किती जास्त काळ इथं घालवला. तरुण वयात या देशात आलो ती डोळ्यांत काही स्वप्नं घेऊन. परंतु, त्या स्वप्नांत इथला मुक्काम इतका लांबणारा नसणार याची खात्री होती. मग आज इथलं सगळं डोळसपणे स्वीकारल्यावर माझ्या तोंडून इतक्या साध्या, सरळ प्रश्नाला असं कसं उत्तर आलं? मनात आठवणींचा गुलमोहोर वेळी-अवेळी फुलत असल्यानं, घर म्हणजे भारत, हे बेसावध मनानं जपून ठेवलेलं फुलपाखरू असं अचानक उडालं का?

■

कथाश्री-दिवाळी २००५

प्रिय परमेश्वरा

प्रिय परमेश्वरा,

तसा तुझ्या-माझ्यातला संवाद सतत चालू असतो. म्हणजे, बोलण्याचं काम मी करते; ऐकण्याचं काम तू करतोस. अनेकदा तुझ्या एजंट्सतर्फेसुद्धा माझे निरोप तुझ्याकडं पोचले आहेत. तरीही वाटलं, आज तुला पत्रच लिहावं. जे काही तुझ्याकडं मागायचंय, तुला सांगायचंय; ते सरळच पत्रानं मागावं, सांगावं.

तर परमेश्वरा, लवकरच हे शतक आता संपेल. नवं सुरू होईल. आमचे सगळ्यांचे डोळे या नव्या शतकाकडे, नव्या पर्वाकिडे लागलेत. हे नवं शतक काय काय घेऊन येईल, याची कल्पनाही मला करवत नाही. याचं खरं कारण हुशार मानव. तुझीच निर्मिती बाबा! आपल्या बुद्धिमत्तेच्या जोरावर यानं विलक्षण शोध लावले. कालपर्यंत ज्या गोष्टी कुणाच्या स्वप्नातही नव्हत्या, त्या आज मानवानं पादाक्रांत केल्या. ज्या चंद्राच्या सौंदर्यात आम्ही, आमची कविमंडळी गुंगली होती; त्या चंद्रावर या शतकात मानव जाऊन थडकला. अंतरिक्षात मानवाचं भ्रमण सुरू झालं. तरीही आणखी-आणखी जाणून घेण्याचा याचा अट्टहास संपला नाही, थांबला नाही.

परमेश्वरा, म्हणूनच नवं पर्व आता आणखी काय काय घेऊन येईल, याचा विचार मनाला भोवळ आणणारा वाटतो.

तसे पंचवीस-तीस वर्षांपूर्वी आम्ही या देशात आलो ते पाहुणे म्हणून. घटकाभर इथं टेकून पुन्हा परतायचे विचार मनात घोळवत आलो. बघता-बघता ते विचार कोमेजले. मग इथं धडपडताना, घरच्यांच्या आठवणीनं झुरताना आम्ही या प्रवाहात मिळून गेलो. मात्र, तसं करताना आम्ही तुला जराही विसरलो नाही.

म्हणून तर ठिकठिकाणी आम्ही तुझी देवळं उभारत सुटलो. तुझं नामसंकीर्तन – जे आमच्या लहानपणी तिकडे असतानाही केलं नव्हतं, ते – इथं येऊन दुप्पट उत्साहानं करू लागलो. या देशात तुझीच पताका आम्ही फडकत ठेवली. आपल्या देशातली जनता बदलली. जुन्या चालीरीती, व्रतंवैकल्यं यांना ओहोटी लागली. पण आम्ही मात्र सर्व जसंच्या तसं जपतोय. भले त्याला आताच्या काळात काही अर्थ नसेल; पण आपली संस्कृती, धर्म या गोष्टी इथल्या परक्या वातावरणात टिकविण्यासाठी हे आवश्यक नाही का? शिवाय, या गोष्टी जर आम्ही सांभाळल्या नाहीत, तर येणाऱ्या नव्या पर्वात त्यांचा मागमूसही राहणार नाही.

तर परमेश्वरा, प्रार्थना एवढीच, की हे नवं पर्व आम्हाला भरभराटीचं, सुखसमृद्धीचं, आरोग्यदायक ठरो.

ही भरभराट, समृद्धी म्हणजे काय? समजा, आम्ही जे तुझ्याकडे मागतोय ते तुझ्या लक्षात आलं नाही तर? किंवा आमच्या मागण्यांचा तू वेगळाच अर्थ काढलास तर?

कबूल आहे, तू त्रिकालज्ञानी आहेस! पण दयाघना, आयुष्याची गती एवढी वाढली आहे की, मनात आलेला विचार दुसऱ्याला बोलून दाखवायलाही वेळ नाही. आयुष्याच्या मागे आम्ही पळत सुटलोय. आम्ही असे आमच्या गतीनं वाहत असताना तुझ्याकडे केलेल्या मागण्या, प्रार्थना यांचा तुझ्या दृष्टीनं अर्थ काढून तू मोकळा होशील. शिवाय, समाजाच्या बदललेल्या आचारा-विचारांची, समाजाच्या सध्याच्या मानसिकतेची तुला कितपत कल्पना आहे, कुणास ठाऊक! तू नुसता हात उंचावून 'तथास्तु' म्हणशील आणि आमचा मात्र गोंधळ होईल. उगीच भलता घोटाळा होऊ नये, म्हणून आम्हाला काय हवं ते स्पष्ट सांगते.

अरे, आम्ही तुझ्याकडे मागतोय समृद्धी, भरभराट, आरोग्य हे फक्त आमचं. आमच्या कुटुंबापुरतं सीमित. इतरांशी, समाजाशी आम्हाला काय कर्तव्य? या देशात आम्ही आलो ते समृद्धीच्या मागेच नं? आणि प्रत्येक वेळी हे आणखी-आणखी मिळविण्याची हाव वाढत गेली. हे बघ, दोष आम्हाला मुळीच देऊ नकोस. आम्ही तुझी लेकरं. तूच मांडलेला हा खेळ. सगळी तुझीच माया.

तर काय सांगत होते, की आम्ही तुझ्याकडे समृद्धी मागतोय. का मागू नये? हा प्रत्येकाचा जन्मसिद्ध हक्क का असू नये? म्हणजे, इतरांचं जाऊ दे. पण निदान माझा तरी असावा.

समजा, तुला असं वाटलं की, एवढे सगळे जण आपल्या दाराशी धरणं धरून आरोग्य, संपदा मागताहेत; तर हे आरोग्य म्हणजे व्यक्तिगत आरोग्य या मंडळींना अभिप्रेत नसावं. ही दीनदुबळी जनता लाखो डॉलर्स खर्चून, प्रतिदिनी आपली देवळं उभारून, पूजा-आरत्यांचे गजर करून मागते आहे ती समृद्धता म्हणजे वैचारिक

समृद्धता असावी, वैचारिक श्रीमंती असावी; सगळ्या समाजाचं मन निरोगी व्हावं म्हणून मंडळी भजन-कीर्तनात रंगली असावीत; तर परमेश्वरा, तू आम्हाला जाणून घ्यायला साफ चुकलास बाबा! कबूल आहे, मनुष्याच्या वैचारिक समृद्धीचं दिवाळं निघालंय. समाजाचं मानसिक आरोग्य ढवळून निघालंय. समाजमानसात अनेक रोगांनी ठाण मांडलंय. एकमेकांवरचा विश्वास, प्रेम या गोष्टी संपल्यात. मनात आहे दुसऱ्याच्या हेतूबद्दल शंका, भीती. दुसऱ्या धर्माबद्दल, पंथाबद्दल आहे आकस, राग, द्वेष– सगळंच. तरीही आमची वैचारिक भरभराट होवो, असला आशीर्वाद देऊन तू मोकळा होऊ नकोस.

आणि समजा, तसं झालंच तर? हाहाकार उडेल. सगळा सुरळीत चाललेला गाडा मोडून पडेल. आमचं काय होईल? प्रश्नच आहे! तसे आम्ही समर्थ आहोत आमची काळजी घ्यायला, पण तुझं मात्र काय होईल याचा विचार जरूर कर. पूर्वी जसा तू भस्मासुर निर्माण केला होतास तसा कदाचित एखादा भस्मासुर तू पुन्हा निर्माण करशील.

कारण जर आमची वैचारिक समृद्धी वाढली, डोळे उघडे ठेवून आम्ही जगाकडे पाहू लागलो; तर केवढी पंचाईत! आज ज्या गोष्टी आम्हाला योग्य वाटतात, ज्यांच्या मागून आम्ही बिनधास्त जातोय, ती वाटच आम्हाला अयोग्य वाटू लागेल. आम्हाला प्रत्येक गोष्टीचा विचार करावासा वाटेल. स्वत:लाच तपासून बघावंसं वाटेल. वैचारिक वादळं आमची झोप-नीज उडवतील. आणि आमचं आजचं वागणं बदललं, तर त्यामुळे किती किती जणांच्या पोटावर पाय येईल. कदाचित, आज चाललेलं तुझं अवास्तव कौतुक, तुझ्यावर होणारे दुधा-तुपाचे अभिषेक, नैवेद्याच्या रूपानं तुझ्यापुढे लागणारे अन्नकोट, ठिकठिकाणी होणारे मोठमोठे यज्ञ आणि त्या यज्ञात स्वाहा होणारं तूप– या सगळ्यांना कुठेतरी आळा बसेल. मग ते सगळं विनाकारण गरिबांच्या तोंडी जाईल.

तर काय सांगत होते, तशी आम्ही साधी-सरळ माणसं. तुझ्या चिंतनात दंग असलेली, मोक्षाच्या मार्गाकडे डोळे लावून बसलेली. शिवाय, अजूनपर्यंत मानवानं कितीही प्रगती केली, विज्ञानाच्या जोरावर निरनिराळे शोध लावले, न उकललेली कोडी शोधून काढली, तरीही विज्ञानाला आज अज्ञात असणाऱ्या अमानवी कितीतरी गोष्टी – ज्यांची आमच्या मनात भीती आहे – मग त्या भीतीपोटीच आम्ही तुझ्याकडे धरणं धरतो. तू आमच्यावर प्रसन्न व्हावंस, आमच्यावर कोपू नयेस म्हणून नाना प्रलोभनं तुला दाखवतो. तुझ्यापर्यंत पोचण्याची आमची धडपड चालू आहे. पण आम्ही सामान्य, अज्ञानी माणसं. तुझ्यापर्यंत पोचणार कसं? म्हणूनच आमच्यासारख्या भक्तांना मार्ग दाखविण्यासाठी समाजात अनेक बाबा, बुवा, ताई, माई, माताजी पुढं आल्या. तुझ्यापर्यंत पोचण्याची वाट या मंडळींना पक्की ठाऊक आहे.

या लोकांचं शब्दसामर्थ्य, वाणीवरचं प्रभुत्व, व्यक्तिमत्त्व आमच्यासारख्या 'मुक्या बिचाऱ्यांना' त्यांच्याकडे आकर्षित करण्यास पुरेसं असतं. शिवाय, केवढं यांचं आध्यात्मिक ज्ञान! काय सामर्थ्य! कुणी नुसता हवेत हात फिरवला की परदेशी बनावटीची घड्याळं हातात येतात. शिवाय, या बाबा, बुवा आणि मंडळींना अंतर्ज्ञानानं बरोबर समोरच्या माणसाची आर्थिक पात्रता कळते. मग त्याप्रमाणे त्यांच्या हातातून अंगठ्या, घड्याळं निघतात. गरिबांना उदी, अंगारा मिळतो. त्यांना काय घड्याळं, अंगठ्यांचा उपयोग? तर कुणा ताई-माईचं 'स्पेशलायझेशन' म्हणजे शिवलिंग असतं. हात फिरविला, तर हवेतून शिवलिंग हजर! तर, कुणाचं 'स्पेशलायझेशन' फुलांचं असतं. किंवा कुणी भक्तांना वेगवेगळ्या फुलांचे, अत्तरांचे नुसते वास देतात. असले चमत्कार करणं म्हणजे काय चेष्टा आहे? मग आम्ही यांना गुरू मानून यांच्या चरणी लीन झालो, तर बिघडलं कुठे?

शिवाय आम्ही परदेशात वावरणारी माणसं. अनिश्चितता उगीचच आम्हाला ग्रासून टाकते, मुलांच्या काळजीनं आमची झोप उडते. म्हणूनच आम्हाला कुणाचा-तरी आधार घ्यावासा वाटतो. हा आधारच नसला, तर माणसानं जगावं कसं? या आधारासाठीच तर आम्ही बाबा, बुवा आणि मंडळींकडे धाव घेतली.

माझं तर भाग्य इतकं थोर, की परदेशात आल्या-आल्या पंचवीस-तीस वर्षांपूर्वी माताजींच्या दर्शनाचा लाभ मला झाला. ठरलेल्या वेळेपेक्षा दोन तास उशिरा त्या नियोजित स्थळी येऊन पोचल्या. पण त्यांच्या नुसत्या दर्शनानं आम्ही आमचं ताटकळणं, तहान-भूक सर्व विसरलो. काय तो माताजींचा घवघवीत चेहरा, ठसठशीत कुंकू! चेहऱ्यावर प्रसन्नता! एकंदर व्यक्तिमत्त्व कुणाचाही झटकन ठाव घेणारं.

माताजी म्हणाल्या, "माझ्या नुसत्या स्पर्शानं कुष्ठरोगी बरे होतात. कर्करोगी ठणठणीत होतात."

काय पॉवर बाईची! हे दयाघना, रागावणार नसलास तर सांगते. तुलासुद्धा रोग्यांना असं रोगमुक्त करणं तितकंसं जमलं नाही नं?

मग माताजींनी जमलेल्या भक्तांची कुंडलिनी जागृत करण्याचा चमत्कार केला. बाईंनी डोक्यावर हात ठेवताच भक्तांची समाधी लागे. पण काही पाखंडी मंडळींवर माताजींच्या सामर्थ्याचा परिणाम काही होईना. कसा होणार? माताजी म्हणाल्या, "मनात शुद्ध भाव नसेल, तर भक्तिमार्गावर तुमची प्रगती होणार कशी?"

गेल्या इतक्या वर्षांच्या कालावधीत माताजींची पॉवर एवढी वाढली आहे की, त्या म्हणे एकाच वेळी हजारोंच्या जनसमुदायाची कुंडलिनी जागृत करू शकतात.

परमेश्वरा, तुझा विश्वास बसणार नाही, पण माताजींची ही भरभराट सहन न

होणारी मंडळी त्यांच्यावर वाटेल ते आरोप करतात. माताजींचं आध्यात्मिक ज्ञान, वैराग्य– सारं बेगडी आहे, असं म्हणतात. शिवाय, मुळात म्हणे ही बाई किरिस्ताव होती. असेना का! आज आपल्या धर्माचे गोडवे गात असेल, तर कुठं बिघडलं?

हे एक माताजींचं झालं. पण आज असे अनेक बाबा, बुवा, आक्का, ताई, माई उदयाला आल्यात. आणि या मंडळींचा मुक्काम आमच्या कल्याणासाठी वर्षातले कितीतरी महिने परदेशात असतो. नाहीतर तूच सांग, आमचं काय झालं असतं? परमेश्वरा, ही बाबा, बुवा आणि मंडळी आहेत म्हणून तर आमचा मोक्षाचा मार्ग शंभर टक्के निश्चित आहे. तशी आम्ही इथली माणसं शिक्षणानं समृद्ध असलो, उच्च अधिकाराच्या नोकऱ्या करत असलो, तरी तुला विसरलो नाही रे! तुझ्यापर्यंत पोचण्याचा सोप्पा मार्ग म्हणजे असा एखादा गुरू गाठणं. जर कुणी ईश्वरप्राप्तीचा सुलभ मार्ग दाखवत असेल, स्वर्गाचं-मोक्षाचं सुरेख चित्र आमच्या समोर उभं करत असेल; तर आम्ही त्या गुरूमागून का जाऊ नये? यात आमच्या जिवाला कष्टच नाहीत. फक्त कुणाचं तरी शिष्यत्व पत्करायचं, दीक्षा घ्यायची. मग डोक्याला, मनाला कसलाच त्रास नाही. गुरू सांगेल तसं वागायचं.

आणि एकदा काय झालं सांगू? एका शिष्याची तब्येत बिघडली. गुरू त्या वेळी अमेरिका सोडून युरोपच्या दौऱ्यावर होते. शिष्याच्या नातलगानं गुरूंना युरोपात फोन केला आणि काय आश्चर्य! गुरूनं ताबडतोब सल्ला दिला की, तुम्ही शिष्याला घेऊन लगेचच डॉक्टरकडे जा म्हणून. डॉक्टरने ऑपरेशनचा सल्ला दिला. लगेच पुन्हा गुरूंना फोन केला. या वेळी ते हवाईला पोचले होते. गुरू म्हणाले, "ऑपरेशन करून घे. माझ्या मंत्रसामर्थ्यानं मी डॉक्टरच्या हातात शक्ती देईन."

दुर्दैवानं शिष्य वाचला नाही. "सहा महिने आधीच अंतर्ज्ञानानं मला याचं मरण दिसलं होतं. फक्त शिष्याचं मनोधैर्य खचू नये म्हणून कुणाला कल्पना दिली नव्हती. पुण्यवान माझा शिष्य. त्याला मोक्ष मिळाला. जन्म-मृत्यूच्या फेऱ्यातून लवकर सुटका झाली त्याची. शिवाय मृत्यू आला तेव्हा एकादशी होती भारतात." –गुरू म्हणाले.

पण परमेश्वरा, हे तर काहीच नाही बरं का!

अगदी आम्हाला गाडी घ्यायची असली तरी गुरूंचा सल्ला आम्ही मागतो. घराला पडदे कुठल्या रंगाचे असावेत, बेडरूममध्ये बेड कुठल्या दिशेला हवा इत्यादी सगळं-सगळं ही गुरुमंडळी अचूक सांगतात. फार काय, इथंच जन्मलेल्या आणि वाढणाऱ्या आमच्या लहान-लहान मुलांच्या समस्यांची उत्तरंही या गुरुमंडळींकडे आहेत. त्यामुळे एकदा का आमच्या मुलांना या गुरूंनी दीक्षा दिली, त्यांना गुरूंच्या हवाली केलं की, आम्ही आमच्या जबाबदारीतून मुक्त. मुलांची, त्यांच्या आयुष्याची काळजीच करायला नको. एवढे आमचे गुरू – म्हणजे पर्यायानं तूच – आमची,

आमच्या मुलांची काळजी घ्यायला समर्थ असल्यामुळे आमचं मन कसं शांत झालंय! आमचं आयुष्य सुलभ झालंय! इथल्या आयुष्यानं येणारे ताणतणाव, मनावर येणारं दडपण या सर्वांचाच विसर पडलाय.

तर परमेश्वरा, इथं असं चाललंय सगळं. तुझ्या नावाचा मस्तपैकी बाजार मांडलाय इथं. मागणी तसा पुरवठा. मग आमच्यातल्या कुणा पुरुषाच्या शरीरात तू भगवान कृष्ण म्हणून प्रवेश करतोस. मग या कृष्णाच्या मागे जायला अनेक राधा तयार होतात. त्यात कुणाला भगवंताची नुसती मनोभावे सेवा करायची असते, कुणाला मूल हवं असतं, तर कुणाला मुलगाच हवा असतो. प्रत्यक्ष भगवंताचा अनुग्रह. भगवंताशी संग म्हणजे काय चेष्टा आहे? गोकुळात तुझ्याभोवती गवळणींचा गराडा असायचा. आजच्या कलियुगातही तू अनेक बायकांना शिताफीनं आपल्या जाळ्यात ओढतोस.

अर्थात, तू तरी प्रत्येक ठिकाणी किती पुरा पडणार? म्हणून तर तुझे इतके 'एजंट्स' तू पृथ्वीतलावर – विशेषत: अमेरिकेत – धाडलेस. नाहीतर आमचं काय झालं असतं? या बाबा, बुवा आणि मंडळींच्या रूपानं तू आम्हाला सामोरा आलास. धन्य धन्य तुझी! या पाताळयुगात, पाताळलोकात वावरताना आम्हाला या सगळ्या गोष्टींची आवश्यकता होतीच. आमच्या सर्व समस्यांची उत्तरं तू या 'एजंट्स'मार्फत देतोस. काय तुझा महिमा! किती अगाध तुझी लीला!

अरे, कृष्ण म्हणून तू कुणा बाईच्या घरी वस्तीला आलास. बाई कृष्णमय झाल्या. त्यांचा सतत तुझ्याशी संवाद सुरू झाला. लगेच आमच्यासारखे भाविक भक्तगण धावले. या ताईंच्या मुखातून तू आमच्याशी बोलू लागलास. काय परमानंद झाला आम्हाला! बरं, तूही असा की सध्याच्या युगाचं, इथं होणाऱ्या सगळ्या बारीक-सारीक गोष्टींचं तुला पुरेपूर ज्ञान.

आमच्या डोळ्यांसमोर आहेत तुझी अनेक रूपं. प्रत्येक रूप मोहवणारं. मनात नाना भाव निर्माण करणारं. पिंपळपानावर अंगठा चोखत पहुडणारं तुझं तान्हुलं रूप; सवंगड्यांबरोबर दंगामस्ती करणारा, सगळ्या गोकुळाला भंडावून सोडणारा, दही-दूध-लोणी फस्त करणारा नटखट तू. गर्वानं मत्त झालेल्या कालियाचा नाश करून दुष्ट प्रवृत्तीला ठेचून काढणारा तू, द्रौपदीचा बंधुसखा होऊन तिचं रक्षण करणारा आणि रणांगणात अर्जुनाला गीता सांगणारा– पुढचं महाभारत घडवणाराही तूच.

पण तुला मी मानलं!

तू या युगात आल्यावर इथल्या चाली-रीती, खाण्या-पिण्याच्या पद्धतीही आत्मसात केल्यास. एकदा तर या ताईंकडे त्यांच्या दर्शनासाठी, सॉरी– तुझ्याच दर्शनासाठी लोकांची गर्दी जमली होती. एवढ्या लोकांचा पाहुणचार कसा करावा, हा प्रश्न पडला. लगेच तू ताईंना आदेश दिलास– बटाटेवडे करण्याचा. तुझाच

आदेश. तुझी इच्छा कोण डावलणार? झटकन जमलेल्या बायका पुढं आल्या आणि भक्तजनांना गरमागरम बटाटेवडे खायला मिळाले.

माझ्याकडेही एकदा मंडळी येणार होती पार्टीला. मला केवढा मोठ्ठा प्रश्न पडला होता की, आता ड्रिंकबरोबर खायला काय करावं याचा. आणि लगेच तू मलासुद्धा आदेश दिला होतास. आठवतं? खिमा-पॅटीस करण्याचा. तुला लबाडा, बरं कळलं मला खिमा-पॅटीस चांगले जमतात ते! असो.

परमेश्वरा, तुला सांगते!

या बाबा, बुवा आणि मंडळींचं मागणं काहीच नसतं. बरं, ते स्वत: पैशाला स्पर्शही करीत नाहीत. पण आम्ही मंडळी तुझ्या दाराशी येणार ते काय रिक्त हस्तानं? आम्ही आमच्या गुरूसाठी जे काय करू, ते तुला पोचणारच नं? मग आमच्या गुरूंना आम्ही काय देऊ आणि काय नको, अशी आमची चढाओढ सुरू होते. तशी ही सर्वसंग परित्याग केलेली वैरागी वृत्तीची माणसं भक्तांच्या इच्छेखातर 'लिमो'मधून फिरतात. भक्तांच्या पैशानं विमानाचा प्रवास वरच्या वर्गातून करतात. पण त्यांना स्वत:ला कसलाच मोह नसतो. केवळ आपली संस्कृती आणि धर्म परदेशात टिकवण्यासाठी त्यांची धडपड चालू आहे. आपल्या धर्माचा प्रसार व्हावा म्हणून भारतातही वेगवेगळे मठ, देवळं इत्यादी बांधणं आवश्यक आहे. त्यासाठी पैसा नाही का लागणार? मग या गुरूंच्या माध्यमातून जर तो आम्ही पुरवला आणि थोडंसं पुण्य गाठीशी बांधून घेतलं – म्हणजे मोक्ष मिळण्यासाठी रे – तर बिघडलं कुठं? आम्ही जरी एका सर्वधर्मी देशात राहत असलो, तरी आपला देश सर्वधर्मी असायलाच हवा, असं मुळीच नाही. तिथं आपल्या धर्माचा विस्तार करण्याची आणि पर्यायानं तुझं नाव सतत लोकांसमोर ठेवण्याची आजच्या घटकेला अतिशय आवश्यकता आहे. मग त्यासाठी मोठमोठे यज्ञयाग नाही का आम्ही करत? गेलं त्यामुळे टनानं तेल-तूप वाया, वाढलं हवेतलं प्रदूषण; तर काय बिघडलं? प्रत्येक वेळी कसला गोरगरिबांचा विचार करायचा? नशिबात असतं तर तेही नसते का झाले श्रीमंत? शेवटी हे सगळे नशिबाचेच खेळ रे बाबा! पूर्वजन्मीचं पाप भोवतंय त्यांना; दुसरं काय!

पण परमेश्वरा, तूही अस्सा आहेस!

बाबा, बुवा आणि मंडळींसारखी धर्मपरायण, सात्त्विक माणसं तू निर्माण केलीस, पण त्याच वेळी पाखंडी लोकांनासुद्धा या पृथ्वीतलावर का पाठवलंस? अरे, त्यांना आमच्या गुरूंची आध्यात्मिक पातळी कळतच नाही. आमची गुरुमंडळी केवढाले चमत्कार करतात, आम्हाला तऱ्हतऱ्हेचे दृष्टांत देतात आणि हे पाखंडी म्हणतात, 'ही हातचलाखी आहे. हे जादूचे खेळ आहेत.' म्हणजे तूच बघ आता, या पाखंड्यांचा नाही कशावर विश्वास आणि आमच्या श्रद्धेची मात्र ते सतत 'ही

अंधश्रद्धा' म्हणून हेटाळणी करणार. तिकडे भारतात तर या लोकांनी एक 'अंधश्रद्धा निर्मूलन समिती' नावाची मोठीच संघटना उभारली आहे म्हणे! तुझ्या कानावर कदाचित या गोष्टी आल्या नसतील म्हणून सांगते. अरे, ही पाखंडी माणसं चळवळी काय उभारतात, मोर्चे काय काढतात, निदर्शनं काय करतात अन व्याख्यानं काय झोडतात! म्हणे जनजागृतीसाठी. कुठे फेडणार आहेत ही असली पापं, कुणास ठाऊक! पण तू आपला जरा जपूनच राहा रे बाबा.

या पाखंड्यांनी तर आमच्या विद्वान, बुद्धिमान, तेजस्वी आणि केवळ तुझ्याच चिंतनात बुडालेल्या या बाबा, बुवा आणि मंडळींना आव्हानं दिली आहेत त्यांचे चमत्कार सिद्ध करून दाखवण्याची. या पाखंड्यांना कळत कसं नाही की, प्रत्येक गोष्ट अशी सिद्ध करून दाखवायची नसतेच मुळी. बाबा, बुवा आणि मंडळींवर, त्यांच्या शब्दांवर, त्यांच्या आदेशावर विश्वास ठेवायचा असतो. ती जे सांगतील, ते मुकाट्यानं ऐकायचं असतं. त्यावर प्रश्न विचारायचे नसतात. मनात श्रद्धा असायला लागते श्रद्धा; दुसरं काही नाही.

तर परमेश्वरा, तू लक्षात घे.

जर उद्या जनतेचा या बाबा, बुवा आणि मंडळींवरचा विश्वास उडाला, तर कदाचित तुझ्यावरचाही विश्वास उडेल! असं होऊ देऊ नकोस बाबा.

म्हणून परमेश्वरा, मागणं एवढंच की, पुढील पर्वात आम्हाला दे भरपूर भौतिक समृद्धी, दे वैभव, दे तुडुंब धनदौलत. फक्त वैचारिक समृद्धी देण्याच्या भानगडीत पडू नकोस. वैचारिक समृद्धीची गरज अजून तरी भासली नाही; पुढील युगात ती लागेल असं वाटत नाही.

कळावे, लोभ असावा.

तुझी कृपाभिलाषी,
भक्त वत्सला.

■

महाराष्ट्र टाइम्स - २७ जून १९९९

या जन्मावर

श्रावणातले सरते दिवस. नुकताच पाऊस पडून गेला होता. दुपारची जेवणं आटोपली. मी थोडा वेळ पुढील दारी रेंगाळले. वाड्यात सगळीकडे चिखल. कुठं पाण्याची डबकी, लहान मुलांचं त्यातच खेळणं. मग एवढा वेळ गर्दी करून असलेले ढग भटकत दुसरीकडे निघून गेले. चक्क सूर्यकिरणं त्या डबक्यातल्या पाण्यात नाचू लागली. मी हा श्रावणखेळ पाहत होते. पण लक्ष मात्र पोस्टमनच्या वाटेकडे लागलं होतं.

चार दिवसांनी मी बडोदा सोडणार. आज-उद्याकडे याचं पत्र यायला हवं. तेवढ्यात मला जयाताई वाड्यात शिरताना दिसल्या.

या जयाताई म्हणजे याची मावस चुलत की चुलत आते अशी बहीण. मुक्काम गुजरातेतल्या हिंमतनगर या गावी. कालच त्या कुणा मावस सासूबाईंच्या पंचाहत्तरीसाठी बडोद्याला आल्याचं आम्हाला समजलं होतं. खूप दिवसात जयाताई भेटल्या नव्हत्या. त्यांना बघून मला आनंद झाला.

त्याही उत्साहानं बोलू लागल्या. ''वहिनी, मला कळलं, तू परदेशी जातेस ते. दादाची बघ, भेटच झाली नाही. तुला भेटायला अगदी धावत आले बघ.''

आणि लगेचच जयाताईंचा पहिला प्रश्न आला,

''वहिनी, तू परत कधी येणार?''

माझं पाऊल अजून उंबरठ्याबाहेर पडलं नव्हतं; पण भेटायला येणाऱ्या प्रत्येकानं मला हा प्रश्न विचारून बेजार केलं होतं.

तेवढ्यात पुढचा प्रश्न–

''वहिनी, परदेशात म्हणजे नक्की कुठं?''

''इंग्लंडला.''

“बरं झालं बाई!” –जयाताईंचा निःश्वास.

“काय गं, काय झालं?” –आईंचा उत्सुक प्रश्न.

“मावशी, तुला कल्पना नाही. पण परदेश म्हणजे काही खरं नाही. इंग्लंड त्यातल्या त्यात बरं म्हणते मी. पण त्या म्हणे अमेरिकेला फक्त तरुणांचंच राज्य. म्हाताऱ्या-कोताऱ्यांना तर दारच्या कुत्र्याइतकंही विचारत नाही कुणी.”

जयाताईंना नक्की काय म्हणायचं आहे, तेच माझ्या लक्षात येईना. मी भीत-भीत खुलासा केला, “पण आम्ही तर तरुणच आहोत.”

“ते मला माहिती आहे. पण तिकडे जाल, नसत्या गोष्टी शिकाल आणि इकडे परत आल्यावर मावशी-काकांना तसंच वागवायला बघाल.”

“म्हणतेस काय तू?” आई ताठ होत म्हणाल्या.

माझे हातपाय तर थंडच पडले.

“मावशी, माझ्या आत्ये चुलत सासूबाई तुला ठाऊक आहेत नं, त्या मेहसाण्याच्या माई नवसारीकर? त्यांनी मला सांगितलं. नुकतीच त्यांची भाचेसून अमेरिकेतून आली, तिनंच सांगितलं म्हणे. अमेरिकेत माणसं म्हातारी झाली की त्यांना घरातसुद्धा कुणी ठेवत नाही. लगेच त्यांची रवानगी कसले म्हणे ते म्हाताऱ्यांसाठी आश्रम असतात, तिथं होते. एकदा आई-बापांना त्या आश्रमात नेऊन टाकलं, की मुलं मोकळी मजा करायला. मग ही बिचारी म्हातारी माणसं मरेपर्यंत त्या आश्रमात रडत, कुढत, रखडत आयुष्य काढतात.”

गुजरातेतल्या विजापूर या लहान गावात वाढलेल्या आणि लग्नानंतर तसल्याच लहान गावात राहणाऱ्या जयाताईंनी मला आणि इतरांना माहिती पुरवली.

“शोभा, तिकडे जाऊन भलभलतं शिकून येऊ नका. मला तसलं चालणार नाही.” आईंनी चढ्या आवाजात मला ठणकावलं.

यावर मी काय बोलणार?

जयाताई खूप दिवसांनी बडोद्याला आल्या होत्या. त्यामुळे बोलायला इतर विषय मिळाले. हा विषय संपला आणि मी मोकळा श्वास घेतला.

मी लंडनला पोचले. इथं वावरताना, इथल्या जीवनाविषयी जाणून घेताना लक्षात आलं, की घराचा उंबरठा न ओलांडताच अनेकांनी जे भलंबुरं सांगितलं होतं त्यापेक्षा प्रत्यक्षात गोष्टी वेगळ्याच आहेत.

थोड्याच दिवसांत आम्ही आमच्यासाठी भाड्याची जागा शोधली.

इंग्लिश मालक-मालकिणीच्या घरातल्या दोन खोल्या आम्हाला मिळणार होत्या. आम्ही जागा बघायला गेलो. मालकिणीनं सगळं घर दाखवलं. इतकं स्वच्छ, लखलखीत, चकचकीत घर मी आयुष्यात पहिल्यांदाच पाहत होते. जिना चढून वर गेलं की तिथं चार खोल्या. त्यातल्या दोन आम्हाला मिळणार होत्या.

आमच्या बेडरूमशेजारीच मालकांची बेडरूम. त्या पलीकडच्या खोलीकडे बोट दाखवून मालकीण म्हणाली, "ही माझ्या आईची खोली. चला, तिला भेटू या. तिचं वय झालंय. ९७ वर्षांची आहे."

वयाचा आकडा ऐकताच माझे डोळे विस्फारले. माझ्या माहितीतलं कुणी या वयापर्यंत पोचलंच नव्हतं.

मालकानं जोरात दार ठोठावलं. आम्ही आत येत असल्याची वर्दी दिली. माझ्या डोळ्यांसमोर खाटेवर पडलेली म्हातारीची मोळी, भकास डोळे, खोलीला अमृतांजनाचा, औषधाचा वास आणि खोलीभर पसरलेल्या औषधांच्या बाटल्या– असं काहीसं दृश्य उभं राहिलं.

दार लोटून आम्ही आत शिरलो.

प्रथम सौम्य सुगंध आमच्या भेटीला आला. खिडकीतून खोलीत उतरलेला सूर्यप्रकाश. भिंतीवरचा सुरेख वॉलपेपर. पायाखाली गुबगुबीत गालिचा आणि एका झुलणाऱ्या खुर्चीत बसून पुस्तक वाचत झुलणारी म्हातारी. सुरकुतलेली. पण डोळे मात्र तेजस्वी. नेटके कपडे. विरळ झालेले केस नीट बसवलेले.

तिनं हात पुढं केला.

हस्तांदोलन करताना तिच्या हाताचा कडकडीतपणा जाणवला. खोलीत मोजकं फर्निचर. एका बाजूला पलंग. पूर्ण उंचीचा आरसा आणि ड्रेसरवर सौंदर्यप्रसाधनं. भिंतीवर लावलेले म्हातारीचे फोटो. तिच्या तरुणपणीचे. सौंदर्याची साक्ष देणारे.

त्यानंतर त्या घरात वावरताना म्हातारी क्वचित दृष्टीस पडे. आमचा वावर आमच्या बंद खोलीत. तसाच तिचाही तिच्या बंद खोलीत असावा. दर रविवारी म्हातारीचा सत्तरीच्या घरातला मुलगा येई. म्हातारीला घेऊन चर्चमध्ये जाई, त्यानंतर बाहेरच लंच घेऊन तो म्हातारीला मुलीकडे आणून सोडत असे. क्वचित, म्हातारीची पाठीत वाकलेली सून पाय ओढत येई. आठवड्यातल्या ठरावीक दिवशी म्हातारीच्या मैत्रिणी जमत. पत्ते खेळत. कधी मालक-मालकीण आम्हाला भेटत. गप्पा होत. मालकीण कधी आईबद्दल तक्रारीचा सूर लावी. आईच्या जबाबदारीनं कावून जाई. आर्थिक दृष्ट्या आई समर्थ होती. तिच्या गतीनं ती हिंडत-फिरत होती. तरीही स्वत:ची दुखणी सांभाळणाऱ्या, सत्तरीकडे वाटचाल करणाऱ्या या जोडप्यावर ही मोठीच जबाबदारी होती.

आम्ही दोघं नवा देश, नोकऱ्या, मित्रमंडळी जमवणं यात दंग होतो. लवकरच चिमुकला पाहुणा घरी येणार होता. त्याच्या स्वागताच्या तयारीत आम्ही रमलो होतो.

एक दिवस मालकिणीनं आम्हाला गाठून बातमी दिली, तिची आई गेल्याची. आईला जाऊन चार दिवस झाल्याचं तिच्याकडून ऐकून मी तर सर्दावलेच.

बापरे! या घरात एक मृत्यू झाला, पण त्याचा मागमूस कुठंही नाही. हे घर तितकंच नेटकं. अति स्वच्छ. अति शांत. मृत्यूनं या घरावर ओरखडाही उमटवला नाही. चार दिवसांत आपल्याला पत्ताही लागला नाही म्हणून आम्हालाच अपराध्यासारखं वाटलं.

मालकिणीचा तटस्थ स्वर. "शुक्रवारी सकाळीच आईची तब्येत बिघडली. तिला हॉस्पिटलमध्ये नेलं. दोन तासांत गेली. प्रायव्हेट फ्युनरल होतं, म्हणून तुम्हाला कळवलं नाही."

आज वरती जिना चढून जाताना माझी नजर म्हातारीच्या खोलीच्या बंद दरवाजाकडे वळली. मी याचा हात घट्ट धरला.

चार दिवसांनी मालकानं आम्हाला गाठून म्हातारीची खोली रिकामी करून आम्हाला देण्यासाठी तयार करीत असल्याची बातमी दिली. आम्हाला बाळ झाल्यावर मोठ्या जागेची आवश्यकता होतीच. आमचं भाडं वाढवून आम्हाला ही खोली मिळाली. माझं मन मात्र कचरलं. मी याला म्हणाले, "ज्या खोलीत ही म्हातारी इतकी वर्षं राहिली, गेली; त्याच खोलीत आपण वावरायचं? आपल्या घरात लवकरच बाळ येणार आनंद घेऊन. त्यावर ही अशुभ छाया?"

"कसल्या फालतू गोष्टींचा विचार करतेस? म्हातारीचं सोनं झालं. एवढं आयुष्य भोगून गेली. यात अशुभ काय?" यानं मला सुनावलं.

लंडनच्या दोन-अडीच वर्षांच्या वास्तव्यानंतर आम्ही अमेरिकेत येऊन थडकलो. याला न्यूयॉर्कला नोकरी मिळाली आणि राहायला न्यू जर्सीमध्ये आम्ही जागा घेतली.

आमच्या शेजारच्या अपार्टमेंटमध्ये दोघी म्हाताऱ्या राहत. जाता-येताना आमची ओळख झाली. मला एकदम जयाताईंची आठवण आली. लंडनला आमच्या मालकिणीनं आपल्या सत्त्याण्णव वर्षांच्या आईला शेवटपर्यंत सांभाळलं होतं. इथं या त्या मानानं तरुण असणाऱ्या दोघी जणी कुणी बघणारं नसल्यानं एकमेकींच्या आधारानं आला दिवस ढकलत असतील का? खरंच, हा देश फक्त तरुणांचाच आहे का? मग म्हाताऱ्यांनी काय करायचं?

हळूहळू माझ्या आणि या बायकांच्या अधिक भेटी होऊ लागल्या. आमचं बोलणं होऊ लागलं. त्यांची माहिती मला मिळाली आणि आश्चर्य करण्याची पाळी माझ्यावर आली.

या मध्यमवर्गीय कुटुंबातल्या बायका. नणंदा-भावजया. दोघी आपापल्या कुटुंबासाठी राबल्या. संसाराच्या खस्ता खाल्ल्या. मुलं मार्गाला लागली. मग निवांतपणे जोडीदाराबरोबर उरलेलं आयुष्य काढायचं, तर या दोघींना दोन-चार वर्षांच्या अंतराने वैधव्य आलं. आपापल्या घरी राहून घराची उस्तवार करायची

त्यापेक्षा दोघींनी एकत्र येऊन भाड्याच्या जागेत राहणं पसंत केलं. मुलाबाळांकडे जाणं-येणं ही चालू राहिलं. या दोघींच्या वागण्या-बोलण्यात, त्यांच्या आयुष्यात कुठं एकटेपणा आहे, त्या उपेक्षित आहेत, असं जाणवत नाही. ताठ मानेनं आपापले व्यवहार सांभाळत त्यांचा वेळ आनंदात जातोय. मोठी पंचाहत्तरीची. चर्चमध्ये पियानो वाजवते. तिच्याकडे पियानो शिकायला विद्यार्थी येतात. छोटी सत्तरीची. वृद्धाश्रमात काम करते.

एकदा मी कुठून बाहेरून येत असताना मुद्दाम दोघींनी मला थांबवलं. मला मोठीच्या पंचाहत्तराव्या वाढदिवसाचे फोटो दाखवले.

''माझा वाढदिवस काय थाटात केला– केवढी माणसं जमली होती! आमच्या नात्यातली म्हातारी-म्हातारी माणसंही खास या समारंभाला आली होती. आणि मला पत्ताही लागू दिला नाही. सरप्राईज पार्टी होती.''

''म्हणजे?'' – माझा प्रश्न.

''तसं वाढदिवसाच्या निमित्तानं आम्हाला दोघींना माझा मुलगा त्याच्या घरी घेऊन गेला. इथं न्यू जर्सीलाच असतो. संध्याकाळी आम्ही डिनरला जाणार होतो. माझ्या इतर मुला-मुलींना काही ना काही कारणानं वाढदिवसाला येणं शक्य नव्हतं. मला वाईट वाटलं. त्यांचे फोन आले. आमचं बोलणं झालं. तेवढ्यात फोन आला माझ्या भाच्याचा. माझ्या भावाची तब्येत बिघडल्याचं त्यानं सांगितलं. तसं माझ्या भावाचंही वय झालंय. तो जवळच फिलाडेल्फियाला राहातो. मग आम्ही सगळेच निघालो माझ्या भावाला भेटायला. तिथं पोचतोय तर काय, सरप्राईज पार्टी. माझी इतर मुलंही जमली होती तिथं. मला अजिबात शंकाही आली नाही.''

छोटी खुदुखुदू हसत होती. या सगळ्या खेळात ती आधीपासूनच सामील होती. पण तिनं मोठीला पत्ताही लागू दिला नाही.

हळूहळू मला आजूबाजूची माहिती झाली. नोकरी मिळाली. लहान मुलं, नोकरी, घर सांभाळताना वेळ नुसता पळू लागला. ऑफिसमधलं वातावरण चांगलं होतं. माझी बॉस डिना. सगळ्यांशी हिचे संबंध प्रेमाचे. मोकळी. हसतमुख.

एक दिवस ऑफिसमध्ये कामात असताना एकदम टाळ्या पिटण्याचा, हसण्या-खिदळण्याचा आवाज आला. बघितलं तर डिनाच्या खोलीत काहीतरी धमाल चालू होती. मग आम्हीही दोघी-चौघी पटकन उठून तिकडे धावलो.

आमच्या ग्रुपमधली लिंडा अतिशय अवखळ. कामाच्या जोडीला हसणं आणि सतत कुणाची तरी थट्टा करणं. हिची नजर अगदी घारीसारखी. ही कामानिमित्तानं डिनाच्या खोलीत गेली आणि तिच्या नजरेला डिनाच्या बोटातली हिऱ्याची अंगठी पडली. लगेच तिनं इतरांना बोलावून घेतलं. डिनानं, तिच्या मित्रानं तिला मॅनहटनमधल्या पॉश हॉटेलमध्ये जेवायला कसं नेलं, तिथे कुठलं संगीत चालू होतं, त्या सुंदर

सुरावटीवर त्यानं आपल्याला मागणी घालून बोटात अंगठी कशी घातली याचं जरा लाजतच वर्णन केलं. पुन्हा सगळ्यांचा आरडाओरडा. आनंदाचे चीत्कार. मला तर ही अठ्ठावन्न वर्षांची, ताईपेक्षा – आपल्या आईपेक्षा – दोन-चार वर्षांनी मोठी असलेली बाई आपलं प्रेम प्रकरण असं रंगवून सांगते याचं मोठं नवल वाटलं.

डिना म्हणाली, "लग्नाची तारीख लवकरच ठरवू. पुढच्या महिन्यात आम्ही दोघं आठवडाभर बहामाला जाणार आहोत."

डिनाला माझ्याच वयाचा मुलगा आहे. खूप वर्षांपूर्वी तिचा घटस्फोट झालाय. गेली काही वर्षं हा मित्र तिला भेटलाय वगैरे हकिगती माझ्या कानी आल्या होत्या. वाटलं, ज्या वयात आपल्याकडे बायका स्वत:च्या संसारातून मुक्त होऊन मुलाबाळांच्या संसारात अडकतात, त्या वयात ही बाई नव्यानं संसार थाटायला निघाली आहे.

मग पुढील काही दिवस ऑफिसमध्ये डिनाच्या हिऱ्याच्या अंगठीवर, तिच्या मित्रावर आणि त्यांच्या बहामाच्या ट्रीपवर चर्चा. डिनानं या बहामाच्या ट्रीपसाठी शॉपिंगही जोरदार केलं. तिचे ते स्विमसूट आणि त्याहीपेक्षा त्यांच्या किमती ऐकून मी खलास झाले. डिनानं आम्हाला बहामाची माहितीपत्रकं दाखवली. ते निळंभोर पाणी, पांढरी शुभ्र वाळू, तिथली एकेक हॉटेल्स! डिना राहणार होती ते पॉश हॉटेल. असं काही या जगात असतं, हेही माझ्या स्वप्नात नव्हतं.

त्या शुक्रवारी डिना ऑफिसमधून लवकर निघाली. दुसऱ्या दिवशी विमानानं ते बहामाला जाणार होते. दुसरा आठवडा सुरू झाला. तिसऱ्याच दिवशी डिना परतली ती उतरलेल्या चेहऱ्यानं! आली ती तडक आपल्या खोलीत निघून गेली. आम्ही गोंधळलो. प्रकार काय असावा? हिचं आणि मित्राचं भांडण झालेलं दिसतंय. हिच्याशी बोलायचं तरी काय आणि कसं? शेवटी लिंडानं पुढाकार घेतला. तेव्हा कळलं, डिनाची आई अचानक आजारी झाल्याने तिला बहामाची ट्रिप रद्द करावी लागली. आईची तब्येत आता बरी आहे म्हणून डिना कामावर आली.

आम्ही सगळेच हळहळलो.

लिंडा म्हणाली, "ही म्हातारी आजारी कसली? इथं दुखतंय, तिथं दुखतंय, जीव घाबरतोय, असं करून डिनाला नाचवलं. हॉस्पिटलमध्ये नेऊन, सगळ्या टेस्ट्स होऊन डॉक्टरांना कुठं काही सापडलं नाही आणि डिनाला मात्र या गोंधळात तिची ट्रिप रद्द करावी लागली. ही म्हातारी मुलीला सुख लाभू देणार नाही. बसली आहे बांडगुळासारखी चिकटून."

हे ऐकलं आणि मला आश्चर्य वाटलं. आई अशी कशी मुलीच्या सुखाच्या आड येईल?

वर्षभरात मी ती नोकरी सोडली. दोन लहान मुलांना बेबीसीटरकडे ठेवून नोकरी करण्यात अर्थ नव्हता. मध्ये दोन-अडीच वर्षं लोटली. आम्ही न्यू जर्सी सोडून

वॉशिंग्टनला यायचं ठरवलं. तिथून निघण्यापूर्वी मी आमच्या मित्रमंडळींना फोन करून आमचा पत्ता, फोन नंबर दिला. माझी डायरी चाळत असताना माझ्या ऑफिसचा फोन नंबर हाती आला. वाटलं, करावा का फोन? पण एवढ्या वर्षांत कोण तिथं असेल, कोण कुठं गेलं असेल! बघू या तरी– असं म्हणत मी फोन नंबर फिरवला, तर नेमका लिंडानं फोन उचलला. माझा आवाज कानावर पडताच 'शोब्बा' म्हणून ती आनंदानं ओरडली. आमच्या गप्पा सुरू झाल्या. गेल्याच वर्षी लिंडाचं लग्न झाल्याचं कळलं. आम्ही आधी त्यावर बोललो. मग मी सगळ्यांची चौकशी सुरू केली.

"डिना काय म्हणते? तिचं लग्न कधी झालं?" मी उत्साहानं विचारलं.

"तिची बिचारीची ट्रॅजेडीच झाली."

"आई गेली की काय?" –माझा प्रश्न.

"आई कसली जाते! अगं, तिचा मित्र गेला सहा महिन्यांपूर्वी हार्ट ॲटॅकनं."

"काय?" मी ओरडलेच.

"सारखे डिनाच्या आईच्या तब्येतीचे प्रश्न. मेजर काही नाही. पण सतत काहीतरी चालूच. चार दिवस या दोघांना एकत्र कुठं जाता आलं नाही. डिना आईला सोडू शकली नाही. मित्र बिचारा मधल्या मधे लटकला. या सगळ्या मन:स्तापानं डिनाची तब्येतही चांगली नसते अलीकडे. बघवत नाही तिच्याकडे."

लिंडाकडून हा सगळा प्रकार ऐकून मला वाईट वाटलं. डिनानं आयुष्याच्या सुरुवातीला उत्साहानं थाटलेल्या संसारात तिच्या वाट्याला वैवाहिक सुख आलं नाही. निदान उशिरा का होईना, तिला कुणाचं प्रेम मिळालं. संसाराची स्वप्नं तिच्या मनात फुलली आणि परत तिच्या वाट्याला आलं नैराश्य.

आम्ही नवीन गावात आलो. रुळलो. वर्षं वाऱ्याच्या वेगानं पळू लागली.

एकदा एका कार्यक्रमाच्या निमित्तानं, गावात नवीन बांधलेल्या परफॉर्मिंग आर्ट सेंटरच्या डायरेक्टरशी – जेसीशी – ओळख झाली. त्याच्या बरोबर त्याची मदतनीस – मैत्रीण – डेबी होती. या कार्यक्रमाच्या निमित्तानं मग आमच्या भेटी वाढल्या आणि कुठेतरी तारा जुळल्या. जेसी आणि डेबी दोघंही अतिशय उत्साही, मेहनती. त्यांच्या अथक परिश्रमातून हे सेंटर चांगलंच नावारूपास आलं. काही दिवसांनी त्यांच्या कामाची गडबड आटोपल्यावर त्या दोघांना आमच्याकडे जेवायला बोलावलं. सगळी तयारी करून आम्ही जेसी-डेबीची वाट पाहत होतो. तेवढ्यात फोन वाजला. फोन जेसीसाठी होता. जेसी आमच्याकडे पोचण्यापूर्वीच त्याच्यासाठी फोन आला, याचं मला आश्चर्य वाटलं. त्या बाईनं खुलासा केला की, ती जेसीची मावशी. जेसी आमच्याकडे असणार याची तिला कल्पना होती. जेसीच्या आईची तब्येत बिघडली असून जेसीनं आल्याबरोबर लगेच त्याच्या आईकडे निघून यावं,

असा निरोप तिनं दिला. हा निरोप ऐकून आम्हाला वाईट वाटलं. निराशा झाली. किती दिवस या संध्याकाळचे बेत आम्ही केले होते. मुद्दाम जेसी-डेबीला आवडतात ते आपले खाद्यप्रकार केले होते. तरीही त्याच्या आईच्या तब्येतीविषयी ऐकून काळजी वाटली. परत वीस मिनिटांनी त्या मावशीचा फोन आला. अजून जेसी-डेबी आले नव्हते. दहा मिनिटांतच ते आले. जेसी उत्साहानं बोलत होता. खळखळून हसत होता. आम्हाला मात्र त्याला काय, कसं सांगावं, हे कळेना. तेवढ्यात पुन्हा फोन वाजला. यानं जेसीला झाला प्रकार सांगितला. आमची क्षमा मागून जेसी तडक निघाला. आम्हाला खूपच वाईट वाटलं.

पण त्या संध्याकाळी डेबीचा वेगळाच अवतार आम्हाला पाहायला मिळाला. ती अतिशय संतापली होती. गेले कित्येक दिवस एका कार्यक्रमाच्या उभारणीत ते खूप दमले होते. ते या संध्याकाळची वाट पाहत होते. तिचाच विचका झाला. डेबी बोलत होती. पीत होती. ती जेसीच्या आईवर चिडली. जेसीवर चिडली. आणि जेसीच्या प्रेमात पडल्याबद्दल स्वत:वरही.

त्यानंतर वर्षभरात जेसीची आई गेली. पण ती असतानाच तिच्या स्वभावानं या दोघांत हळूहळू अंतर पडलं गेलं. ती गेल्यानं ते मिटणारं नव्हतं. मग दोघंही आपापल्या मार्गानं दूर निघून गेली. आम्हाला मात्र आमच्या चांगल्या मैत्रीचा असा शेवट झाला म्हणून वाईट वाटलं.

काही वर्षांनंतरची गोष्ट.

आमचा बॉस बॉब. अतिशय उत्साही. उमदा, हसरा. कितीही कामात असला तरी प्रत्येकाची विचारपूस करणारा. लवकरच त्याला वरची जागा मिळणार आहे. कामाचा अनुभव, त्याची कार्यक्षमता बघून आमच्या ऑफिसनं नवीन निघणाऱ्या ब्रँचसाठी वरच्या जागेवर याला पाठवायचं कबूल केलं.

पण अलीकडे कसा कुणास ठाऊक, बॉबचा खेळकरपणा मावळला. गंभीर चेहऱ्यानं तो काम करतो. कुणाशी मिसळत नाही. सगळ्यांची कुजबूज सुरू झाली की, चार महिन्यांनी याला प्रमोशन मिळणार आहे, तर हा भाव खायला लागलाय. बॉबच्या वागण्यातला बदल सगळ्यांचाच लक्षात आला. आणि एक दिवस बातमी आली की बॉब आजारी असून त्याला ऑफिसमध्ये ॲडमिट केलंय. आम्हाला सगळ्यांनाच वाईट वाटलं. आम्ही फुलं पाठवली. शुभेच्छा कार्डं पाठवली.

दोन आठवड्यांनी बॉब परत आला, तो पार पांढरा फटक होऊन. ढेपाळलेला. मग कुणा-कुणाकडून बातम्या कळल्या आणि वाईट वाटलं. बॉबची ऐंशीच्या घरातली आई त्याच्याकडे असते. मध्ये ती बरीच आजारी होती. हॉस्पिटलमध्ये होती. बॉबनं – विशेषत: त्याच्या बायकोनं – खूप धावपळ केली. म्हातारी बरी

होऊन घरी आली. पण बॉबनं नोकरी व्यतिरिक्तचा वेळ तिच्याबरोबर घालवावा, असा तिचा हट्ट असतो. मग रोज तो घरी गेल्यावर सतत तिची गाऱ्हाणी, दुखण्याच्या कटकटी सुरू होत. आईच्या असल्या वागण्यानं बॉबचं त्याच्या मुलांकडे, घरादाराकडे, बायकोकडे दुर्लक्ष होऊ लागलं. या सगळ्यातून निर्माण होणारे ताण, नोकरीतली वाढती जबाबदारी या सर्वांचा त्याच्या तब्येतीवर परिणाम झाला. त्याचं ब्लडप्रेशर एकदम वाढलं आणि त्याला हॉस्पिटलची वाट धरावी लागली.

आज सकाळपासून पाऊस पडत असल्याने लंच टाईममध्ये कुणी बाहेर फिरकले नाहीत. मग सगळ्यांच्या गप्पा सुरू झाल्या. कुणीतरी बॉबचा विषय काढला.

लगेच आमच्यातली वयानं मोठी, अनुभवी बेथ पुढं आली. म्हणाली, "मला वाटतं, यापुढं बॉबनं काय करायचं याचा नीट विचार करायला हवा. हा पन्नाशीकडे आलाय. त्यात करिअर, बायको, मुलं, आई, घरदार– असे सगळे ताण. तर, माणसानं करायचं काय? प्रत्येकाला सारखाच न्याय देणं शक्य नाही. यात महत्त्वाचं काय, कशासाठी किती वेळ द्यायचा, हे ज्याचं-त्यानं ठरवायला हवं. या गोष्टी सोप्या नसतात. पण कधी आपल्या मनाला न पटणारे पण कुटुंबाच्या दृष्टीने योग्य असे निर्णय घेणं आवश्यक असतं."

बेथला काय म्हणायचं आहे, तेच आमच्या लक्षात येईना. जेव्हा बेथनं तिची सर्व हकिगत सांगितली, तेव्हा आम्हाला तिच्या बोलण्याचा उलगडा झाला.

बेथचे वडील गेले तेव्हा बेथच्या आईनं सत्तरी ओलांडली होती. तशी तब्येत चांगली होती; पण बेथला मात्र आई एकटीच एवढ्या दूर राहणार म्हणून काळजी वाटू लागली. सहा महिन्यांनी जेव्हा आईनं आपण बेथकडे राहायला येणार असल्याचं सांगितलं, तेव्हा बेथ आनंदली. बेथचा भाऊही आईला आपल्याकडे ठेवून घ्यायला तयार होता; पण तिला लेकीकडेच यायचं होतं. त्यानंतर बेथच्या आईनं तिला एक सविस्तर पत्र पाठवलं. एकदा तिच्याकडे राहायला आल्यावर त्या दोघींच्या संबंधांत कुठलेही ताणतणाव येऊ नयेत म्हणून लेकीकडे राहताना आपल्या काय अपेक्षा असतील, त्या तिनं कळवल्या. त्या अपेक्षा – किंवा अटी – मान्य केल्या, तरच आपण बेथकडे राहायला येऊ; नाहीतर वृद्धाश्रमात राहायला जाऊ, असंही आईनं स्पष्ट केलं.

त्या अटीही विचित्र होत्या.

रात्री आठनंतर कुणाचा फोन येता कामा नये. नऊनंतर कुणी जागता कामा नये. टी.व्ही. फक्त ठराविक वेळेलाच बघायचा. मित्रमंडळी, पार्ट्या– असली धमाल तिच्या आईला चालणार नव्हती.

बेथनं अटी विचारपूर्वक अमान्य केल्या. आई वृद्धाश्रमात राहायला गेली. बेथ दर महिन्याला नवऱ्याला, मुलांना घेऊन घरापासून दोन तासांच्या अंतरावर असलेल्या वृद्धाश्रमात जाऊन आईला भेटे. तिच्याबरोबर वेळ घालवी. पण जेव्हा तिची आई गेली तेव्हा कळलं, की तिच्या मृत्युपत्रात तिनं बेथचा, बेथच्या मुलांचा उल्लेखही केलेला नव्हता. सगळं मिळालं ते क्वचितच आईची विचारपूस करणाऱ्या मुलाला, सुनेला.

"ठीक आहे. क्षणभर वाईट वाटलं. पण राग आला नाही. सुरुवातीला मी स्वतःला दोष दिला की मी सांभाळू शकणार नसल्याने तिला वृद्धाश्रमात राहावं लागतंय. पण आज विचार केला की वाटतं, आई आमच्या घरी राहिली असती तर तिच्या वागण्या-बोलण्यानं, तिनं घातलेल्या अटींमुळं आमचं कौटुंबिक आयुष्यच ढवळून निघालं असतं. मुलांवर त्याचा परिणाम झाला असता. आमचे नवरा-बायकोचे संबंध बिघडले असते. आज मुलं चांगली निघाली, अतिशय सुखी आयुष्य वाट्याला आलं याचं समाधान आहे. शेवटी मागच्यांचा विचार करायचा की पुढच्यांचा? कदाचित हा स्वार्थी विचारही असेल."

मनात विचार आला, बेथची आई काय, बॉबची आई काय आणि कितीतरी. ही म्हातारी माणसं अशी का वागत असतील? वाढत्या वयानं यांचे स्वभाव बदलत असतील? असुरक्षिततेची भावना यांना ग्रासत असेल? त्यातूनच मग निर्माण होणारा त्यांचा आपल्या मुला-मुलींना फक्त आपल्या भोवती बांधून ठेवण्याचा अट्टाहास. त्यातूनच विस्कळीत होणारं मुला-मुलींचं आयुष्य आणि या म्हाताऱ्या माणसांचंही.

कॅथी म्हणाली, "आता आयुर्मर्यादा दिवसेंदिवस वाढत चालली आहे. त्यामुळे वृद्धांचे प्रश्नही वाढणार आहेत. हल्ली बरेच जण वृद्धापकाळात स्वतंत्रपणे राहणं, एकटं राहणं पसंत करतात. माझ्या आईला अर्धांगाचा झटका आला. नशिबाने त्यातून ती लवकर बरी झाली. पण एकटीच स्वतःच्या घरी राहते. तिला उगीच आमच्या कुणाच्या संसारात अडकायचं नाही. आत्तापासून वृद्धाश्रमातही जायचं नाही. पंचाहत्तरीची तर आहे. या घरात एवढी वर्षं काढली. सगळा परिचित भाग. आजूबाजूला मैत्रिणी. सीनिअर सिटिझन्सचा क्लब. शिवाय हल्ली शास्त्र केवढं पुढं गेलंय. किती सोई झाल्यात. माझ्या आईनं एक उपकरण घेतलंय. गळ्यातल्या साखळीमधील पदकात एक छोटं बटण बसवलंय. कधी एकदम तिला काही झालं, फोनपर्यंतही ती पोचू शकली नाही, तर तिनं हे बटण नुसतं दाबायचं. थोड्याच वेळात तिला मदत उपलब्ध होऊ शकते. याला PERSONAL EMERGENCY RESPONSE SYSTEM (PERS) म्हणतात. त्यामुळे आम्हालाही विशेष काळजी वाटत नाही."

मॅक म्हणाला, "हल्ली बहुतेक बायका नोकऱ्या करतात; त्यामुळे प्रत्येकीनं स्वत:च्या भविष्यकाळाची थोडीफार तरी तरतूद केलेली असते. पण माझ्या आईची ट्रॅजेडी झाली. आम्ही सात भावंडं. आम्हाला वाढवण्यात तिचा वेळ गेला. ती शिकलेली नव्हती. तशी आमची परिस्थितीही बेताचीच. माझी धाकटी बहीण अठरा वर्षांची झाली आणि वडील आईला सोडून कुणा तरुण मुलीबरोबर राहायला गेले. एवढी वर्षं संसारासाठी खस्ता खाऊन शेवटी नवरा आपल्याला सोडून जातो, हा धक्का तर मोठाच होता. पण आता आपल्याला आर्थिक आधार नाही, आपण निर्धन आहोत, हेही तिच्या लक्षात आलं. मनानं ती खचलीच आणि सहा महिन्यांतच गेली. हे घडलं, तेव्हा आम्ही सर्वच भावंडं फारशी मोठी नव्हतो. स्वत:च्या पायावर उभं राहायला धडपडत होतो. आईचं दु:खं, तिच्या काळज्या काय असतील, ते कळलंच नाही. मात्र, आपण आईला मदत करू शकलो नाही, हे शल्य आम्हाला सगळ्यांना कायमचं डाचतंय."

बेथ म्हणाली, "ॲन, असे इतरांचे अनुभव ऐकून तरी शहाणं व्हायचं असतं. नोकरी करतेस, हातात पैसा आहे म्हणून सगळा काही शॉपिंगवर उडवायला नको. नेहमी मी तुला सांगत असते, पेन्शन प्लॅनमध्ये पैसे टाकत जा, तर पटत नाही तुला. या तरुणांना वाटतं, आपण म्हातारे होणारच नाही. पैसा हातात आला की खर्चायचा. मजा करायची. बस्स, एवढंच. बायकांनी तर विचारपूर्वक पुढल्या आयुष्याची तरतूद केली पाहिजे. आपल्याला पुरुषांपेक्षा जास्त आयुष्य मिळतं, हे विसरून चालणार नाही."

एक जळजळीत सत्य बेथनं असं सहज उघडं केलं आणि माझं मन चरकलं.

जॉय म्हणाला, "माझ्या वडिलांना किती सुंदर मरण आलं! पंच्याऐंशी वर्षांचे होते. त्यांनी Living Will करून ठेवलं होतं. कुठल्याही कृत्रिम साधनांनी त्यांना जिवंत राहायचं नव्हतं. शेवटल्या दिवसांत त्यांना घरीच रहायचं होतं. त्यांची तब्येत बिघडली तेव्हा आम्ही सर्व मुलं-नातवंडं जमलो. मग त्यांच्याभोवती बसून कुणी गाणी म्हणतंय, कुणी पियानो वाजवतंय तर कुणी जुन्या आठवणींची उजळणी करतंय असं सगळं चालू होतं. घराला एखाद्या सणासारखं रुप आलं होतं. मग या सगळ्या नातेवाईकांच्या मेळाव्यात. संगीताच्या सूरात माझ्या वडिलांनी झोपेत शांतपणे जगाचा निरोप घेतला."

"जॉय, तुझ्या वडिलांनी विचारपूर्वक सर्व गोष्टी हाताळल्याने तुम्हा भावडांत मतभेद होण्याचा प्रश्न आला नाही. त्यामुळेच तुझे वडिल आनंदानं मृत्यूला सामोरे जाऊ शकले. पण माझ्या वडिलांनी Living Will केलेलं नव्हतं जेव्हा त्यांची प्रकृती खूप बिघडली आणि केवळ कृत्रिम उपायांनीच फक्त ते नुसते जिवंत राहू शकतील, हे लक्षात आलं, तेव्हा मी डॉक्टरांना विनंती केली की अतिशय उमदं

आणि समृद्ध आयुष्य ते जगले आहेत. आता असं नुसतं भाजीपाल्यासारखं त्यांना जगवू नका. पण माझ्या बहिणीला ते पटलं नाही. तिनं माझ्या म्हणण्याला विरोध केला. मग डॉक्टरांचा नाइलाज झाला. नंतरचं त्यांचं जगणं हे जगणंच नव्हतं. त्यांना तशा विकलांग अवस्थेत बघणं, हेही अतिशय क्लेशकारक होतं. त्यांना स्वत:ला असं जगणं नक्कीच आवडलं नसतं. बेसुमार खर्च झाला, तो वेगळाच. तशा अवस्थेत ते तीन महिने जगले. मात्र, या अनुभवानंतर मी व माझ्या बायकोनं प्रथम काय केलं असेल, तर ते म्हणजे Living Will.''

असे एकेकाचे अनुभव ऐकत होते.

काही घाबरवून सोडणारे, काही हलवून सोडणारे, तर काही अंतर्मुख करणारे.

व्यक्ती-व्यक्तीच्या स्वभाववैशिष्ट्यांतून उद्भवणारे ताण, संघर्ष... शब्दाशब्दानं दुरावणारी नाती; तर कधी स्वत: आई-वडिलांची भूमिका जगताना नव्यानं कळलेले आपलेच आईवडील. कधी केवळ कर्तव्य म्हणून कोणी केलेली आईवडिलांची देखभाल, तर कधी आंतरिक इच्छा असूनही निर्माण झालेली परिस्थितीची कोंडी. कधी लांबचं अंतर.

मला एकदम दादांची आठवण झाली. कुठलंही दुखणं माहिती नसलेल्या दादांना वयाच्या ७४ व्या वर्षी अचानक कॅन्सरनं गाठलं. दुखण्याचं निदान होताच त्यांनी सर्व व्यवहार आटोपते घ्यायला, आवराआवरीला सुरुवात केली. आपल्याला पुष्कळ आयुष्य मिळालं, सगळ्यांचं चांगलं बघायला मिळालं, या समाधानी भावनेने त्यांनी सहा महिन्यांतच शांतपणे या जगाचा निरोप घेतला.

लंच टाईम संपला. सर्व जण आपापल्या जागी परतले. कामात बुडाले.

मागच्या भारतभेटीत माझी मैत्रीण नंदा भेटली. मनसोक्त गप्पा झाल्या. तिच्या भावंडांची मी चौकशी केली.

''आमची प्रतिभा बिचारी संसारात पार पिचून गेलीये.''

''काय झालं गं?'' मी काळजीनं विचारलं.

''तसं सगळं चांगलं आहे. दोघांच्या नोकऱ्या. मुलं हुशार. मोठा ब्लॉक. पण तो ब्लॉकच नडला.''

''म्हणजे?''

''प्रतिभाची जागा मोठी. त्यामुळे गेली दोन वर्षे सासू-सासरे त्यांच्याकडेच मुक्काम ठोकून आहेत. त्यांची या वयातली दुखणी; शिवाय सासूबाईंचा स्वभाव. बिचारी प्रतिभा तर मेटाकुटीला आलीये. मोठा दीर तर त्यांना एक दिवसही ठेवून घ्यायला तयार नाही. म्हणे, जागेची अडचण. आणि ती शहाणी नणंद आहे नं अमेरिकेला. जेव्हा तिला जरूर होती तेव्हा केवढी कौतुकं केली. आईवडिलांना

ग्रीनकार्डही मिळवून दिलं होतं म्हणे. पण आता तर त्यांचं नावही घेत नाही. तिकडे असण्याचा हा एक फायदा. आई-वडिलांची, सासू-सासऱ्यांची जबाबदारी घ्यायला नको.'' नंदानं अकारण टोला हाणला.

''खरं सांगू नंदा, प्रतिभाच्या नणंदेबद्दल – शीलाबद्दल – तू जे सांगतेस, ते तितकंसं खरं नाही. ती प्रथम अमेरिकेत आली तेव्हा तूच तिला माझा फोन नंबर दिला होतास. अगदी आमच्या गावातच होती. शीला तिथं येते तोच आई-वडील आले लेकीचा संसार बघायला. परत जाऊन चार महिने होताहेत तोच कळलं, शीलाला बाळ होणार असल्याचं. लगेच आई-वडील पुन्हा धावले लेकीकडे. एकुलती एक लाडकी लेक! तिला सोडून त्यांना इतकं दूर राहवेना. शीलानं मग सिटिझनशिप मिळताच त्यांना ग्रीनकार्डावर बोलावून घेतलं. आणि त्यांनी शीलाच्या संसारात लुडबुड करायला सुरुवात केली. मुलं आजी-आजोबांच्या अतिलाडानं लाडावली. इकडे भाऊ-भावजयांना काय, ही मंडळी परदेशात होती ते बरंच होतं. शेवटी या मंडळींच्या ढवळाढवळीमुळे शीला आणि तिच्या नवऱ्याचे संबंध अटीतटीला आले; तेव्हा शीलाचे डोळे उघडले आणि तिनं आई-वडिलांना दूर केलं.''

मनात आलं, ज्यांना वडिलधाऱ्यांची जबाबदारी घ्यायची असते, ते कुठंही राहून ती घेऊ शकतात. ज्यांना टाळायची असते, ते एकाच गावात राहूनही ती टाळू शकतात. शिवाय, वरवर दिसतात तेवढ्या गोष्टी साध्या-सरळ थोड्याच असतात? कधी समंजसपणे नाती जपली जातात; तर कधी सुरुवातीलाच त्याला तडा जातो आणि मग तो सांधणं सहज शक्य होत नाही.

तरीही वाटलं, नंदा आपली मैत्रीण. तिनं तरी परदेशी राहणाऱ्या आपल्या लोकांबद्दल असं विधान करायला नको होतं. आमच्याच घरातली गोष्ट काय हिला माहिती नाही? आई-काकांना अमेरिकेत इमिग्रेशनवर बोलावलं तेव्हा काकांना विस्मरणाचा त्रास आहे याची कल्पना होती. पण ते आमच्याकडे राहायला आले तेव्हा त्या विस्मरणाचं खरं स्वरूप आकलन झालं. हे नुसतं वयानं येणारं विस्मरण नसून अल्झायमरनं (स्मृतिभ्रंशाने) त्यांना ग्रासलंय, हे स्पष्ट झालं. आमचं अतिशय धावपळीचं आयुष्य. याचे अनेक उद्योग, पाहुण्यांची वर्दळ, किशोरावस्थेतील मुलं, नोकरी आणि करारी स्वभावाच्या आई– या सगळ्यांसमवेत काकांचं दुखणं समजावून घेऊन त्याला सामोरं जाताना, एकेक दिवस पार पाडताना त्रेधा उडायची. पण याचा माझ्यावरील विश्वास आणि मुलांनी दाखवलेलं सामंजस्य यामुळे सगळं निभावून गेलं. जवळजवळ तीन वर्षं अमेरिकेत राहून थोडे दिवसांसाठी आई काकांना घेऊन भारतात परतल्या त्या तिथंच राहिल्या. काकांच्या विस्मरणानं सीमा गाठली. संदीप-श्यामानं कुठंही कमी पडू न देता त्यांची सेवा केली. भारतात परतल्यावर दोन-

अडीच वर्षांतच काका आणि त्या पाठोपाठ आईंनी परलोकाचा रस्ता धरला.

आमचं एक जाऊ दे. पण परदेशात राहून वडिलधाऱ्यांची जबाबदारी घेणारे थोडे का आहेत? न्यूजर्सीला पुष्पाकडे कित्येक वर्षं तिचे सासू-सासरे होते. नंतर तिचे आई-वडीलसुद्धा आले. चौघंही आनंदात हिंडत, फिरत. काही वर्षं उलटली. त्यांना हळूहळू वृद्धत्वानं ग्रासलं. त्यातून उद्भवणारी दुखणी, औषधपाणी, पथ्यपाणी, हॉस्पिटलच्या चकरा, प्रचंड धावपळ आणि गेल्या चार वर्षांत तिघांनी धरलेला परलोकाचा रस्ता.

अर्धांगानं विकलांग झालेल्या, माणसं न ओळखू न शकणाऱ्या वडिलांना वीणाला नाइलाजानं नर्सिंग होममध्ये ठेवावं लागलं. तरी प्रत्येक शनिवारी-रविवारी ती त्यांना घरी आणून त्यांची देखभाल करी. तिला तिचं करिअर, नवरा, मुलं, घरदार हे सर्वच सांभाळावं लागे. शिवाय, नर्सिंग होमच्या खर्चाला पुरे पडण्यासाठी ती नोकरीत जास्त वेळ काम करी. शेवटपर्यंत – म्हणजे जवळजवळ सहा वर्षं – असं वीणानं वडिलांना सांभाळलं. असे कितीतरी. याला काही अपवाद असतीलही.

मी नंदाला म्हटलं, "नंदा, इतरांचं जाऊ दे. आपण काय करणार आहोत? आपल्या आजीची जागा आज आईनं घेतलीय आणि बघता-बघता आईच्या जागेवर उद्या आपण असू. त्या वेळी वागण्या-बोलण्याची कुठली पथ्यं पाळायची, मुला-मुलींच्या संसारात लुडबूड न करता थोडं अंतर राखून जवळीक कशी साधायची याचा विचार करायला हवा."

आज सोमवार. सगळेजण शनिवार-रविवार एवढ्या लवकर संपून हा सोमवार कुठं उगवला म्हणत नाइलाजानं कामाला आले होते. सगळ्यांच्या चेहऱ्यावर दोन दिवसांच्या सुट्टीचा रंग चढला होता. उन्हात छान रापून मंडळी आली होती. मी तर अतिशय थकले होते. आम्ही दोन दिवस समुद्रकिनारी जाऊन राहिलो होतो. मनसोक्त भटकलो होतो. पाण्यात डुंबलो होतो. पायाचे अगदी तुकडे पडले होते. लंच टाइममध्ये कुठे बाहेर पडण्याचाही उत्साह शिल्लक नव्हता. तरीही जरा मोकळ्या वातावरणात जावं म्हणून मी बाहेर पडलेच.

माझ्या ऑफिसमधून पाच मिनिटांवर पोटोमॅक नदीचा किनारा. छोट्या पायवाटेच्या दुतर्फा उंच-उंच झाडं, पानापानानं लहडलेली आणि समोर नदीच्या पात्रांत नांगरून ठेवलेल्या लहान-मोठ्या बोटी. रोज अर्धा तास या रस्त्यानं फिरताना मनाला किती आनंद वाटतो. पण आज फिरण्याचं त्राण नसल्यानं जवळच्याच एका बाकावर बसले आणि माझं लक्ष शेजारी बसलेल्या एका वृद्ध जोडप्याकडं गेलं.

आम्ही एकमेकांना अभिवादन केलं.

आजीबाई म्हणाल्या, "हे काय, आज बसलीस अशी! तब्येत बरी आहे नं?

आम्ही अनेकदा तुला पाहतो. किती झपाझप चालतेस!''

मला तर या जोडप्याला बघितल्याचं लक्षात येईना.

आजीबाई म्हणाल्या, ''या भागात राहायला येऊन आम्हाला पाच वर्षं पूर्ण झाली. घर विकलं. सध्या भाड्याच्या अपार्टमेंटमध्ये राहतोय. ही जागा किती सोईची. विमानतळ, म्युझियम्स सगळंच जवळ इथून. आणि हा रस्ता तर किती सुरेख आणि शांत. किती मजा यायची सायकल चालवायला!''

एकदम माझ्या लक्षात आलं. दोघं जण दिसायचे खरे सायकलीनं जाता-येताना. चेहरे कधी धडसे दिसले नाहीत. तरी मोठ्या वयाचं जोडपं आहे, हे लक्षात आलं. पण आज माझ्या पुढ्यात असणारे हे दोघं किती थकलेले दिसतात. म्हातारे दिसतात.

माझ्या चेह‍र्‍यावरचे भाव पाहून आजोबा म्हणाले, ''गेल्या दोन वर्षांत आमच्या तब्येती खूप बिघडल्या. आमचा मुक्काम सारखा हॉस्पिटलमध्येच. इतकी वर्षं म्हातारपणाला दूर लोटून आम्ही मजेत हिंडत-फिरत होतो, प्रवास करत होतो. पण गेल्या दोन वर्षांत मात्र म्हातारपणानं आम्हाला अक्षरश: मिठीत घेतलं. याला दूर करणार तरी कसं?'' आजोबा खो-खो करून हसू लागले.

आमच्या गप्पा रंगल्या. माझी वेळ होताच त्यांचा निरोप घेऊन मी उठले.

आज परत फिरताना या वृद्ध जोडप्याचे विचारच माझ्या मनात होते. आजोबांचा नुकताच सत्त्याऐंशीवा वाढदिवस झाला होता. आजीबाई त्यांच्याहून सहा महिन्यांनी लहान.

त्यानंतर रोज फिरताना माझी दृष्टी या दोघांना शोधायची. नुसता लांबून त्यांना हात करून मी पुढे जात असे. कधी जवळपास असले, तर पाच मिनिटं बोलून चौकशी व्हायची.

दोघंही पाठीतून वाकलेले. चालताना काठीचा आधार घेणारे. पण बोलणं मात्र गमतीचं. सारखे आजोबांचे विनोद. त्याला खळखळून हसून आजीबाईंची दाद. बोलताना एकमेकांना शाब्दिक चिमटे. परत दोघांचं हसणं. मला या आनंदी जोडप्याची गंमत वाटली.

मग आमच्या होणाऱ्या भेटींमधून त्यांच्या कुटुंबाविषयी अधिक माहिती कळली. मुलं-मुली आपापल्या संसारात रमलेली. दोन नातवंडांची लग्नं झालेली. आजी-आजोबा मुलांकडे अधून-मधून जाऊन येतात. सगळे जण आपापल्या विश्वात सुखी आणि त्या सुखाची साय आजी-आजोबांच्या बोलण्यातून उतू जाणारी.

एकदा आजीबाई म्हणाल्या, ''मला डोळ्यांचा त्रास लवकर सुरू झाला. मग मी गाडी चालवणं सोडलंच. उगीच कशाला आपला आणि त्याहून म्हणजे इतरांचा जीव धोक्यात घालायचा? शिवाय इथे बसची सोय आहे. टॅक्सीनं जवळपास हिंडता

येतं. गाडीचं टेन्शन उगीच हवं कशाला?''

मला आजीबाईंचं कौतुक वाटलं. जे आपल्याला जमणार नाही त्याचा त्यांनी स्वीकार केला. नाहीतर इथं हा प्रश्न किती बिकट आहे. वयाच्या सोळाव्या वर्षापासून गाडी चालवायला सुरुवात केलेली असते. नंतर उतारवयात दृष्टी अधू होते, निर्णय पटकन घेणं जमत नाही, हालचाली जलद होत नाहीत, तरीही गाडी चालवणं सोडायला ही मंडळी तयार नसतात. आज वृद्धांकडून घडणाऱ्या अपघातांचं प्रमाण इथं बरंच वाढलंय आणि मधल्यामधे निरपराध लोकं त्यात बळी जातात.

या पार्श्वभूमीवर या जोडप्यानं घेतलेला निर्णय मला स्तुत्य वाटला.

एकदा मी त्यांना विचारलं, ''एरवी तुम्हा दोघांनाच कंटाळा नाही येत?''

''हे बघ, कंटाळ्याचा विचार जरी मनात आला, तरी तो आपल्याला येऊन चिकटतोच. त्याला दूर कसं ठेवायचं, तेवढं मात्र कळलं पाहिजे.''

मी आजोबांचा हात थोपटून दाद दिली.

मला मोठी गंमत वाटली, आयुष्याच्या टोकाला पोचलेली ही जोडी. हातापायांत जोर नसलेली. दुखण्यांच्या साथ-सोबतीचं ओझं बाळगत आपल्या परीनं या कंटाळ्याला दूर ढकलून सतत हसणारी.

आजीबाईंना वाचायची आवड. पण दृष्टी अधू झाल्याने खास मोठ्या टाइपातली पुस्तकं असतात ती वाचायलाही त्रास होतो; म्हणून पुस्तकांच्या टेप्स त्या ऐकत बसतात.

''टेपवर बोलणाऱ्यानं आवाज चांगला कमावलेला असतो. त्यात नाट्य असतं. तरीही हातात पुस्तक घेऊन वाचत बसण्याची गंमत त्यात नाही. पण कान शाबूत आहेत, टेप्स ऐकता येतायत; मग आणखी काय हवं?'' –आजीबाईंचं हसणं.

आजोबांना जुन्या वेस्टर्न मूव्हीजची आवड. त्या मूव्हीज बघण्यात ते रंगून जातात. सेवानिवृत्त झाल्यावर दोघांनी अनेक छंद जोपासले. जेव्हा मुला-मुलींना मदतीची जरुरी होती तेव्हा त्यांच्या संसारात मदतही केली.

आजोबा म्हणाले, ''आम्ही एकमेकांवर, मुला-मुलींवर, सर्वच गोष्टींवर मनापासून प्रेम केलं. तसंच प्रेम आम्हालाही सगळ्यांकडून मिळालं. माणसाला आणखी हवं तरी काय?''

अरे, ही मंडळी तर आपल्याच जातकुळीतली. त्या दिवशी त्यांचा निरोप घेताना माझी पावलं अधिक झपाझप पडत होती. सगळ्या अंगात एक वेगळा उत्साह आला आणि पाडगावकरांच्या ओळी डोक्यात घुमू लागल्या...

'या जन्मावर, या जगण्यावर, शतदा प्रेम करावे...'

मध्ये बरेच दिवस गेले.

आजी-आजोबा दिसले नाहीत. मलाच चुकल्यासारखं वाटलं. त्यांच्या तब्येतीविषयी काळजी वाटली.

आज आजी-आजोबांना बघताच मी धावत त्यांच्याकडे गेले. आजोबा म्हणाले, ''तुझ्याशी पाच मिनिटं बोलायचंय. शेवटी आम्ही निर्णय घेऊन टाकला.''

''कसला?''

''खूप विचार केला. नाही म्हटलं तरी आता दोघांनीच राहायचं त्रासाचं. लांब राहून मुलांनाही काळजी वाटणार. म्हणून आम्ही वृद्धाश्रमात जायचं ठरवलंय. माझ्या मुला-मुलींनी निरनिराळ्या वृद्धाश्रमांचा अभ्यास केला आणि हे ठिकाण नक्की केलं. विचार केला, दोघं आहोत; आत्ताच जावं. नाहीतर मागे राहिलेल्या एकट्याला नवीन वातावरणात सगळं कठीण जाईल.'' हातातलं माहितीपत्रक मला दाखवत आजोबा म्हणाले.

आजोबांना थांबवत आजीबाई उत्साहानं म्हणाल्या, ''काय सुंदर जागा आहे! आम्ही स्वतंत्र अपार्टमेंट घेतलंय. पण जेवण-खाण सगळंच त्यांचं. खूप केलं इतकी वर्षं. शिवाय चोवीस तास वैद्यकीय मदत उपलब्ध आहे. हॉस्पिटल आहे त्यांचं. इतकं रमणीय ठिकाण आहे! आजूबाजूला झाडी, पाऊलवाटा, छोटी-छोटी तळी, त्यात तरंगणारी बदकं. शिवाय हेल्थ क्लब, टेनिस कोर्ट्स, स्विमिंग पूल– सर्वच. ज्यानं-त्यानं आपापल्या आवडीप्रमाणे तब्येती सांभाळून गोष्टी कराव्यात. ऑक्टोबरला आम्ही तिकडे राहायला जाणार. काय सुंदर फॉल बघायला मिळेल!'' आजीबाई खुदखुदल्या.

त्या दिवशी त्यांचा निरोप घेताना माझं मन हललं. किती आनंदानं या दोघांनी आयुष्याचे एकेक टप्पे स्वीकारले. कुठं कसली तक्रार नाही. अतृप्ती नाही.

मला आठवलं, एकदा आजीबाई गंभीरपणे जणू स्वत:शी बोलल्यासारखं म्हणाल्या होत्या, ''भरपूर आयुष्याचं वरदान घेऊन जगत असताना बरोबरीचे स्नेही-सोबती, भावंडं एकेक करून निघून जातात. आपल्या आयुष्याचा, आठवणींचा कप्पा ते बरोबर घेऊन जातात. पण त्याहीपेक्षा डोळे उघडून आयुष्याकडे बघण्याची संधी मिळण्यापूर्वी लहान मुलं जातात. त्यांच्या दु:खाचं ओझं मनाला दमवतं. तरीही, वरचं बोलावणं येईपर्यंत एका ऋतूमागून येणारा दुसरा ऋतू बघत आयुष्य जगायलाच हवं.'' आजीबाईंनी डोळे टिपले होते.

आजीबाईंची कॉलेजला जाणारी नात दुसऱ्या कुणाच्या चुकीनं मोटार अपघातात गेली, तर एक किशोरावस्थेतील नातू कॅन्सरनं गेला. आजी-आजोबांकडून कधीतरी कानावर पडलेले त्यांच्या कौटुंबिक आयुष्याचे तुकडे.

आजोबा म्हणाले, "मी तर मृत्यूला केव्हाचा सांगतोय– आम्ही तयारीत आहोत. गाठोडी बांधून बसलोय. तुला आमच्या घरी दोन-दोन खेपा घालण्याचा त्रासही आम्ही देऊ इच्छित नाही. एकदा ये आणि दोघांना घेऊन जा." त्यानंतर आजोबा इतके हसले, इतके हसले की त्यांच्या डोळ्यांत पाणी आलं.

माझी पावलं ऑफिसच्या दिशेनं पडत होती. मनात विचार मात्र या वृद्ध जोडप्याचा. वाटलं, भविष्यकाळात मनानं असं तरुण राहून वृद्धत्वाला पाठुंगळीला घेऊन यांच्यासारखं जगणं आम्हाला जमेल का?

■

कथाश्री-दिवाळी १९९८

फुग्यातली माणसं

मागील वेळी मी भारतात जायला निघाले, तेव्हा हा म्हणाला, "बाप्पाकाकांकडे नक्की जाऊन ये हं...! ते नव्वदीच्या जवळपास असतील. मी गेलो होतो तेव्हा मला त्यांच्याकडे जायला जमलं नाही."

मी चेहऱ्यावर भोळा भाव आणून याला विचारलं, "हे बाप्पाकाका म्हणजे तुझे सख्खे चुलत काका का रे?"

"तसे सख्खे चुलत नाहीत, पण..." हा विचारात पडला. नात्याचा गुंता याच्या लक्षातच येईना.

मी अनेकदा याचे भाराभर नातेवाईक, त्यांची याच्याशी आणि पर्यायाने माझ्याशी असलेली नाती– या विषयावर याची बौद्धिकं घेतली होती. तरीही हा मूळ पदावर येणार याची मला खात्री होती.

"जाऊ दे गं. नेमकं नातं कशाला कळायला हवं? त्यानं काय फरक पडणार आहे माझ्या आयुष्यात?"

मी गंभीर चेहरा करून म्हणाले, "तुम्हा पुरुषांचं ठीक असतं, पण दूर राहिलं तरी आम्हा बायकांच्या आयुष्यात अशा बारीक-सारीक गोष्टींमुळेसुद्धा फरक पडतो बरं."

एवढं बोलले मात्र; पण मला हसूच आवरेना.

"अरे, मी तुझी परीक्षा पाहिली. त्यात तू पूर्णपणे उतरलास! जाऊ दे, तू तुमच्याकडची ही नाती-गोती लक्षात ठेवण्याच्या भानगडीत पडू नकोस. मी बाप्पाकाकांकडे जरूर जाईन. काकींसाठी स्वेटर, काकांसाठी मफलर असलं काही नेईन. मग ते आमचा दिलीप किती चांगला, कशी आमची आठवण ठेवतो, हे मलाच ऐकवतील."

तर, ठरल्याप्रमाणे भारतात गेले. बडोद्याला गेल्यावर बाप्पाकाकांकडे निरोप पाठवून मुद्दाम त्यांना भेटायला गेले. बडोद्याचं ऊन रणरणत होतं. माझ्या पुतण्यानं मला स्कूटरवरून इकडे आणलं आणि अर्ध्या तासात घ्यायला येतो, असं सांगून तिथून पळ काढला.

काका-काकी दोघंही थकलेले. शरीराच्या त्या वयाच्या तक्रारी चालू. काकींना डोळ्यानं कमी दिसतं. सुरुवातीला त्यांच्या तब्येतीच्या चौकशा झाल्या. काकी स्वेटर पाहून खूश. मग नेहमीचे संवाद, 'आमचा दिलीप म्हणजे...' वगैरे. इकडे वेळ घालवून मी शॉपिंग केलं होतं. आत्ता उन्हाची तडफडत मी आले होते.

घरात बरीच मंडळी – काकांच्या सुना, मुलं, लेक, जावई, नातवंडं – सगळे मला भेटायला – की बघायला – जमले होते. काकी म्हणाल्या, "बाकी शोभा, तुला अमेरिका चांगलीच मानवली."

ज्या बाईला डोळ्यांनी धड दिसतही नाही, तिला माझी तब्येत चांगली वाटावी इतकं माझं वजन वाढलंय का? एक न सुटणारा प्रश्न मला टोचून गेला.

इतक्यात काकांचे जावई म्हणाले, "अमेरिका न मानवायला काय झालं...? तिथली हवा चांगली. खाणं आणि पिणंही चांगलं."

इथं त्यांचा 'पिणं' या शब्दावर अकारण जोर. आणि पुढे मला बोलण्याची संधी न देता या जावईबापूंनी – बाळासाहेबांनी – संभाषणाची सर्व सूत्रं स्वतःकडे घेतली. गुजराती उच्चारातलं यांचं मराठी, त्यात पुन्हा बरेचसे गुजराती शब्द चपखल बसलेले. मला लग्न झाल्यापासून अशा मराठीची सवय. हे बाळासाहेब दुसऱ्या कुठल्या विषयावर बोलले असते, तर मला काही वाटलं नसतं. पण आयुष्य कुठंतरी गुजरातेतल्या खेड्यात काढून ते अमेरिकेसंबंधी असलेलं त्यांचं अगाध अज्ञान इतरांना सांगू लागले. सुरुवात झाली ती, 'अमेरिकन लोक कसे गांडे असतात' इथपासून.

लग्न ठरल्यावर प्रथम मी बडोद्याला आले तेव्हा माझा नणंदेकडून, 'या गांडीला काय झालं', हे ऐकून इतकी दचकले! बाजूला एक लहान मुलगी रडत होती. मग त्या शब्दाचा अर्थ मला सांगण्यात आला. आणि येता-जाता तो शब्द बोलण्यात वापरण्याची इथल्या लोकांची सवयही लक्षात आली.

आता हे बाळासाहेब त्यांच्या खेड्यातल्या गुजराती बांधवांकडून ऐकलेली अमेरिकेची माहिती या मंडळींना ऐकवू लागले. त्यांना म्हणे कोणी मगनभाई अमेरिकेत मॅनेजर म्हणून (ग्रोसरी स्टोअरचा) कसे बोलवत होते, हेही आलंच. सगळे अगदी कौतुकाने बाळासाहेबांचं भाषण ऐकत होते. ते म्हणाले, "ना रे ना... मी त ना पाडली." बोलण्यात तुच्छता आणि पुरुषी अहंकार ठासून भरलेला व आपल्यालाच सगळं समजतं, हा भाव. मी त्यांना थांबवून मध्ये कशी बोलणार?

एकतर मी बाईमाणूस. त्यात त्या घराची, लांबच्या नात्याची का असेना, पण सून. मग मी जुन्या काळातल्या सासुरवाशिणीप्रमाणे निमूट बसून सर्व ऐकत राहिले. मनातल्या मनात मात्र याच्यावर चिडले. यानं साळसूदपणे मला यात ढकललं. शेवटी तासाभरानं माझा पुतण्या मला घ्यायला आला आणि माझी सुटका झाली.

माझं डोकं चांगलंच ठणकायला लागलं होतं. घरी जाऊन थोडा वेळ पडून राहायचा विचार होता. पण घरी पोचले तर घरात शेजारी-पाजारी जमलेले. माझा दीर व्हीसीआर, टीव्ही यांच्याशी झटापट करीत होता. म्हणाला, "वहिनी, हे डॉक्टर सापळे आलेत. त्यांनी एक छान व्हिडिओ टेप आणली आहे, त्यांच्या मित्रानं लंडनहून आणलेली. ती बघू या आपण."

सगळे जण जागा सापडेल तिकडे बसले. टेप सुरू झाली.

भव्य स्टेज. वेगवेगळ्या रंगांचे प्रकाशझोत. संगीताचे मंद सूर. धीम्या पावलानं एका तरुणानं स्टेजवर प्रवेश केला. टाळ्यांचा कडकडाट झाला. जादूचे प्रयोग करणार वाटतं, असं मनात येईपर्यंत त्याच्यासमोर एक टेबल आलं. त्यावर रंगीबेरंगी बाटल्या.

क्षणात त्याचा खेळ सुरू झाला. मी डोळे विस्फारून तो पाहू लागले, टाळ्या पिटू लागले. एखाद्या लहान मुलासारखा उत्साह माझ्या अंगात संचारला. डोकेदुखी तर पार पळून गेली.

हा जादूगार एका जादूत निष्णात होता आणि ती म्हणजे साबणाच्या पाण्याचे फुगे करण्याची. मुलंही लहानपणी साबणाचं पाणी घेऊन खेळत बसत. फुगे करत. ते फुगे पकडायला धावत. फुगे फुटत. त्यांचा धांगडधिंगा, भांडणं, आराडाओरडा चाले. इथं त्या सभागृहात सजून-धजून बसलेले, शिष्टाचाराचे बुरखे चढवलेले इंग्लिश स्त्री-पुरुष आणि त्यांच्यासमोर चाललेला या जादूगाराचा हा फुग्यांचा खेळ.

एकातून दुसरा, मग तिसरा– अशी लांबच लांब फुग्यांची माळ तयार होई. ती वरपर्यंत जाई. मग अलगदपणे ते हवेत विरत. तोपर्यंत इकडे जादूगार प्रेक्षकांसमोर वेगवेगळ्या रंगांचे फुगे सादर करी. स्टेजवर पडणारे रंगांचे प्रकाशझोत, संगीत आणि त्या तालावर खाली-वर होणारे फुगे. कधी तो एक छोटा फुगा निर्माण करी. त्याचं रंग-रूप आपल्याला मोहात पाडतंय तोच दुसरा मोठा फुगा त्याला पोटात घेई. मग त्याहून मोठा तिसरा या दोघांचा पोटात घेई. काही फुगे एकमेकांना बिलगून येत. काही बगळ्यासारखी रांग करून वर-वर झेपावत. काही उनाड मुलांसारखे सैरावैरा धावत सुटत. जादूगार त्यांना पकडायला धावे.

वाटलं, साधे साबणाचे फुगे ते काय..! पण कुणीतरी त्याचं वेड घेतं. त्यामागे जाऊन काहीतरी अद्‌भुत उभं करतं. लहान-मोठ्यांना आपल्या वयाचा विसर पडणारे हे रंगीबेरंगी फुगे... स्टेजवर धावणारे... हळूहळू विरून जाणारे.

सर्वांत शेवटी त्यानं साबणाचा फेस असलेली काडी स्वत:भोवती फिरवली, पटकन बाजूला टाकली... आणि क्षणात त्याच्या भोवती फुगा तयार झाला. तो जादूगारच फुग्यात बंदिस्त झाला. फुग्यात असलेला तो अधिकच देखणा, रुबाबदार दिसत होता. संगीताची लय वाढली तशी त्याच्या फुग्यातल्या हालचालींचीही. तो हात-पाय लांबवी त्याप्रमाणे फुग्याचा आकार बदले. जणू त्याच्याभोवती असणारा तो फुगा साबणाचा नव्हताच. ही तर गंमतच. रंगीत फुगा आणि त्यात उभा असणारा उंचापुरा जादूगार. मग अलगदपणे तो त्या फुग्यातून बाहेर पडला. फुगा फुटला. टाळ्यांचा प्रचंड कडकडाट झाला. खेळ संपला. आम्ही सगळे भानावर आलो.

श्यामा – माझी जाऊ – लगबगीनं स्वयंपाकघराकडे धावली. दुपारचे दोन वाजायला आलेले. अजून आमची जेवणंही बाकी होती. शेजारी-पाजारी पांगले. पानं घेतली. आज श्यामानं माझ्यासाठी खास बेत केला होता. कोकणी वडे आणि मटण. हे वडे म्हणजे माझ्या सासूबाईंची खासियत. श्यामासुद्धा तस्सेच करते. मटणाचा, वडे तळल्याचा वास घरभर दरवळला. भूक बोलू लागली. मटण-वडे खाताना याची, मुलांची आठवण येत होती. मी मनातल्या मनात याला टुकटुक केलं आणि मटण-वड्यांवर ताव मारला.

जेवणं आटोपली. घड्याळाकडे नजर टाकली तेव्हा लक्षात आलं– याच्या एका मावशीला भेटायला जाण्यासाठी तासाभरात निघायला हवं. सोफ्यात विसावले आणि डोळे जडावले. त्या अर्धवट गुंगीत मघाचे फुगे माझ्या अवतीभवती पळू लागले. लांबवर त्या फुग्यातला जादूगार. पुन:पुन्हा तो स्वत:भोवती फुगा निर्माण करत होता. संगीताच्या तालावर त्यातून बाहेर पडत होता. आत जात होता. बाहेर येत होता. आत आणि बाहेर. आत आणि बाहेर. आपणसुद्धा यातल्या एखाद्या फुग्यात शिरावं का...? काय मज्जा येईल...! पण समजा, या जादूगारासारखं त्यातून बाहेर पडता आलं नाही, तर? जाऊ दे. फुग्याबाहेर राहून ते धावणारे, पळणारे, वर-वर जाणारे फुगे बघणं– यातही गंमत आहे नं?

कसलातरी आवाज आला. काय झालं...? सभोवतालचे फुगे एकदम फुटले कसे? क्षणभर मी कुठे आहे, तेच कळेना. माझा दीर मला विचारत होता, “काय वहिनी, बाप्पाकाका आणि कंपनी काय म्हणते?” नको तो विषय त्यानं काढला. मग मी त्याला बाप्पाकाकांचा तो जावई कशी अर्थहीन बडबड करत होता, आपल्या नसलेल्या हुशारीचा ढोल कसा बडवत होता आणि घरचे सर्व लोक त्याच्याकडे कसे कौतुकानं बघत होते, हे सर्व सांगितलं. हे सांगत असताना मला वाटलं, त्यानंही आपल्या हुशारीचा असाच एक फुगा स्वत:भोवती निर्माण केलाय का...? फुग्यातल्या त्या देखण्या जादूगाराकडे पाहावं तसंच घरातले सर्व त्याच्याकडे पाहत

होते. निदान जादूगाराच्या भोवतीचे फुगे विस्मयकारक, रंगीबेरंगी आणि कलात्मक तरी होते.

वाटलं– त्या बाळासाहेबांना तरी दोष का द्यावा? जरा सभोवार नजर टाकली, तर रंगीबेरंगी फुग्यांत असलेली कितीतरी माणसं दिसतील. काहींनी स्वत:भोवती जाणीवपूर्वक फुगा तयार केलेला असेल, तर काहींना त्यांच्या नकळत फुग्यानं स्वत:मध्ये ओढून घेतलं असेल. बघावं तिथे दिसताहेत लहान-मोठे रंगीबेरंगी फुगे आणि त्यात रममाण झालेली माणसं.

मागे एकदा एका गाण्याच्या कार्यक्रमाला आम्ही गेलो होतो. कार्यक्रम सुरू झाला, मैफल रंगू लागली. पूर्वार्धानं अपेक्षा उंचावल्या. मध्यंतरानंतर उत्तरार्ध सुरू झाला. जाणवलं एवढंच की, कार्यक्रम रंगण्याऐवजी ढेपाळत चाललाय. भैरवी सुरू झाली. माझं मन इकडे-तिकडे व्हायला लागलं. सुरात आर्तता नव्हती. मन हलवणारं काही नव्हतंच. तरीही मला वाटलं, हे आपलंच अज्ञान. काहीतरी वेगळं, चांगलं ते रसिकांपुढे उभं करत असतीलही. फक्त ते घेण्याची आपली कुवत नसल्यानं ते सूर आपल्यापर्यंत पोचत नसावेत.

कार्यक्रम संपला. सगळ्यांच्या गप्पा सुरू झाल्या. कला म्हणाली, ''तसा कार्यक्रम चांगला झाला, पण तबलजी नवशिका वाटतोय. मी परवा भारतातून आले तर एवढे छान-छान कार्यक्रम ऐकून आले. किशोरी मात्र आता पूर्वीसारखी गात नाही. शिवाय या वेळी तिचा तानपुराही धड लागलेला नव्हता.''

मंदाताई म्हणाल्या, ''कला म्हणजे स्वत: गाणारी. एवढी हुशार. तिला बारीक-सारीक गोष्टी खटकणारच. नाहीतर आपण. आपल्याला काय कळतंय? तंबोरा लागला काय, न लागला काय आणि तबल्याचा ठेका चुकला काय...! काय फरक पडतोय...!''

मंदाताईंना कलाचं नाहीतरी भारीच कौतुक. कसलं आलंय कलाचं गाणं..! संगीताच्या परीक्षा दिल्यात म्हणे. वासरात लंगडी गाय... दुसरं काय! एखाद्या कलावंताची चालू मैफल सोडून पूर्वी कधीतरी तिनं ऐकलेली मैफल किती रंगली हे ती सांगेल, तर कधी भीमसेन असो, किशोरी असो अथवा झाकीर असो; ते कधी, कुठे, कसे चुकले; हेही सांगेल. हे ऐकून कलाविषयीच्या आदरानं सगळ्यांचे डोळे विस्फारतात.

पण संगीताच्या दर्यातला एक थेंबही वाट्याला न आलेल्या माझ्यासारखीला किशोरीसारखी मोठी कलावंत तानपुरा सुरात नसेल तर गाईल का किंवा झाकीरची लय चुकेल का, असे प्रश्न पडतात. पण हे प्रश्न मी कलाला विचारत नाही. तिची एक संगीतज्ञ म्हणून प्रतिमा उजळ आहे. कलानंही असाच एक आपल्या संगीतज्ञानाचा फुगा स्वत:भोवती निर्माण केलाय का?

एकदा न्यू जर्सीला आम्ही गेलो असताना याचा एक जुना मित्र भास्कर भेटला. नुकताच तो न्यू जर्सीत राहायला आला होता. पहिल्याच भेटीत त्यानं आग्रहानं त्याच्या घरी बोलावलं. आमचा दुसरा कार्यक्रम आधीच ठरलेला असल्यानं त्या वेळी तरी त्याच्याकडे जाणं शक्य नव्हतं. तो मात्र पुन:पुन्हा स्वत:ची बायको किती मस्त कुकिंग करते, हे सांगत होता. त्याच्या बायकोनं – रेवतीनंही – तिला कुकिंगमध्ये किती इंटरेस्ट आहे आणि गोव्याच्या पद्धतीचा, मालवणी, कोल्हापुरी, नागपुरी असा वेगवेगळ्या प्रकारचा स्वयंपाक ती करते, हेही सांगितलं. शिवाय न्यू जर्सीला येण्यापूर्वी ती इंडियानामध्ये कुठे अमेरिकन लोकांना भारतीय कुकिंगही शिकवत होती म्हणे. रेवतीच्या तोंडून वेगवेगळ्या पदार्थांची नावं ऐकून आमच्या तर तोंडाला पाणीच सुटलं. आणि पुढील वेळी न्यू जर्सीला येऊ तेव्हा नक्की तुमच्याकडे येऊ, असं आम्ही आश्वासन दिलं.

त्याप्रमाणे आम्ही त्यांच्याकडे गेलो. जाण्यापूर्वीच आम्हाला कुठल्या पद्धतीचं खायला आवडेल, असं विचारताच आम्ही गोव्याच्या पद्धतीची फर्माईश केली होती. त्यांच्याकडे जाताना मस्तपैकी झणझणीत माशाचं कालवण व इतर प्रकार खायला मिळणार म्हणून आम्ही अगदी दातांना धार लावून तयार होतो.

प्रत्यक्षात जेवणात मासे नव्हते. कारण रेवती मासे खात नाही आणि इतर पदार्थांत ती तिखट घालायला विसरली काय, अशी शंका यावी इतपत सगळं होतं. आमची अवस्था अगदी करकोच्यासारखी झाली. भास्कर बायकोच्या या गोव्याच्या पद्धतीच्या स्वयंपाकाची मनसोक्त स्तुती करत होता.

मग लक्षात आलं, की केव्हाही भेट झाली किंवा फोनवर बोलणं झालं तर भास्कर रेवतीला कुकिंग या विषयावर बोलायला खूप आवडतं. तेही रेवतीचं. तर, हाही एक फुगा भास्कर-रेवतीनं स्वत:भोवती तयार केलेला.

माझी एक मैत्रीण मराठी घेऊन एम.ए. झालेली, पुण्याची. तिला तिच्या मराठीचा प्रचंड अभिमान आहे. तसं तिचं वाचन दांडगं. सतत भारतात जात असल्यानं नवनवीन लेखकांची नावं, त्यांची पुस्तकं हिला माहीत आहेत. त्यामुळे हिच्याशी बोलायला जावं, तर ज्या लोकांचं वाचन 'वपुं' पलीकडे नाही, त्यांच्यामध्ये बसून नवीन लेखक मंडळींची नावं ती घेते. त्यातही कोणाला निखळपणे नावाजेल, असं नाही. कुठला लेखक कसा संपला, हे ती सांगत बसते. आणि मला मात्र प्रश्न पडतो, की हिच्या भोवतालच्या मंडळींना हा लेखक होता, हेसुद्धा जिथं माहीत नव्हतं, त्यांना तो संपल्याचं कसलं सुख-दु:ख! मला आवडलेलं एखादं नवीन वाचलेलं काही हिच्याशी बोलायला जावं, तर लगेच, मुंबई-पुण्याच्या लोकांना ते पुस्तक मुळीच आवडलं नाही, असं ठासून सांगते.

परत इतरांच्या डोळ्यांत लकाकणारे तेच भाव. किती हुशार, केवढी माहिती,

भाषेचा अभिमान...! नाहीतर आपल्याला इंग्रजीची फोडणी दिल्याखेरीज चार मराठी वाक्यं बोलता येत नाहीत.

सदाशिव आणि स्मिता आमचे जुने स्नेही. त्या वेळी आम्ही नुकतेच या देशात आलो होतो. त्यांच्याकडे एकदा पार्टीला जमलो. तसे सगळेच एका वयोगटातले. कोणाची लग्नं नुकतीच झालेली, कोणाची होऊ घातलेली. मग सदाशिवनं टूम काढली, प्रत्येक जोडप्यानं आपापलं लग्नं कसं जमलं, ते सांगायचं. एकेकाचे लग्नाचे किस्से सुरू झाले. आम्ही हसत होतो, एकमेकांना चिडवत होतो. कोणाची लग्नं घाईत, अगदी आठ दिवसांत ठरून झालेली, कोणाची महिन्या-दोन महिन्यांत झालेली, तर कोणाचे प्रेमविवाह. मला वाटलं, हा आमचं लग्नं कसं ठरलं याचं रसभरीत वर्णन करून सांगणार. पण हा म्हणाला, ''तसं विशेष काहीच नाही. एक दिवस वडील म्हणाले, तू आता लग्न कर. मी 'हो' म्हणालो. ते म्हणाले, ही माझ्या मित्राची मुलगी, तू हिच्याशी लग्न कर. मी 'हो' म्हणालो. आणि आमचं लग्नं झालं.''

एकंदर याचा आविर्भाव आणि बोलणं ऐकून याला ओळखणारे सगळेच हसले. सदाशिव मात्र भाबडेपणानं म्हणाला, ''अरे, वडिलांचं एवढं कसं ऐकलंस..? दुसऱ्या मुली का नाही बघितल्यास?'' आम्ही सगळेच परत हसलो.

सदाशिव लहान मुलाच्या उत्साहानं म्हणाला, ''आता मी सांगतो... मी सांगतो...'' गोष्ट नेहमीचीच. हा इकडून भारतात लग्नासाठी गेला. भरपूर मुली पाहिल्या. पण त्याला त्या पसंत पडल्या नाहीत. निघायचे दिवस जवळ आले त्या वेळी ही 'रूपवान' कावेरी त्याला कोणी सुचवली. सदाशिवनं तिचा फोटो पाहिला आणि तिच्याशीच लग्नं करायचं मनाशी नक्की केलं. मात्र, एवढी सुंदर मुलगी आपल्याला पसंत करेल की नाही, या शंकेनं त्याची झोप उडाली. शेवटी त्यानं आयडिया काढली. तिच्या घरी जाऊन किंवा हॉटेलमध्ये जाऊन तिला बघण्याऐवजी त्यानं मुलीलाच आपल्या घरी बोलावलं आणि बुलबुलतरंगवर 'ये रात भिगी भिगी...', 'प्यार हुवा इकरार हुवा...' ही गाणी वाजवून दाखवली. त्यानं 'प्यार हुवा...' सुरू केलं तेव्हा म्हणे कावेरीनं त्याच्याकडे पाहून असं काही स्मित केलं, की यानं ताबडतोब तिचं नाव स्मिता ठेवायचं, असं नक्की केलं. मग चार दिवसांत लग्न झालं. स्मिता माना वेळावून सदाशिवच्या बोलण्याला साथ काय देत होती, लाजत काय होती...!

मला प्रश्नच पडला. स्मिता दहा जणींत एक म्हणावी, तशीही नाही. एक वेळ खूप गोरी असती तर फक्त रंगामुळे 'गोरी.. हजार गुण चोरी...' असं म्हणून तिला सुंदर म्हटलं असतं; तर तसंही नाही. पण एवढं खरं की, सदाशिव म्हणजे उंची असली तरी शरीरानं डांगोळा, रंग गडदपणाकडे अंमळ झुकलेला आणि केस

एवढ्या लहान वयातही कपाळ सोडून मागे धावणारे. अशा सदाशिवशेजारी स्मिता अगदी अप्सरा दिसते.

गेल्या इतक्या वर्षांत स्मिता अगदी अजिबात बदलली नाही. ती प्रेमळ आहे. हौशी, धडपडी आहे. पण तिच्या सौंदर्याचा उल्लेख ते दोघंही सतत करणारच. तिला मुलगी नाही, हे बरंच. पण उद्या सुना आल्यावर काय?

तेवढ्यात मला 'टॉपची' आठवला. म्हणजे त्याचं खरं नाव दुसरंच, पण आम्ही त्याला टॉपची म्हणतो. मागे एका पार्टीत सगळे जमले असताना, सुरुवातीला आपण इकडे आलो त्या वेळी जॉबची परिस्थिती किती वाईट होती, केवढा त्रास झाला जॉब मिळवताना आणि मिळाले तेही असे-तसेच, याबद्दल सगळे बोलत होते. आम्ही याला या पार्टीत प्रथमच भेटत होतो. पण हा लगेच म्हणाला, "नोकरी मिळवायला तुम्हा लोकांना त्रास झाला? अरे, मला तर आल्याबरोबर दोन महिन्यांत जॉब ऑफर...! तीही अशी-तशी नाही, तर टॉपची. आत्तापर्यंत इतक्या नोकऱ्या घेतल्या, पण कुठेही टॉपची ऑफर असल्याशिवाय मी जातच नाही. आपल्याकडे हुशारी असली नं, की या देशात टॉपची ऑफर मिळायला काही वांधा नाही."

तर, असा हा टॉपची. अजूनसुद्धा त्याच्यात काही फरक नाही. कुठल्याही पार्टीत त्याच्या खिशात नवीन जॉबचं अपॉइंटमेंट लेटर असतं म्हणे. आणि हा पगाराचा आकडा न सांगता त्याची रेंज सांगत बसतो. शिवाय प्रत्येक ठिकाणी टॉपची पोझिशन गेल्याबरोबरच मिळाल्यानं याला पुढे जायला वाव नसतो. पण तेवढ्यात दुसऱ्या कंपनीची ऑफर येते, तीही टॉपची.

सर्वांत गंमत आमच्या 'सोशल वर्कर'ची. हे आम्हीच त्याला दिलेलं नाव. त्याच्या बोलण्यात त्याला सोशल वर्कची खूप म्हणजे खूपच आवड आहे, हे नेहमीच असतं. त्यातून यानं तर कॉलेजमध्ये असताना सोशल वर्क केलं होतं म्हणे. आणि तेही असं तसं नाही, तर चक्क धारावीच्या झोपडपट्टीत जाऊन. त्याबद्दल अजूनही तो भरभरून बोलू शकतो. मात्र, बिचाऱ्याला इथं आल्यावर काहीही सोशल वर्क करणं जमलं नाही. कसं जमणार? आधी शिकत होता, मग नोकरी, मग लग्न. बायको – तीही अमेरिकन. ओघानं मुलं आलीच. मग वेळ मिळणार कसा? पण त्याला नेहमी त्यानं कधी काळी केलेल्या सोशल वर्कबद्दल बोलायला खूप आवडतं. तो या फुग्यात छान आरामात बसलाय.

निदान यानं कधीच्या काळी काही केलं असेलही. पण आमची अनेक स्नेही-मंडळी भविष्यात ते काय आणि किती सोशल वर्क करणार आहेत याबद्दल अगदी मनापासून बोलतात. भविष्यात अशासाठी, की अजूनही सगळे नोकऱ्या करतायत; मग वेळ कुठे आहे? त्यामुळे एकदा का रिटायरमेंट घेतली की हाताशी वेळच वेळ आणि सोशल वर्क एके सोशल वर्कच. फक्त यात गोम अशी, की जोपर्यंत

हातपाय चालताहेत तोपर्यंत नोकरी सोडण्याचा अनेकांचा विचार नाही. परंतु ते सोशल वर्क मात्र नक्की करणार आहेत.

आता मला आठवला माझ्याबरोबर काही वर्षांपूर्वी काम करणारा डॉनी. उंची सहा फुटांच्या वर. धिप्पाड, बोलण्यात चटपटीत. इतिहास हा त्याच्या आवडीचा विषय. वाचन दांडगं. कुठे पबमध्ये पार्टटाईम जॉबही करायचा. भरपूर पैसे कमवायचा. त्याच्या स्वत: बद्दलच्या कल्पना मात्र अवास्तव. तो म्हणाला, ''लग्न करताना मी भरपूर हुंडा घेणार.'' अमेरिकन माणसाकडून कधी हा शब्द कानी पडेल, असं वाटलं नव्हतं. मग मी त्याच्याशी हिरिरीनं वाद घालू लागले. पण हा पडला इतिहासाचा अभ्यासक. मग तो मलाच हुंड्याची पद्धत कुठल्या काळात सुरू झाली, कुठल्या कुठल्या देशात, संस्कृतीत ती कशा स्वरूपात आली, भारतातही ही पद्धत कशी आहे, हे ऐकवू लागला.

या तरुणाला यात काही गैर दिसतच नव्हतं. त्याचं म्हणणं, मी दिसायला देखणा. माझं स्वत:चं घर. दोन गाड्या. उत्तम शिक्षण. हातात भरपूर पैसा. त्यामुळे जी मुलगी माझ्या आयुष्यात येईल, तिला हे सगळं फुकट कशाला द्यायचं? या सगळ्याची किंमत तिला द्यायलाच हवी.

याचे असले विचार ऐकले की माझं तर डोकंच गरगरतं. किती पुरुषी अहंकार ठासून भरलेला!

मग एकदा डॉनी दुसऱ्या सेक्शनमधल्या एका भारतीय माणसाला आमच्या ऑफिसमध्ये घेऊन आला. माझ्याशी ओळख करून दिली. हा थॉमस. दक्षिणेकडचा ख्रिश्चन. कशी कुणास ठाऊक, पण त्याची आणि डॉनीची घनिष्ठ मैत्री. अधून-मधून थॉमस डॉनीला भेटायला आमच्या ऑफिसमध्ये यायचा. आमच्या जुजबी गप्पा व्हायच्या.

तसं म्हटलं तर डॉनी इथलाच. तरुण. पण काही बाबतींत विचार अगदी टोकाचे. आणि थॉमस तर काय, मोठ्या वयाचा भारतीय पुरुष. त्यातून दक्षिणेकडचा... आणि ख्रिश्चन. अतिशय बुरसटलेल्या विचारांचा. इथे वाढलेल्या त्याच्या मुलांना त्यानं भारतात नेलं. चापून हुंडा घेऊन लग्नं लावून दिली. यात या लोकांना वावगं काही वाटलंच नाही. डॉनी तर हे ऐकून भलताच खूश. शिवाय मिळालेल्या हुंड्याच्या प्रमाणात चर्चला मदत द्यायची पद्धत आहे म्हणे. अर्थात, त्यातही काही लोक फसवतात. हुंडा कमी घेतल्याचं सांगून चर्चला कमी पैसे देतात. थॉमसनं माझ्या ज्ञानात भर घातली. असल्या लोकांशी बोलणार तरी काय आणि त्यांचं मतपरिवर्तन तरी कसं करणार? शिवाय याची मुलंही याच्यासारखीच धार्मिक. भारतात चर्चला नियमित पैसे पाठवतात. त्यांना गरिबांचा खूप कळवळा. बिचाऱ्या गरिबांच्या मुलींची लग्नं हुंड्याअभावी होत नसतील, तर यांनी पाठवलेल्या पैशातून

हुंडा दिला जावा, असं यांचं म्हणणं असतं.

हे असलं माझ्या आकलनापलीकडचं. गरिबांचा जर एवढा कळवळा आहे, तर निदान ही हुंडापद्धत तरी नष्ट व्हावी, असं या शिकलेल्या मुलांना का वाटत नसावं?

हे असे पुरुषी अहंकाराच्या फुग्यात छान बसलेत. मग वाटलं– हेच कशाला, या फुग्यात बसणारे तर कितीतरी. अगदी शतकानुशतकांपासून. वेगवेगळ्या देशांत, धर्मांत, संस्कृतींत असले फुगे आजच्या घडीलाही भरपूर आहेत. यातून बाहेर पडायला हवं, असं किती जणांना वाटत असेल...? स्वत:च्या फायद्याचं असेल ते कोण कशाला सोडेल...?

बाईपणाच्या फुग्यात अडकलेल्या बायकाही काही थोड्या नसतात. बऱ्याचदा त्या अडकवल्या जातात. बाईची अशी काही चित्रं सिनेमा-नाटकांतून किंवा साहित्यातून रंगवली जातात, की त्या तसल्या फुग्यात नकळत जाऊन बसतात.

तर हे असे अनेक फुगे... धर्मांचे, सत्तेचे, जातींचे. शिवाय कुत्र्याच्या छत्रीसारखे ठिकठिकाणी निर्माण होणारे संस्कृतिरक्षकांचे फुगे आणि धर्माच्या नावाखाली अंधश्रद्धा पोसणाऱ्यांचे फुगे. साबणाचे फुगे जरासा धक्का लागला किंवा फुंकर घातली तरी फुटतात, हवेत विरून जातात. त्यांचं अस्तित्व तसं क्षणभंगुर. पण हे असे फुगे... ते मात्र चिवट. कुठल्याही आघातानं न फुटणारे. त्या वेड्या जादूगाराला आपण फुग्यात आहोत याची पूर्ण कल्पना होती; आणि त्याहीपेक्षा त्या फुग्यातून आपल्याला बाहेर पडायचं आहे, हे त्याला पक्कं ठाऊक होतं.

इतरांचा विचार करताना प्रथमच माझी नजर स्वत:कडे वळली. मीही अशाच कुठल्या फुग्यात बंदिस्त आहे का; जो मला दिसत नाही, जाणवतही नाही?

माझा आत्मशोध सुरू झाला.

■

बृहन्महाराष्ट्र वृत्त-दिवाळी २००६

खारीचा वाटा

आजीला गोष्ट सांगण्याची भारी हौस.

आम्हाला त्या ऐकण्याची.

राजा-राणी, राजपुत्र, राजकन्या, ते भव्य राजमहाल, राजरस्ते...

आवडती राणी, नावडती राणी. त्यांचे हेवेदावे. त्यांची भांडणं. दासी-सख्यांची चालू असणारी धावपळ. ते फुलांचे ताटवे, बागबगीचे... सगळं कसं आम्हाला वेगळ्या दुनियेत घेऊन जाणारं.

रामायण-महाभारत सुरू केलं की, विचारूच नका. आजीचं ते रंगवून सांगणं. वाल्या कोळ्याची गोष्ट सुरू झाल्यावर मी घाबरून आजीला बिलगे. डोळ्यांसमोर ते घनदाट अरण्य उभं राही. त्यात संचार करणारा, वाटसरूंना मारणारा तो अक्राळविक्राळ वाल्या. गोष्ट पुढे-पुढे सरके. डोळ्यांसमोर राम-लक्ष्मण उभे राहत. सीता-स्वयंवराचं वर्णन सुरू होई. मग वनवासाला निघालेले राम-लक्ष्मण-सीता...

मला गोष्ट आवडे, ती इटुकल्या खारुताईची.

लंकेत पोचण्यासाठी सेतुबंधनात गुंतलेल्या वानरसेनेला मदत करण्यासाठी, वाळूत लोळून चार-चार कण आणून टाकणारी ती खारुताई. या कामगिरीवर खूश होऊन म्हणे प्रत्यक्ष प्रभू रामचंद्रानं तिच्या पाठीवरून कौतुकानं हात फिरवला.

आजी म्हणे, "खारीच्या पाठीवर जे पट्टे दिसतात नं, ती रामरायाची तिच्या पाठीवरून फिरलेली बोटं बरं का! बघा, नेहमी लक्षात ठेवा, प्रत्येकानं आपापल्या कुवतीप्रमाणे असं काम केलं पाहिजे; खारीचा वाटा म्हणून."

अशा आजीच्या गोष्टी.

काही कानांवरून निघून गेल्या. काही कानात शिरल्या.

तर, काही मनात झिरपल्या.

आणि लहानपण सरलं.

मग यथावकाश लग्न झालं आणि आम्ही परदेशी आलो.

माझी पहिली-वहिली परदेशातली नोकरी. हाती आलेला पहिला पगार.

कोण आनंद झाला.

याला म्हटलं, ''तसा काही फार नाही हा पगार; पण तेवढंच तुझ्या पिठात माझं मीठ.''

हा खट्याळपणे म्हणाला, ''हे बघ, आतापासून मीठ कालवायला सुरुवात करू नकोस हं!''

''बरं बाबा, मग माझा हा खारीचा वाटा समज.'' बोलून गेले खरी; मग आजीची, घरच्या सगळ्यांची आठवण नकळत डोळ्यांतून उतरली.

लंडनहून अमेरिकेत आल्यावर इथली प्रत्येक गोष्ट या देशाच्या आकाराप्रमाणे, इथल्या लोकांच्या देहमानाप्रमाणे प्रशस्त वाटू लागली.

हळूहळू डोळे सरावले.

मी इथं आले ती ऐन थंडीत, डिसेंबरमध्ये.

जानेवारी-फेब्रुवारीतली जोरदार हिमवादळं अनुभवली. त्यानंतर आलेला वसंत मन मोहरून टाकणारा. लहानग्या रोहितला स्ट्रोलरमध्ये बसवून आम्ही बागेत गेलो. अजूनपर्यंत या थंडीमुळे डोळ्यांना दिसत होतं ते करडं आकाश, पाऊस, तर कधी हिमवर्षाव, निष्पर्ण झालेली झाडं, रंगच हरवून बसलेला आसमंत. पण वसंत आला मात्र; ही दुनियाच रंगांत न्हाऊन निघाली.

आज बागेत हा रंगोत्सव डोळे भरून पाहताना दर्शन घडलं ते देखण्या अमेरिकन खारुताईंचं. झुपकेदार शेपटी फुलवलेली. काळेभोर डोळे विस्फारलेले. कान टवकारलेले. मातकट रंगाची. गुबगुबीत. अगदी सशासारखी वाटली. शिवाय पाठीवर पाच बोटंही नव्हती. एक आली, तिच्या मागे दुसरी, तिसरी. बघता-बघता सगळ्या जणींचा झाडाभोवती फेर धरून जणू झिम्मा सुरू झाला.

रोहितला तर एवढी गंमत आली. खारींना पकडायला तो त्यांच्या मागून पळू लागला. आज त्याच्या विश्वात आणि शब्दकोशात एका प्राण्याची भर पडली.

याला म्हटलं, ''बघ कशा गुबगुबीत आहेत. नाहीतर आपल्याकडच्या खारी; काटकुळ्या, काळवंडलेल्या! पण यांच्या पाठीवर पट्टे कसे नाहीत?''

''अगं, पाठीवर पट्टे असायला या काय भारतीय खारी आहेत? या अमेरिकन खारी. इथल्या लोकांसारख्याच खाऊन माजलेल्या!''

''यांची धिटाई बघ किती? अजिबात घाबरत नाहीत कुणी जवळून आलं-गेलं तरी. अगदी माणसाळलेल्या दिसताहेत. अरे, ती बघ, त्या फांदीवर बसलेय ती. मागच्या दोन पायांवर ऐटीत बसलेय आणि पुढल्या पायांत कसलंसं फळ पकडून

कशी आरामात खातेय बघ. तू कॅमेरा नाही आणलास का? छान फोटो घेता आले असते खारींचे.''

नुकताच आम्ही नवीन कॅमेरा घेतला होता आणि याचं धडाधड फोटो काढणं चालू झालं होतं.

मग कालांतरानं आम्ही नोकरीच्या निमित्ताने वॉशिंग्टन भागात आलो. थोडं स्थिरावल्यावर घर घेतलं. छोटंसं, टुमदार घर. मागीलदारी निवांतपणे बसायला मजा यायची. दोन प्लमचे भले मोठे वृक्ष आणि इतर लहान-मोठी झाडं. मुलांना खेळायला भरपूर मोकळी जागा मिळाली. पक्ष्यांचा किलबिलाट. कधी कुठूनसे येऊन धावत उड्या मारत जाणारे ससे. खारींचं बागडणं.

हा म्हणे, ''या खारी नुसत्या दांडग्या आहेत. किती धपाधप उड्या मारतात एका फांदीवरून दुसऱ्या फांदीवर. अन् झाडांवरचे प्लम्स केवढे खातात– बघ तरी.''

''खाऊ दे रे. एवढे आहेत झाडांवर. चार त्यांनी खाल्ले, तर काय बिघडलं?''

मग घरात यानं एकेक कामं काढायला सुरुवात केली.

घराला जोडून असलेलं कारपोर्ट काढून टाकून तिथे प्रशस्त सन-रूम बांधायची कल्पना यानं काढली. प्लॅन तयार केला. कामाला सुरुवात केली. अत्यावश्यक कामं कुणा-कुणाकडून करवून घेतली आणि बाकीची सर्व हा स्वत:च करत होता. सन-रूम आकाराला आली. सगळ्या बाजूनं काचेची तावदानं. वर छताला दोन स्काय-लाइट्स. दिवसा भरपूर उजेड. चारी बाजूंनी आत येणारा. दिव्यांची रचनाही नाट्यमय.

थंडीच्या दिवसांत इथं बसून बाहेरचा हिमवर्षाव न्याहाळताना किती मजा येईल! कधी कोसळणारा पाऊस. तो अंगावर झेलणारी झाडं. सगळीकडे भरून राहिलेला पावसाचा आवाज. हे सगळं या उबदार खोलीत बसून निवांतपणे अनुभवावं. शिवाय आजूबाजूला प्लँट्स ठेवायला मुद्दाम करून घेतलेली जागा. पुढं-मागं सुंदर बाग करता येईल इथं. यानं भरपूर मेहनत घेतली. खोलीचं काम अगदी मनासारखं झालं.

पुढं थंडी सुरू झाली.

याच्या मागे काही ना काही व्याप लागले. त्यामुळे याचा बराचसा वेळ बेसमेंटमध्ये फोनवर, पत्रव्यवहारात जाऊ लागला. याच्या मागं धावताना, मुलांच्या व्यापात, नोकरी सांभाळून सगळं पार पाडताना मलाही फुरसतीचे क्षण मिळेनात. सहज म्हणून या सन-रूममध्ये कधी थोडासा वेळ काढावा, तर तेही जमेना.

एका सुटीच्या दिवशी मात्र आम्ही हातातली कामं बाजूला सारली आणि थोडा वेळ तरी सन-रूममध्ये जाऊन निवांतपणे वाचन करायचं, असं ठरवून सन-रूमचं

दार उघडलं. बघितलं, तर समोरच्या कार्पेटवर ड्राय वॉलचे तुकडे पडलेले. वर नजर टाकली, तर छताचा काही भाग कोसळून पडलेला. आम्हाला अतिशय वाईट वाटलं. एवढ्या मेहनतीनं केलेलं काम; मग असं झालंच कसं? बरीच पाहणी केली. यानं घराबाहेर जाऊन सगळीकडून बघितलं आणि लक्षात आलं, की या खोलीच्या छताला व्हेंटिलेशन हवं म्हणून जी जागा सोडली होती, तिथं जाळी बसवली होती. पण ती जाळी फाडून खारी आत शिरल्या आणि त्यांनी आतील वायरिंगची वगैरे भरपूर वाट लावून शेवटी सीलिंगही फोडलं. आम्ही अवाक झालो. काय मेल्या विध्वंसक!

एवढ्या सुंदर कामाची परत सांधेजोड करणं सोपं नव्हतं.

खर्चाचं तर होतंच; शिवाय वेळखाऊ. यानं बाहेरच्या बाजूनं जाड जाळी आणून बसवली. ती जाड पत्र्याची असल्यानं बसवताना याला भरपूर त्रास झाला. निदान ही जाळी खारींना चावणं, कुरतडणं कठीण; या विचारानं आम्ही बिनधास्त झालो.

पण खारींच्या दातांच्या ताकदीचा आमचा अंदाज चुकला.

पुन्हा ती जाळी कुरतडून त्यांनी सन-रूमच्या सीलिंगमध्ये प्रवेश मिळवून संचार सुरू केला. नशिबानं या खारींचा वावर या खोलीपुरताच मर्यादित असल्याने बाकीच्या घराला त्यांच्या उपद्‌व्यापाचा त्रास नव्हता. तरीही, खारींचा उच्छाद मिटवण्यासाठी Pest Control च्या लोकांना फोन केला. या माणसांनी त्यांच्या कंपनीचं स्पेशलायझेशन खारी मारणं नसून झुरळं मारणं असल्याचं सांगितलं. शिवाय खारींना असं मारत नाहीत, हे सांगून पुढं ऐकवलं की, खारींनी एकदा एखादी जागा आपली म्हणून निवडली की त्या ती सहसा सोडत नाहीत.

हे म्हणजे अतिच झालं.

अगदी मुंबईतल्या चाळीतील भाडेकरूंसारखं.

कुठे ती रामायणातली, रामाच्या मदतीला धावून आलेली इटुकली खारुताई आणि कुठं आमच्या सन-रूमवर उलटलेल्या या नतद्रष्ट खारी!

एका संध्याकाळी आमच्या घराजवळ राहणाऱ्या अविनाशचा फोन आला. गेले चार दिवस त्यांच्या बेसमेंटमध्ये खार शिरली होती. बेसमेंटची खिडकी उघडून तिला बाहेर जाऊ द्यावं, तर ती अविनाशला त्या खिडकीपर्यंत पोचू देईना. चार दिवस अडकल्यानं ती चांगलीच पिसाळली. मग बेसमेंटमधला सोफा, टेबलं इत्यादीची तिनं कुरतडून वाट लावली. तिला बाहेर काढण्यासाठी अविनाशला मदत करायला हा निघाला– तो मुलांची बेसबॉलची बॅट, काठ्या वगैरे आयुधं घेऊनच.

मी याला म्हटलं, "जरा जपून रे बाबा. ती पिसाळलेली खार तुम्हा लोकांना चावणार नाही, याची काळजी घ्या. मात्र, तिला ठारही मारू नकोस हं. या देशात

एक वेळ तुम्ही माणसाला ठार मारून सुटू शकाल; पण खारीला मारल्याबद्दल मात्र कडक शिक्षा होईल.''

हा अविनाशकडे गेला.

हळूच बेसमेंटमध्ये जाणारं दार उघडून हा जिन्यानं खाली उतरू लागला. अविनाशही बरोबर होताच– हातात आयुधं घेऊन. तेवढ्यात त्या चवताळलेल्या खारीनं कुठूनशी याच्या अंगावर झेप घेतली. यानं चपळाईनं हातातल्या बॅटनं तिला टोलावलं. ती खाली पडली खरी; पण पुन्हा या दोघांच्या अंगावर धावून आली. मग पुढे अर्धा तास हा, अविनाश आणि खार यांचा भांगडा. शेवटी कशीबशी बेसमेंटची खिडकी उघडता आली आणि क्षणात उड्या मारत खार बाहेर पळून गेली. बेसमेंटला कुरुक्षेत्राचं रूप आलं होतं आणि हे दोघं लढवय्ये थकून खारीनं उद्ध्वस्त केलेल्या सोफ्यावर कोसळले.

या घरात आम्हाला येऊन सात-आठ वर्षं झाली.

सुरुवातीला आटोपशीर वाटलेलं घर मग लहान वाटू लागलं. लवकरच आम्ही दुसरं घर घेतलं. या घराचा निरोप घेताना मन भरून आलं. परत-परत मी घरात सगळीकडे फिरून घेतलं. सन-रूममध्ये आले. खारुताईंना म्हटलं, ''तुमचं घर तुम्हाला लखलाभ होवो.''

नवीन घरात आलो.

सर्व सामान जागच्या जागी लावताना जीव दमला. आज सुटीचा दिवस. आरामात उशिरा उठायचं, असं आधीच ठरवलं होतं. पण आज गजर लावलेला नसतानाही नेहमीप्रमाणे रोजच्या वेळी जाग आली. नोव्हेंबरचे दिवस. थंडीचे. अजून उजाडलं नव्हतं. या प्रसन्न पहाटे मी नवीन घराचं सुख अनुभवत होते. सगळीकडे नीरव शांतता. कसला म्हणून आवाज नाही. अगदी याच्या घोरण्याचासुद्धा. हिवाळ्याचे दिवस असल्यानं सगळं कसं चिडीचिप. ही शांतता अशी अंगावर पांघरून थोडा वेळ नुसतंच पडून राहावं.

एवढ्यात कसलासा आवाज झाला.

मी दचकले. थोड्या वेळानं खुडबुड सुरू झाली. या आवाजानं हा जागा झाला. एकंदर परिस्थितीचा अंदाज आला. मी वैतागले. यानं हसत गाणं सुरू केलं,

''खारुताई, खारुताई आलात कुठे?

दिलीपच्या महाली, शोभा होती तिथे!!''

''पुरे रे तुझं. आता तर या अगदी डोक्यावरच बसल्या.''

निदान त्या घरात सन-रूमपुरतं त्यांचं कार्यक्षेत्र मर्यादित होतं, इथं आता त्यांना हुंदडायला संपूर्ण ॲटिक मिळालं.

शेजारी म्हणाला, ''थंडीमुळे जास्त वेळ त्या घरात असतात. एकदा थंडी कमी

झाली, हवा बदलली, की लगेच त्या बाहेर पडतील.''

हा त्यातल्या त्यात दिलासा.

मला प्रश्न पडला, सगळीकडच्या खारी काय अशा कुणाकुणाच्या घरातच घुसतात का? मी याला म्हटलं, ''खारी नेहमी उंच झाडावर, झाडाच्या बेचकीत घरटी बांधून राहतात. आपल्या मागीलदारी उंच झाडं कमी का आहेत? मग तिथे घरटी बांधायची सोडून या आपल्या घरात कुठे घुसल्या?''

हा म्हणाला, ''खारींना छान उबदार ॲटिकमध्ये शिरकाव मिळाला; मग त्या कशाला थंडी-वाऱ्यात घरट्यात राहतील? घरटं बांधण्याचे कष्ट घेतील? आयतंच आपलं घर मिळालं नं?''

शेवटी माणूस असो, प्राणी असो; प्रत्येकाला स्वार्थ तेवढा बरोबर कळतो.

सुटीच्या दिवशी या साळकाया आमच्या आधी का जाग्या होतात आणि उठल्याबरोबर यांची रनिंग रेस का सुरू होते, ते कळेना. पण सतत डोक्यावर होणाऱ्या आवाजानं 'डोक्यावर मिरे वाटणे' या शब्दप्रयोगाचा असाही प्रत्यय आला.

मग मी खालून काठीनं ठोकण्याची आयडिया काढली.

''त्या काय मुंबईच्या चाळीत वाढलेल्या आहेत का, की कुणी खालून काठीनं ठोकल्यावर वरच्या लोकांनी कांडणं, कुटणं थोडा वेळ बंद करायला?'' यानं मला वेड्यातच काढलं.

कुणी सांगितलं की, खारींचं संगीताशी वाकडं असतं; तर वरती ॲटिकमध्ये सतत म्युझिक चालू ठेवा, म्हणजे त्या पळून जातील.

हा म्हणाला, ''त्यापेक्षा एक छोटासा टीव्ही ठेवू या वरती. एकतर त्या दांडग्या टीव्हीला घाबरून पळून तरी जातील, नाहीतर शांतपणे टीव्ही बघत बसतील.''

कुणी आणखी उपाय सांगितला. खारींना म्हणे परफ्यूमचा वास आवडत नाही; तर ॲटिकमध्ये भरपूर परफ्यूमचा स्प्रे मारावा.

लोक काय, काहीही सुचवतात.

तरी मी याला म्हटलं, ''माझ्यासाठी इतक्या वर्षांत कधी परफ्यूम आणलं नाहीस; निदान या कैदाशिणींसाठी तरी आण आणि आपला त्रास वाचव.''

शिवाय, वरती या बयांनी किती वाट लावल्येय, हे बघायला ॲटिकमध्ये जाऊ म्हटलं, तर वरती जाणारा जिना नव्हता. याच्याच क्लॉझेटमधून वर जाण्यासाठी अगदी अडनिडा मार्ग होता. शेवटी वर जाणं सुलभ व्हावं म्हणून एक लाकडी फोल्डिंग जिना बसवून घ्यायचं ठरलं. याला म्हटलं, ''जिना करतोच आहोत, तर वरती दिवाही बसवून घेऊ; म्हणजे त्या महाराण्यांना काळोखात धावायला नको.''

पण या अतिछोट्या कामासाठी दोन वेगवेगळ्या व्यवसायांतल्या लोकांना

गाठणं, ही कर्मकटकट ठरली. कारण कार्पेंटर, इलेक्ट्रिशियन ही माणसं कमालीची बिझी असतात. आणि असल्या क्षुल्लक कामांसाठी त्यांच्याकडे वेळ नसतो. शेवटी प्रयासानं ही माणसं मिळवली. दोघंही वेगवेगळ्या दिवशी अवतरले. अर्थातच दोन दिवस सुटी घेऊन हा घरी राहिला. आणि एकदाचा ॲटिकमध्ये जाण्यासाठी जिना आणि वरती दिवा बसवण्याचं काम झालं. वर एवढी खारींची नाचानाच चाललेली असूनसुद्धा त्यांनी कुठल्या गोष्टींची वाट लावली नव्हती, ही आमच्या दृष्टीनं आनंदाची गोष्ट.

दिवा बसवण्याचा फायदा झाला.

आता या कैदाशिणींनी वर धडाधड उड्या मारायला सुरुवात केली, की मी पटकन खालून स्विच ऑन करते. त्या गच्च अंधारात एकदम उजेड पडल्यानं काही वेळ त्यांचं धावणं थांबतं. मग थोड्या वेळानं पुन्हा त्यांचा झिम्मा सुरू होतो.

एकदा तर गंमतच झाली. आमच्याकडे कुणी पाहुण्या आल्या. रात्री बराच वेळ गप्पा झाल्या. आम्ही झोपायला गेलो. दिवसभर थकल्यानं मस्त झोप लागली. थोड्याच वेळात जाग आली. कुणी बेडरूमचं दार ठोकतंय, असं वाटलं. क्षणभर काही कळेना. पुन्हा दार ठोकल्याचा आवाज. पटकन मी दार उघडलं, तर दारात पाहुणी घाबरून उभी.

"काय झालं?" मी विचारलं.

"वरती कसलातरी आवाज येतोय. कुणी घरात शिरलं तर नसेल नं?"

गप्पांच्या नादात रात्र बरीच सरल्याचं आमच्या लक्षात आलं नव्हतं. ही तर खारींची उठण्याची वेळ.

"झोपा तुम्ही शांत. ती वरची जागा आमच्या दुसऱ्या पाहुण्यांना दिलेली आहे. अहो, खारी आहेत तिथे."

हळूहळू थंडी कमी झाली. दिवस मोठा होऊ लागला. जादूची कांडी फिरावी, तसं काहीसं होऊन वरचा आवाज बंद झाला. खारींचं बागेत मनमुराद हुंदडणं सुरू झालं. धपाधप उड्या मारणं, एका फांदीवरून दुसऱ्या फांदीवर उडी घेणं– असले खेळ सुरू झाले.

हा म्हणाला, "बघितल्यास कशा माजल्यात त्या! एकेकीला गलोलीनं टिपलं पाहिजे. नाहीतर एखादी छऱ्याची बंदूक आणू या का?"

"नको हं भलतंच काही. ॲनिमल राइट्सचे लोक आपल्यालाच पकडतील."

खारी अशा बागडत राहिल्या. आम्ही आमच्या उद्योगात. सतत बाहेर जाणं, बागेची कामं, पाहुणे-रावळे. भर्रकन संपणारे हे दिवस. आमच्या घराच्या एका बाजूला सफरचंदाची तीन झाडं. आम्ही इथं राहायला आलो, तेव्हा थंडीनं त्यांची पानं गळून नुसत्या काटक्या उभ्या होत्या. पण हवा बदलली मात्र; बघता-बघता

नाजूक, सुंदर गुलाबी फुलांनी झाडं डवरून निघाली. त्यांना फळं धरू लागली. मग या खारींना नवीन उद्योग मिळाला. येता-जाता झाडावर उड्या मारून सफरचंदं ओरबाडून बागेत कुठंतरी आरामात बसून ती खाणं. कधी त्या डेकवर येऊन बसत. कधी कुंपणावर. मग सफरचंद खाण्याचा कंटाळा आला की ते अर्धवट खाल्लेलं सफरचंद इथं-तिथं टाकून त्या पळून जात. बागेत, डेकवर सगळीकडे अशा कुरतडून टाकलेल्या सफरचंदांचा कचरा होऊ लागला. मग तो साफ करणं हे जास्तीचं काम मागे लागलं.

तरीही, आमच्या डोक्यावर रात्रीच्या वेळी होणारा खारींचा दंगा थांबल्यानं आम्ही बिनधास्त झालो. पण उन्हाळा संपला. हळूहळू दिवस लहान झाला. हवेतली थंडी वाढली आणि खारींनी पुन्हा आमच्या ॲटिककडे मोर्चा वळवला. माहेरपणाला आल्यासारख्या मनमुराद हुंदडू लागल्या.

एक दिवस ऑफिसमध्ये डिना शेंगदाण्यांची मोठी बाटली घेऊन आली. आम्ही आश्चर्यचकित झालो, कारण कुठल्याही खाण्याच्या प्रकारात काजू, बदाम, शेंगदाणे इत्यादी काही असलं आणि हिनं चुकून ती वस्तू तोंडात टाकली, तरी तिचा चेहरा नुसता लाल लाल होऊन फुलून येतो.

आमच्या चेहऱ्यावरचे भाव ओळखून डिना म्हणाली, "गंमतच झाली. शेजारच्या डिपार्टमेंटचा टोनी सुट्टीवर गेलाय. तर जाताना दोन आठवड्यांसाठी त्याचा पार्किंग-स्पॉट मला देऊन गेला. काल संध्याकाळी मी गाडी काढायला गेले, तर दोन-चार खारी माझ्या पुढ्यात हजर. डोळे विस्फारून त्या माझ्याकडे बघत होत्या. एवढ्या गोजिरवाण्या! मग लक्षात आलं टोनी म्हणाल्याचं की, तो रोज संध्याकाळी इथे जमणाऱ्या खारींना दाणे टाकतो. बिचाऱ्या माझ्याकडे आशेनं बघत होत्या आणि माझ्याकडे मात्र त्यांना द्यायला काहीच नव्हतं. मी त्या खारींना म्हटलं, "सॉरी, आज तरी मी काही देऊ शकत नाही. उद्या मात्र आठवणीनं दाणे आणीन." त्या निमूटपणे निघून गेल्या. बघा, या चिमुरड्यांनाही आपली भाषा कळते."

खरं आहे. कुत्र्यांना, मांजरांना, आता खारींनाही आपली भाषा कळू लागली. मग माणसालाच माणसाची भाषा का कळू नये?

म्हणजे, मी एवढी सतत या मैत्रिणींकडे खारींच्या त्रासाबद्दल तक्रार करत असते, पण डिनासारखी माणसं त्याकडे दुर्लक्ष करून वरती खारींचंच कौतुक करण्यात दंग. यांनी खारींना खायला घालून माजवायचं आणि इतरांनी त्यांचा त्रास सोसायचा.

एक दिवस हा फोनवर याचा मित्र सुनील याच्याशी या खारींच्या त्रासाबद्दल बोलत होता. सुनील म्हणाला, "हे मला आधी का नाही बोललास? एकदम सोपा उपाय."

सुनील एवढा सोपा उपाय सांगतो म्हटल्यावर हा खूश. यानं लगेच आम्हाला सगळ्यांना बोलावलं आणि उत्साहानं फोन स्पीकरवर टाकला.

सुनील म्हणाला, "आधी कुत्रा आण. आमची जेनिफर अशी सतत खारींची फरपट काढते की, आमच्याकडे एवढी झाडं असूनही अजिबात खारी फिरकत नाहीत. जेनिफरला जरा चाहूल लागू दे खारींची, धावलीच भुंकत मागे."

हे संभाषण ऐकत असलेल्या मुलांचे डोळे विस्फारले.

मी मटकन खुर्चीतच बसले.

सुनीलचं जेनिफर पुराण चालू होतं.

रोहित-अमित गेली कित्येक वर्षं कुत्रा आणायचा म्हणून आमच्या मागे होते. त्यांना थोपवून धरण्यात मी अजूनपर्यंत यश मिळवलं होतं. पण आता कुत्रा आणायचा तो खारींचा त्रास वाचवायला; त्याला हरकत कसली? कसं कुणास ठाऊक, कुत्रा-मांजर इत्यादी प्राण्यांविषयी माझ्या मनात कधी प्रेम निर्माण झालंच नाही.

त्यातून गेले सहा महिने एका कुत्र्यानं नव्हे; त्याच्या मालकिणीनं माझं डोकं उठवलंय. त्यात आता ही भर. सहा महिन्यांपूर्वी बॉनी आमच्या कंपनीत आली. हुशार, कर्तबगार, मनमिळाऊ वगैरे वगैरे. तिचा कुत्रा– चार्ली म्हणजे तिचा जीव की प्राण. त्याबद्दलही माझी तक्रार नाही. पण माणूस स्वत:च्या कुत्र्याबद्दल किती किती बोलू शकतो, हे मी पहिल्यांदाच अनुभवलं. शिवाय तो म्हणे उच्च कुळातला. रस्त्यानं जाताना जर त्याला इतर जातीची कुत्री (कुत्र्याचं अनेकवचन) दिसली, तर तो ढुंकूनही बघत नाही. रुबाबात चालत राहतो म्हणे. बॉनीच्या तोंडून सतत हे चार्लीची उच्च जात, त्यांच्यातल्या इतर जमातींबद्दल चार्लीच्या मनात असलेली तिरस्काराची भावना असलं सगळं ऐकून मला प्रश्नच पडतो की, कुत्रे माणसांकडूनच उच्च-नीच, खालची जात-वरची जात इत्यादी शिकले, की आपण माणसं हे कुत्र्यांकडून शिकलो?

त्यात मध्ये मी कुठेसं वाचलं की, सध्या अमेरिकन्स दिवसाचा जास्तीत जास्त वेळ ऑफिसमध्ये घालवत आहेत. कामाचा वाढता ताण, चढाओढ, स्पर्धा, त्याचे कुटुंबव्यवस्थेवर होणारे परिणाम, त्यातून उद्भवणारे मानसिक ताण-तणाव हे सर्व टाळायचं असेल तर ऑफिसमध्ये कुत्री-मांजरं इत्यादी 'पेट्स' आणायची व्यवस्था व्हायला हवी. त्यामुळे माणसं जास्त रिलॅक्स होतील. दुखणी टळतील. पर्यायानं उत्पादन वाढेल. मात्र जर कधी असं घडलंच, तर मी नोकरी सोडून सरळ घरी बसायचं, असं ठरवलंय.

इकडे अजून सुनील 'जेनिफर' याच विषयावर बोलतोय. फोन झाला एकदाचा. सगळे अतिशय उत्साहात.

आई म्हणाल्या, "दिलीपला लहानपणापासून कुत्र्यांची फार आवड. त्याचा होता टॉमी नावाचा एक कुत्रा." पुढे अर्थातच टॉमीचं कौतुक. मुलांना हे सगळं नवीन होतं. डॅडींकडे कुत्रा होता, मग आपल्याकडे का असू नये? निदान खारींचा त्रास वाचवायला.

माझ्या अंगाला घाम फुटला. मी एकटी एका बाजूला; बाकीचे सगळे विरुद्ध बाजूला. मी मनातल्या मनात एक ते शंभर आकडे मोजले. विचारांची जुळवाजुळव केली. आधी कुत्रा घरात असण्याचे फायदे दोन वाक्यांत सांगितले. मग हळूहळू कुत्र्याचा व्याप आणि ताप किती असतो, याची लांबच लांब यादी दिली– "सकाळ-संध्याकाळ त्याला बाहेर फिरायला न्या. मग थंडी असो, कडक ऊन असो, पाऊस असो की बर्फ असो. डॉक्टरकडे न्या. औषधं-इंजेक्शनं, केस कापायला न्या. अंघोळ घाला, नखं कापायला न्या आणि काय न् काय! खर्चाचा प्रश्न तर वेगळाच. शिवाय आधी त्याला वळण लावण्यासाठी शाळेत पाठवा. एवढा वेळ घालवणार कोण त्याच्या मागे?"

मुलं हिरमुसली.

हा म्हणाला, "तू म्हणतेस ते बरोबर आहे. ही मुलं काय, आता उत्साहात म्हणतील, 'आम्ही बघू' म्हणून. पण लवकरच ती घराबाहेर पडतील. आपल्या मागे आधीच एवढे व्याप."

यानं इतक्या सहज माझं म्हणणं बरोबर असल्याचं कबूल केल्यावर याची तब्येत बरी आहे नं, अशी शंका माझ्या मनाला चाटून गेलीच.

भारतातून येणारे पाहुणे मात्र या खारी बघून खूश होतात. विशेषत: डेकवर, एखाद्या झाडावर बसून सफरचंद खाणाऱ्या खारींचं त्यांना मोठं कौतुक वाटतं. काही तर लगेच फोटो काढायला धावतात. मग मी त्यांना खार किती विध्वंसक प्राणी आहे आणि त्यामुळे आम्ही कसे पिडलोय, याचे किस्से ऐकवते.

थंडी संपली. उन्हाळा सुरू झाला. या उन्हाळ्यात खारींचा बंदोबस्त करायचा, असा आम्ही निर्धार केला. पण कसा करणार? गहन प्रश्न!

शेजाऱ्यानं आम्हाला पिंजरा आणून दिला.

"हा वापरा. यात खार अडकली की तिला लांब कुठेतरी सोडून द्या. साधारण दहा मैलांच्या पलीकडे. कारण दहा मैलांपर्यंत खारी माग काढत परत येऊ शकतात."

त्यानंच आम्हाला पिंजऱ्यात खारींसाठी Nuts ठेवायला सांगितलं. शेजारी निघून गेल्यावर गंभीर चेहऱ्यानं हा म्हणाला, "आता माझ्या लक्षात आलं, की खारी आपल्याच मागे अशा का लागल्यात?"

"का रे?" –माझा प्रश्न.

चेहऱ्यावरचे भाव न बदलता हा म्हणाला, "शोभा, तुला सगळ्या प्रकारचे नट्स खूप आवडतात नं? मला वाटतं, गेल्या जन्मी तू खार असावीस. म्हणून तर सगळ्या तुझ्या सख्या सारख्या तुला भेटायला येत असतात."

"कळलं. पण आता Nuts – दाणे – म्हणजे नक्की कुठले?"

"इथे एवढे शंभर प्रकारचे दाणे. नुसते शेंगदाणे म्हटले तरी खारवलेले, कमी खारवलेले, भाजके, मधात घोळवलेले. या बयांना नेमके कुठले आवडतील?"

"पुरे ते खारींचं कौतुक. रोहित, हे दाणे ठेव या पिंजऱ्यात." आईंनी मूठभर कच्चे दाणे रोहितच्या हवाली केले.

चार दिवस तसेच गेले. पिंजऱ्याच्या आजूबाजूला बागडणाऱ्या एवढ्या खारी; पण एखादी वाट चुकूनही त्या पिंजऱ्यात गेली नाही.

पाचव्या दिवशी पिंजऱ्यात खार पकडल्याची बातमी अमितने धावत, ओरडत-ओरडत येऊन दिली. आम्ही सर्व पिंजऱ्याभोवती जमलो.

रोहितनं पिंजऱ्यातले शेंगदाणे काढून त्या जागी अर्धवट फोडून अक्रोड ठेवला आणि पाचच मिनिटांत खार आत शिरली होती.

हे ऐकल्यावर मात्र आईंच्या जिवाचा संताप झाला. "तिकडे माणसं उपाशी मरतात आणि इकडे या मेल्यांना अक्रोडं पाहिजेत."

"अक्रोड जाऊ दे; पण चला, एवढ्या प्रयासानं एक खार तर सापडली! आता या बयेला सोडायचं कुठं?"

एव्हाना रोहित कॉलेजला जायला लागला होता. तो म्हणाला, "मी कॉलेज कॅम्पसवर सोडून येतो. तिथे भरपूर झाडं आहेत. मजेत राहतील."

मग आम्ही असा खारी पकडायचा सपाटा सुरू केला आणि त्यांना 'दिल्या घरी तू सुखी राहा', असं म्हणत निरोप दिला.

मी याला म्हटलं, "कॅम्पसवर उच्च शिक्षणासाठी गेलेल्या खारी शिकून-सवरून पुन्हा आपल्याकडे येणार तर नाहीत नं?"

आम्ही वरती, ॲटिकमध्ये ज्या फटीतून खारी आत शिरत, तिथं कुणाकडून आतून-बाहेरून दणकट जाळी बसवून घेतली. शिवाय ज्या खारींनी आमचं घर हे आपलंच घर मानलं होतं, त्या कॅम्पसवर राहायला गेल्यानं थंडीच्या दिवसांत ॲटिकमध्ये होणारी पळापळ थांबली. मला हुश्श झालं.

यंदा उन्हाळ्यात नेहमीप्रमाणं भाज्या लावल्या.

या भाज्यांच्या मागे एवढी मेहनत होते, एवढा खर्च होतो की, हिशेब केला तर बाजारभावापेक्षा या महागच पडतात. पण ती इवली-इवली रोपं वाढताना बघण्याचा आनंद वेगळाच. आजूबाजूचं तण उपटा, पाणी घाला, वेलींना आधार द्या– ही कामं चालूच राहतात. झाडं फोफावतात. त्यांना फुलं-फळं धरू लागतात.

यंदा टोमॅटोचं एक झाड वेड्यासारखं वाढलं. पण त्याला फुलंच येईनात. दुसऱ्या टोमॅटोच्या झाडांवर भरभरून टोमॅटो आले. शेवटी एकदाची या नुसत्याच वाढलेल्या झाडाला दोन फुलं आली. मग त्याला टोमॅटो धरले. बघता-बघता त्या दोन टोमॅटोंचा आकार असा काही वाढत गेला की त्या भारानं झाड तुटणार, याची मला काळजी वाटू लागली. रोज येता-जाता इतर भाज्या, त्याहीपेक्षा हे दोन टोमॅटो मी न्याहाळू लागले. ते कधी पिकतात याची वाट पाहू लागले. एका टोमॅटोचा रंग बदलू लागला. तो पिकू लागला. संध्याकाळी तो काढायला म्हणून, घरी आल्यावर बागेत गेले, तर टोमॅटो बेपत्ता. एवढा मोठा टोमॅटो जाईल कुठे? असा कोण काढून नेणार? इथे तर कुणी असा हातही लावणार नाही. जीव तडफडला.

पुढचे चार दिवस अगदी गडबडीत गेले. बागेत डोकावणंही जमलं नाही आणि आज मी बेडरूममधून खाली बागेकडे नजर टाकली आणि अवाक झाले. म्हणजे चोर सापडल्याचा आनंद होता; पण दुसराही टोमॅटो त्या क्षणी गमवावा लागला. आमच्याच डेकवर बसून एक खार तो मोठा टोमॅटो आनंदानं खात बसली होती. तिच्या वजनापेक्षा जास्त वजनाचा टोमॅटो तिनं तोडला कसा, याचं आश्चर्य वाटलं आणि त्या खादाडखाऊ खारीचा रागही आला.

शेवटी 'दाने दाने पे लिखा है...' हेच खरं का?

मग वाटलं, खारींना तरी दोष का द्यावा?

माझं ते माझंच; तुझं तेही माझंच, अशी बळावत चाललेली वृत्ती. झपाट्यानं बदलणारा काळ. बदलणारी भाषा, शब्दप्रयोग किंवा बदलणारे शब्दांचे अर्थही. मग रामायणकालीन असलेला 'खारीचा वाटा' या शब्द प्रयोगाचा अर्थ पार बदलून असाही होऊ शकतो आणि तो तसाच स्वीकारण्यावाचून आपल्याला गत्यंतर तरी काय?

■

महाराष्ट्र टाइम्स - दिवाळी २००१

खोळंबलेला प्रवास

सकाळी उठून मी खाली किचनमध्ये आले. माझे पाय जड-जड झाले होते. आज शनिवार. घरातील कामाचा दिवस. मात्र अंगात कसलाच उत्साह नव्हता. मला आलेली बघताच हा म्हणाला, ''चहा तयारच आहे. चल, डेकवर बसून चहा घेऊ या. हवा बघ काय मस्त आहे!''

मी चहाचा ट्रे घेऊन डेकवर गेले.

थंडीला हळुवारपणे दूर सारून हलकेच अवतरलेला वसंत ऋतू. सभोवार पक्षी, झाडं, गवत. सगळे जणू उत्साहात. नकळत माझाही मूड बदलला.

चहा झाल्यावर मी म्हणाले, ''चल, पटकन शॉवर घेऊन तयार होऊ या. वेळेवर गेलं पाहिजे.''

मी बेडरूममध्ये जाऊन साड्यांचं कपाट उघडलं. भारी साड्या बाजूला सारून त्यातल्या त्यात साधी, फिक्या रंगाची सिल्कची साडी निवडली.

हा सूट घालून तयार झाला.

जवळ असलेल्या डिरेक्शनप्रमाणं आम्ही निघालो. सकाळची वेळ. रोज तुडुंब भरून वाहणारा रस्ता आज मोकळा-मोकळा वाटत होता. इच्छित स्थळी पोचलो. गाडी पार्क केली. पार्किंग लॉट मोठा. एकेक गाडी आत शिरत होती. गाड्यांतून बाहेर पडणारे बहुतेक सगळे परिचित.

समोर नजर टाकली. समोरची वास्तू सकाळच्या उन्हात प्रसन्न हसत होती. मधून जाणारा लालचुटूक विटांचा रस्ता. दोन्ही बाजूला हिरवंगार गवत. आखीव-रेखीव. एका बाजूला उत्साहानं भुईतून वर आलेले नानाविध रंगाचे ट्युलिप्स. वाऱ्यावर डोलणारे. लहान बाळासारखं बोळकं पसरून हसणारे.

मुख्य दरवाज्यातून आम्ही आत शिरलो.

आतमध्ये मंद दिवे. जागोजाग ठेवलेल्या आकर्षक पुष्परचना. त्यांची रंगसंगती, टवटवीतपणा मन वेधून घेणारा. ठिकठिकाणी कोन साधून लोकांना विसावण्यासाठी ठेवलेले सोफासेट्स, टेबल्स आणि अर्थातच त्यावर टिश्यूचे बॉक्सेसही. सुबक फर्निचर. लाकडी फ्लोअर. तोही अत्यंत चकचकीत. भिंतींना फिकट रंग. त्यावर जागोजाग लावलेली सुंदर पेंटिंग्ज. त्यावर सोडलेले दिवे– चित्रांचं सौंदर्य खुलवणारे. जणू एखाद्या आर्ट गॅलरीतच शिरलोय.

पण प्रथमदर्शनी प्रसन्न, मोकळी, आश्वासक भासणारी ही वास्तू म्हणजे फ्युनरल होम आहे. आम्ही सारे जमलो आहोत ते आमच्या मैत्रिणीला – कुंदाला – शेवटचा निरोप देण्यासाठी.

मुख्य हॉलच्या बाहेर असलेल्या गेस्ट बुकमध्ये आम्ही आमचं नाव, पत्ता लिहिला. ही यादी कुंदाच्या घरच्या मंडळींना देण्यात येईल. म्हणजे कोण कोण आलं होतं, ते त्यांना कळायला मदत होईल. शिवाय या कार्याला आल्याबद्दल 'थँक्यू नोट' पाठवायलाही उपयोग होईल. या समाजाचे हे शिष्टाचार.

हे फ्युरनल होम चांगलंच मोठं आहे. आतमध्ये सहज तीनशे लोकांना बसण्याची सोय आहे. अर्थात किती माणसं जमणार, त्या अंदाजानं मधलं पार्टिशन काढून किंवा पार्टिशन घालून जागा लहान-मोठी करण्याची सोय असते. यांचा स्टाफही बराच दिसतोय. गंभीर चेहऱ्यानं चाललेली त्यांची धावपळ. हलक्या आवाजात एकमेकांना दिल्या जाणाऱ्या सूचना. सगळी चोख व्यवस्था. शिवाय इथंच क्रिमेशनची सोय असल्यानं धार्मिक विधी, अंत्यदर्शन आटोपून दुसरीकडे जायला नको.

माझ्यामागून येणारं कुणीसं कुजबुजलं, 'This is very well maintained, beautiful funeral home, must be very expensive!'

खरंच, इतक्या चांगल्या वास्तूत अखेरचा निरोप घ्यायचा; त्याची किंमतही तशीच असणार! तरी बरं, क्रिमेशनच्या रूपानं आपल्या धर्मानं आपली किती चांगली सोय करून ठेवलीय. नाहीतर मेल्यावर एखाद्या डेरेदार वृक्षाखाली विसावण्यासाठी जिवंतपणीच प्लॉट घेऊन ठेवायचा आणि आयुष्यभर त्याची किंमत चुकती करत बसायचं.

आम्ही आत आलो. आत शिरताना आता इथं घडणाऱ्या घटनांची छापील पत्रिका प्रत्येकाला देण्यात आली. पत्रिकेवर कुंदाचा फोटो. तरुण वयातला. तिची थोडक्यात माहिती. एकंदर धार्मिक विधी आणि कोणाकोणाची भाषणं आहेत, त्याची माहिती. सगळं अर्थात इंग्लिशमध्ये छापलेलं.

भजनाची टेप लागलेली. मंद प्रकाश. ओळीनं मांडलेल्या खुर्च्या. पुढील रांग घरच्या मंडळींसाठी, नातेवाइकांसाठी. समोर लोकांच्या दर्शनासाठी ठेवलेली,

कुंदाचा मृतदेह असलेली उघडी शवपेटिका.

बघता-बघता हॉल गच्च भरला. पुढील रांगेत कुंदाचा लेक, सून, मुलगी, जावई बसलेले. मुलगी आणि सून आज साडी नेसून. मुलगा, जावई सुटाबुटात. कुंदाचा लहानगा नातूही सुटात. माणसाला निरोप देताना सन्मानाने द्यायला हवा.

बरोबर पत्रिकेत छापलेल्या वेळेबरहुकूम भटजी पुढे जाऊन उभे राहिले. मंत्रोच्चार सुरू झाले. त्यांच्या आवाजात मृदुता आहे. शिवाय साऊंड सिस्टिम चांगली असल्याने त्यांचे मंत्रोच्चार सगळ्यांना स्पष्ट ऐकू येताहेत. याखेरीज कसलाच आवाज नाही.

हे भटजी गेल्याच वर्षी इथल्या एका देवळात पूजापठण करायला भारतातून आलेत. विद्वान, धर्मशास्त्राचा गाढा अभ्यासक. अमेरिकेतल्या भारतीयांची संख्या वाढली. मग अर्थातच देवळांची आणि देवांचीही. देव आले म्हणून भारतातल्या वेगवेगळ्या प्रांतांतून पूजा-अर्चा, आराधना, होम-हवन करण्यासाठी भटजी मंडळी आली. त्यामुळे कुठल्याही कार्याला भटजी मिळण्याची सोय झाली.

भटजी सांगत होते त्याप्रमाणे मुलगा, जावई काहीबाही विधी करत होते. तसं भटजींनी थोडक्यात सगळं आटोपलं.

माणूस गेला म्हणजे संपला. त्याचा इथला मुक्काम हलला. मग असले विधी करून शांती कुणाला मिळते? भटजीला? मागे राहणाऱ्यांना? की केवळ असल्या काही विधींसाठी घोटाळणाऱ्या त्या आत्म्याला? मला पडणारा नेहमीचा प्रश्न!

पत्रिकेत छापल्याप्रमाणे एकेकाची भाषणं सुरू झाली. मनावरचा ताण वाढवणारी. प्रत्येक जण कुंदाच्या आठवणी थोडक्यात सांगू लागले. कुणी तिच्यावर केलेली कविता वाचली, कुणी लेख. कुंदाची बारा वर्षांची नात मोजकं बोलली, पण तिनं हृदयाला हात घातला. कुंदाच्या मुलीनं बोलायला सुरुवात केली खरी, पण तिला बोलवेना. काय काय दाटलं असेल तिच्या मनात! आम्हाला सगळ्यांना स्वत:ला आवरणं कठीण गेलं.

याच्या बॉसच्या फ्युनरलला काही वर्षांपूर्वी मी गेले होते त्याची मला आठवण झाली. त्या कंपनीचे तिघं पार्टनर. पीटर हा दुसऱ्या दोघांच्या मानानं तरुण, उत्साही. इथल्या लोकांच्या मानानं सडसडीत. हेल्थ क्लबला जाणारा. तब्येतीची उत्तम काळजी घेणारा. आणि अचानक बावन्नाव्या वर्षी झोपेतच गेला. हार्ट फेल.

ऐकून मी धसकले. ख्रिसमस पार्टी, उन्हाळ्याच्या सहली यानिमित्तानं माझी या सर्वांशी, त्यांच्या कुटुंबीयांशी ओळख.

आठवड्यानंतर पीटरचं फ्युनरल होतं. आम्ही तिकडे गेलो. वातावरण जरी गंभीर होतं, तरी दु:खाचा सूर त्या वेळी नव्हता. एकेकाची भाषणाला सुरुवात झाली. ते गंभीर वातावरण बदललं. लोक पीटरच्या गमतीदार आठवणी सांगत

होते. हसत होते. हळूच डोळेसुद्धा टिपत होते. पीटरच्या स्वभावातील धडपडी वृत्ती, त्याने केलेले गोंधळ... आणि तरीही त्यातून उमलणारं एक उमदं, उत्साही व्यक्तिमत्त्व.

हे बोलणारे सगळे सुशिक्षित, उच्चभ्रू. पीटरच्या जवळचे, जिव्हाळ्याचे. आपलं दुःख मनात ठेवून एखाद्या पार्टीत विनोद सांगावेत, तशा गमती-जमती सांगत होते. पण त्यात उथळपणा नव्हता.

हा सारा प्रकार मला नवीन होता. पहिले काही क्षण काय चाललंय, तेच कळेना. मग मात्र या मंडळींच्या विनोदबुद्धीला दाद द्यावीशी वाटली. अशा प्रसंगी सगळ्यांचं दुःख हलकं करायला विनोदसारखं साधन नाही. मात्र, तो विनोदही निर्मळ मनानं केलेला असावा, हे स्पष्ट जाणवलं.

इकडे भाषणं संपली. भजनाची टेप परत सुरू झाली. कुंदाचा नातू आणि नात हातात फुलांच्या परड्या घेऊन उभी राहिली. रांगेनं प्रत्येक जण फूल घेऊन, कुंदाचं दर्शन घेऊन, तिला फूल वाहून पुढे जात. तिथं उभ्या असलेल्या कुंदाच्या कुटुंबीयांचं सांत्वन करून रांग पुढे सरकत होती. माझा नंबर आला. कुंदाच्या नातीच्या हातून फूल घेऊन मी पुढं सरकले. शांतपणे शवपेटिकेत पहुडलेली कुंदा– जणू मधल्या काळात काही घडलंच नाही. मात्र जाणवलं एवढंच की, आयुष्यभर साधी राहिलेली कुंदा, अमेरिकेत राहूनही कुठल्याही फॅशन आणि पॅशनपासून दूर राहिलेली कुंदा, या अखेरच्या प्रवासाला निघताना काहीशी सजलेली-सजवलेली.

गेले काही महिने मी कुंदाला नर्सिंग होममध्ये बघत होते. तिचा तो चेहरा आणि आजचा चेहरा यात कुठलंच साम्य नव्हतं. मुळात देखणी असलेली कुंदा– आज केस चापूनचोपून बसवलेले, भुवया किंचित कोरलेल्या, चेहऱ्याला हलकासा मेकअप यामुळे वेगळी दिसत होती. वाटलं, ही थोडीशी जरी नेटकी राहिली असती तर किती सुंदर दिसली असती!

एकंदर प्रसाधनानं असेल, तिच्या चेहऱ्यावर दिसतंय असीम समाधान. एक टवटवी. फ्युनरल होममध्ये काम करणाऱ्या mortician नं आपलं काम चोख बजावलंय. वाटलं, या जगात आपण कसे आलो, कसेही जगलो, तरी शेवटच्या मुक्कामाला असं नीटनेटकं होऊन शांतपणे जायला काय हरकत? नसेना का गेले काही महिने लोळागोळा होऊन पडलेल्या कुंदाची ही खरी ओळख; पण आज आलेल्या सगळ्यांच्या मनात राहणार तो तिचा शांत चेहरा.

रांगेतून पुढं सरकले. कुंदाच्या मुलांना जवळ घेतलं. क्षणभरच. मागं थबकलेली रांग.

मग सगळे जण पार्किंग लॉटमध्ये आले. इतका वेळ बंद ठेवलेली तोंडं हळूहळू मोकळी झाली. एकेका ग्रुपच्या दबक्या आवाजात गप्पा सुरू झाल्या.

सगळेच कुंदाबद्दल हळहळत होते.

पण लोकांना आता त्यांचे पुढचे कार्यक्रम दिसू लागले. गावात आज एका लग्नाचं रिसेप्शन आहे. बऱ्याच जणांना संध्याकाळी तिकडे जायचंय. बाकी कुणाच्या कसल्या पार्ट्या... जाणी-येणी. सगळं कसं मागील पानावरून.

"बरं झालं हं, आज शनिवार आहे; नाहीतर सुट्टी घ्यावी लागली असती." सगळ्यांना सुट्टीची काळजी!

"अगं, कालच व्हेकेशनहून आलो आम्ही. दोन आठवडे गेलो होतो. आल्यावर फोनचे मेसेज घेतले तेव्हा हे कळलं. घरात कामं केवढी पडलीत." –कुणाचासा आवाज.

आम्ही पार्किंग लॉटमधून बाहेर पडलो. न बोलता हा गाडी चालवत होता. दोघांच्या मनात अर्थात एकच विचार– कुंदाचा. हे घडणार याची कल्पना होती किंवा कुंदानं आता या जगाचा निरोप घ्यावा असं वाटत होतं, तरीही प्रत्यक्ष ही घटना घडली आणि मन हेलावलं.

गेले काही महिने कुंदाचा चाललेला प्रवास आम्ही जवळून पाहत होतो. खरं तर 'चाललेला प्रवास' हा शब्दप्रयोग चुकीचाच. तो 'थांबलेला प्रवास' होता. ऐल आणि पैल यांच्यामधला. तसं पाहिलं तर प्रवास म्हटला की त्याला गती आलीच. एखादा प्रवास झपाट्यानं होणारा, एखादा संथ गतीनं थांबत-थबकत होणारा; तर कुंदाचा प्रवास मात्र थांबलेला असतानाही तो चालू आहे, असा आभास निर्माण करणारा. जो तिला स्वत:ला न जाणवणारा, पण इतरांना दडपून टाकणारा. हेलावून सोडणारा. आमची ही अवस्था, तर तिच्या मुलांचं काय झालं असेल, हे सर्व नुसतं बघताना?

तसं कुंदाचं वय फार नव्हतं. नुकतीच ती पासष्ट वर्षांची झाली होती. गेल्या आठ-दहा वर्षांत नेहमीच्या परिचित ब्लडप्रेशर, सांधेदुखी अशा दुखण्यांनी तिला गाठलं. बघता-बघता सांधेदुखीनं चांगलंच हैराण केलं. त्यातच शरीरातील हाडंही ठिसूळ झाली. मग थोडंसं कसलं निमित्त होऊन ती धडपडली की फ्रॅक्चर, कधी शस्त्रक्रिया– असं काही तिच्या मागे लागलं. याच वेळी सगळ्यांच्या नकळत तिच्या मनाचा ताबा हळूहळू घेतला तो अल्झायमरनं– विस्मरणानं. तिच्या मुलांनाही याची जाणीव व्हावी तशी झाली नाही.

मुलं शिक्षण, नोकऱ्या यानिमित्तानं घराबाहेर पडली. आपापल्या संसारात रमली. इथं घरी भाई आणि कुंदा. त्यात वेगळं असं काही नाही. आमच्या पिढीच्या इथं असणाऱ्या प्रत्येकाकडे हेच दृश्य. भाई सेवानिवृत्त झाले. मग इथली थंडी टाळण्यासाठी भारतात, तिथून मग ह्युस्टनला मुलीकडे, उन्हाळ्यात मुलाकडे शिकागोला– असा त्यांचा प्रवास चालू राही. त्यांचं गावात राहणं तसं कमीच झालं.

त्यामुळे आमच्या भेटीगाठीही कमी झाल्या.

कुंदाला चालण्याचा खूप त्रास होई. ब्लडप्रेशरनं उग्र रूप धारण केलं. सांधेदुखीनं शरीराच्या हालचाली त्रासदायक होत. मग दुखण्याच्या प्रमाणात औषधांचा मारा वाढू लागला. काही औषधांनी गुण आल्यासारखं वाटे. काही औषधांचे दुष्परिणामही. सगळंच आयुष्याचा भाग बनलं तरीही ती आनंदानं इथं-तिथं प्रवास करी. आपल्या माणसांत, मुला-नातवंडांत तिचा जीव रमे. ती म्हणे, ''आपलं शरीर हे भुताटकीसारखं आहे. घटकेत काय उद्‌भवेल, त्याचा नेम नाही.''

गेल्या वर्षी कुंदाच्या मुलीला आणि जावयालाही या भागात नोकऱ्या मिळाल्या. मुलगी, जावई जवळ येणार म्हणून भाईंना कोण आनंद झाला!

मात्र, अलीकडे कुंदाचं बोलणं कमी झालं होतं. बोलली तरी एखादा प्रश्न ती परत-परत करी. जेवायला बसली की तासन्‌तास अन्न चिवडत बसे. घरात तशी हिंडे-फिरे, पण तेही वॉकरच्या मदतीनं. घराबाहेर पडणं त्रासदायक होऊ लागलं. भाई तिला सगळीकडे व्हीलचेअरमधून फिरवून आणत. आयुष्यात कधी कपभर चहासुद्धा न केलेले भाई आता जुजबी स्वयंपाक करू लागले.

त्यांच्यातला हा बदल आश्चर्यकारक खराच. माणसं वयानं एवढी बदलतात, की परिस्थितीनं?

तसं पाहिलं तर हे भाई म्हणजे अमेरिकेत आयुष्य घालवूनही पारंपरिक भारतीय नवरेपण जपणारे. इतक्या वर्षांत त्यांनी कधी घरात इकडची काडी तिकडे केली नव्हती. घरकाम, मुलं सांभाळणं, वाढवणं– सगळी कामं कुंदाचीच. तीही त्याच पारंपरिक वातावरणात लहानाची मोठी झाल्यानं असेल, पण या देशात राहूनही तिचे आदर्श 'अहिल्या, द्रौपदी, तारा' याच माळेतले. पुरुषी हुकमत गृहीत धरलेली. नवरा, मुलं, घर हेच तिचं विश्व होतं. त्यातून परदेशी राहत असल्यानं संस्कृती जास्तच काळजीपूर्वक जपण्याचं, मुलांना वळण लावण्याचं जू अर्थात तिच्याच मानेवर! त्या भारानं ती वाकलेली. तर भाई आपल्या पुरुषी अहंकारात मग्न. कुंदाच्या उमेदीची वर्षं अशी गेली. मग हळूहळू दुखण्यांनी शरीरात प्रवेश केला. शरीराबरोबर तिच्या मनाची उभारी क्षीण झाली. सेवानिवृत्त झालेले भाई आणि दुखण्यांनी गांजलेली कुंदा, यांचं आयुष्य अशा तऱ्हेनं अकालीच उतरणीला लागलं. कुंदाचं मन जितकं संसारातून मुक्त होऊ लागलं, तेवढे भाई त्यात आता अडकू लागले.

हळूहळू स्वयंपाकपाणी सोडाच, पण तिला स्वत:च्या लहान-सहान गोष्टीही जमेनाशा झाल्या. भाईंनी ती कामं स्वत:कडे घेतली. कुंदाच्या अंगात कोट चढवण्यापासून ते तिच्या पायात बूट चढवण्यापर्यंत सर्व ते करू लागले. हा थट्टा करे, ''छान! नवरा सेवा करतोय; करवून घ्या.''

कुंदा हसून म्हणे, ''मग, केवढी भाग्यवान मी!''

हळूहळू कुंदाचं परावलंबित्व अधिकच वाढू लागलं. दोन-तीन महिन्यांनी होणाऱ्या भेटीत तिच्यातील बदल जाणवे. मी भाईंना म्हणे, ''तुम्ही काहीतरी मदत बघा. तुमचेही तब्येतीचे प्रश्न आहेतच. एवढं दिवसभर करणं सोपं नाही. निदान दिवसाचे दोन-चार तास घरात येऊन राहणारं कुणी बघा. मग तुम्हाला एकट्याला कुठं बाहेर पडता येईल. लायब्ररीत किंवा इतर कुठंही जा, पण वेगळ्या वातावरणात तुम्ही जायला हवं. शिवाय तुम्हा दोघांना एवढं मोठं घर हवंय कशाला? हा व्याप कमी करा.''

माझ्या सांगण्याकडे ते दुर्लक्ष करीत.

एकदा मात्र म्हणाले, ''माझ्या आधी ही गेली पाहिजे.'' मग एकदम गप्प झाले. कुंदाची मुलगी, जावई या भागात राहायला आले. त्यांचं धावपळीचं आयुष्य सुरू झालं. नवीन नोकऱ्या, नवीन घर, मुलांच्या शाळा. सगळाच बदल. तरी तिचं घर भाईंपासून अवघ्या पंधरा-वीस मिनिटांच्या अंतरावर असल्यानं सर्वांच्या दृष्टीनं सोईचं झालं.

जेमतेम दोन महिने झाले असतील-नसतील. एकदा मुलीनं संध्याकाळी भाईंकडे फोन केला. भाईंनी तो उचलला नाही. तिनं निरोप ठेवला. थोड्या वेळानं परत केला. कुणी उचलेना. कुठं बाहेर जाण्याचं भाई बोलले नव्हते. तिला आश्चर्य वाटलं. तिनं घरी जाऊन बघायचं ठरवलं. ती भाईंकडे पोचली. दारात भाईंची गाडी. घरात अंधार. आतून येणारा टीव्हीचा आवाज. तिनं घाबरून जवळच्या किल्लीनं दार उघडलं. टीव्ही चालू. भाई टीव्ही बघता-बघता कोसळलेले. खुर्चीत बसलेली कुंदा टीव्हीकडे नजर लावून.

मग धावाधाव, ॲम्ब्युलन्स, पोलीस. पण सगळ्यालाच उशीर झाला होता. भाई कधी कोसळले, शेवटच्या क्षणी काय घडलं; काहीही कळायला मार्ग नव्हता. कुंदा समोर असूनही, म्हटलं तर तशी उठू-बसू शकत असूनही, जे काय झालं त्याचं आकलन तिला झालं नसावं किंवा ते होऊनही त्यावर काय उपाय करायला हवा, कुणाला फोन करायला हवा, हे काहीच तिला उमगलं नसावं. पण समजा, मुलगी गावात नसती तर?

या प्रकारानं आम्ही सारेच हादरलो. भविष्यकाळ एकदम अंगावर धावून आला. कुंदाच्या मुलांची अवस्था बिकट झाली. वडील गेले, अशा तऱ्हेने गेले– या दुःखापेक्षा या परिस्थितीत आईला कसं सांभाळायचं, हा महत्त्वाचा प्रश्न उभा राहिला. कसं कुणास ठाऊक, पण भाईंनी मुलांना कुंदा किती परावलंबी आहे, कुठल्या स्तरापर्यंत ते तिला सांभाळत होते, याची नीटशी जाणीव होऊ दिली नव्हती.

मुलगा लांब राहणारा, त्याची बायको नोकरी करणारी, लहान मुलं– त्यामुळे तिकडे कुंदाला नेणं शक्य नव्हतं. मुलगी गावातच असली तरी तिची नवी नोकरी, संसार. कुंदाची सतत देखभाल करणं आवश्यक होतं.

शेवटी एका ॲडल्ट डे-केअर सेंटरचा शोध लागला. मग सकाळी कुंदाला कसंबसं तयार करून सेंटरला सोडायचं आणि संध्याकाळी परत आणायचं– असं चक्र सुरू झालं.

सतत चोवीस तास जवळ असणारे भाई या जगात नाहीत, हे कुंदाला कितपत जाणवलं, कुणास ठाऊक! मात्र, तिचे डोळे भिरभिरत. ती इकडे-तिकडे बघे. पण तिचं बोलणं, विचारलेल्या प्रश्नांना सुसंगत उत्तरं देणं कमी झालं. फक्त ती तोंडातल्या तोंडात रामरक्षा, आरत्या असं काही पुटपुटे.

दिवसा सेंटरमध्ये तिची नीट काळजी घेतली जाई. आजूबाजूला माणसं. तिथं सतत वृद्धांचं मनोरंजन करण्यासाठी चालू असलेले कार्यक्रम. कोणाचे वाढदिवस, कसले खेळ, टीव्ही, सिनेमा. कुंदा या मंडळींत वावरे. सगळ्यांकडे बघून हसे. कधी काही पुटपुटे.

हा दिनक्रम चालू असताना एकदा सेंटरमध्येच तिची तब्येत बिघडली. तिला उलट्या, डायरिया सुरू झाला. ताबडतोब तिची रवानगी हॉस्पिटलमध्ये करण्यात आली. मुलगी-जावई तिकडे धावले. थोड्याच दिवसांत तिची तब्येत सुधारली. ती घरी आली.

ती मुलीकडे आली खरी, पण नवीनच प्रश्न घेऊन आली. तिची उभं राहण्याची, चालण्याची, उठण्या-बसण्याची क्षमता क्षीण झाली. अशा स्थितीत तिला सेंटरला पाठवणं शक्य नव्हतं. शेवटी एका नर्सिंग होममध्ये तिला हलवण्यात आलं.

कुंदाला भेटायला आम्ही नर्सिंग होममध्ये गेलो. ती नुसती निपचित पडून होती. आम्ही तिला हाका मारल्या. तिनं डोळे उघडून बघितलं, पण डोळ्यांत कुठलाच ओळखीचा भाव नव्हता. मी म्हणाले, ''अगं, मी शोभा. दिलीप आणि मी तुला भेटायला आलोत. चल, लवकर बरी हो, म्हणजे आपल्याला धावायला जाता येईल. नाही तर तुझी लहानगी नातच तुझ्यापुढं धावत सुटेल.''

कुंदाच्या पायाच्या दुखण्यावरून आम्ही असेच काहीसे विनोद करीत असू. तिनं आम्हा दोघांकडे आळीपाळीनं पाहिलं. तिचा चेहरा क्षणभर उजळला. मग मात्र तिच्या डोळ्यांना धार लागली. भाई गेले तेव्हादेखील तिच्या डोळ्यांत असं पाणी पाहिलं नव्हतं.

मी तिची समजूत घालत ती लवकरच बरी होणार असल्याचं फसवं आश्वासन दिलं. आमचे शब्द तिच्यापर्यंत पोहोचत होते का, ते कळेना. थोड्या वेळानं तिनं

डोळे मिटून घेतले.

मग आठवड्यातून एक दिवस कुंदाला नर्सिंग होममध्ये भेटायला जाण्याचा परिपाठ आम्ही सुरू केला.

आमच्या दोघांच्या नोकऱ्या एकाच भागात. संध्याकाळी ऑफिस सुटल्यावर हा मला घ्यायला येई. तिथून आम्ही नर्सिंग होमला जात असू. आमचं नोकरीचं ठिकाण, हे नर्सिंग होम आणि घर, सगळंच परस्परांपासून दूर. तीन दिशांना. संध्याकाळी रश अवरमध्ये तिथे पोहोचेपर्यंत जीव आंबून जाई. त्याहीपेक्षा तिथं पोहोचल्यावर पोटात खड्डा पडे.

हे नर्सिंगहोम मुख्य रस्त्यापासून आतमध्ये स्वतंत्रपणे उभं राहिलेलं. सभोवार झाडं. फुलबाग फुललेली. सुंदर हिरवळ. स्वच्छ, नेटकं. आतमध्ये शिरल्यावर हसून स्वागत करणारी कुणी सेक्रेटरी. तिच्या बाजूला वही. या वहीत बाहेरून येणाऱ्या प्रत्येकाचं नाव नोंदवून किती वाजता इथं प्रवेश केला, कुणाला भेटायला आलो, त्याची नोंद करून पुढं जायचं. अर्थात परत जाताना बाहेर पडण्याची वेळ लिहायची. रुग्णाला एका वेळी फक्त दोघंच भेटायला जाऊ शकतात. या भेटीच्या वेळा काटेकोरपणे पाळल्या जातात. याच मजल्यावर एक्स-रे मशीन, फिजिकल थेरपी, स्पीच थेरपी इत्यादींसाठी सुसज्ज खोल्या. शिवाय नर्सिंग होमचं कार्यालय.

एलिव्हेटरनं वरती गेलं की एका बाजूला याचं भलं मोठं स्वयंपाकघर. दुसऱ्या बाजूला मोठा दिवाणखाना. तिथं टीव्ही. एक छोटी लायब्ररी. मोठ्या अक्षरांतली पुस्तकं. टेबलं, खुर्च्या, सोफासेट वगैरे. रुग्णाला, भेटायला येणारे कुणी त्यांना घेऊन इथं येऊन बसत. कधी पत्त्यांचा खेळ खेळत. बाजूला गॅलरी. गॅलरीत जाणारं दार बंद असे. इथल्या कर्मचाऱ्यांच्या किंवा नातेवाइकांच्या मदतीनं कुणी रुग्ण वॉकरच्या साह्यानं किंवा व्हीलचेअर घेऊन गॅलरीत जाऊन बसत. गॅलरीत फुलांच्या कुंड्या टांगलेल्या. त्या कुंड्यांना झाकून फुलांच्या रंगीत सरी खाली ओघळू बघणाऱ्या. शिवाय गॅलरीतून दिसणारं मोकळं आकाश. हिरवीगार झाडं. पानं-फुलं. सर्वच रुग्णांना आश्वासक वाटणारं. अर्थात हे सुख फक्त उन्हाळ्याच्या दिवसांत. एरवी फक्त काचेतून दिसणारा हिमवर्षाव. कधी पाऊसधारा आणि पर्णहीन झाडं.

वरच्या मजल्यावरच्या खोल्या रुग्णांसाठी सुसज्ज केलेल्या. दोन रुग्णांना मिळून एक प्रशस्त खोली. प्रत्येक खोलीला बाथरूम, वॉश बेसिन आणि प्रत्येकाला स्वतंत्र टीव्ही. आपापल्या आवडीनुसार रुग्ण टीव्हीचं चॅनल बदलत किंवा येथील कर्मचारी ते बदलून देत. तसंच प्रत्येक खोलीत बघायला येणाऱ्यांनी आणलेल्या फुलांच्या कुंड्या, फुलं. नातेवाइकांनी या खोल्या कॅलेंडर्स, घरच्या लोकांचे फोटो लावून सजवलेल्या. घरच्या वातावरणात असल्याचा आभास निर्माण करण्यासाठी नातेवाइकांनी केलेली धडपड.

शिवाय याच मजल्यावर ब्युटी सलून. तिथं रुग्णांचे केस कापण्याची सोय. केसांना रोल लावून व्हीलचेअरमध्ये बसलेल्या बायका, तर कुणी नखं रंगवून घेणाऱ्या. वातावरण शक्य तेवढं प्रसन्न ठेवण्यासाठी येथील कर्मचाऱ्यांचे चाललेले प्रयत्न. मग त्यातून साजरे होणारे कुणाचे वाढदिवस, कसल्या पार्ट्या. तसंच बदलत्या ऋतुमानाप्रमाणं बदलली जाणारी येथील सजावट.

एवढं सगळं असूनही इथं गेलं की मन तुटे. इथले एकेक रुग्ण बघितले की मनात संभ्रम उठे. हे चित्र कुणा परक्याचं की आपल्याच भविष्यकाळाचं? बरेचसे व्हीलचेअर्समधले, काही वॉकरच्या साह्यानं चालू बघणारे, तर काही अंथरुणाला खिळलेले. काही अति वृद्ध, तर काही त्यामानानं तरुण. कोणाचं पक्षाघात होऊन अर्धांग लुळं पडलेलं. कुणाची वाचा गेलेली. काही बोलण्याचा प्रयत्न करू बघणारे. कसल्यातरी संधानाने माणसाला नामोहरम करून काळ जणू इथं जागता पहारा ठेवून सज्ज असलेला.

आमची तिथं पोचण्याची वेळ ही या मंडळींची जेवणाची वेळ असे. मोठ्या डायनिंग हॉलमध्ये सर्व जमत. प्रत्येकाचा त्याच्या-त्याच्या व्याधीप्रमाणं आहार. त्याप्रमाणं तयार केलेलं जेवण. मग या मंडळींची डाव्या-उजव्या थरथरत्या हातांनी काट्या-चमच्यांनी ते अन्न पोटात ढकलण्याची केविलवाणी धडपड. कधी कुणाचे नातेवाईक मदतीला असत. ज्यांना हाताची हालचाल करणं शक्य नसे, त्यांना कर्मचारी भरवीत. तर अशा या नर्सिंग होममध्ये उताराला लागल्यासारखं कुंदाचं आयुष्य सरकू लागलं. सुरुवातीला निदान तिला नर्सच्या मदतीनं अंथरुणात उठून बसता यायचं. हळूहळू तेही जमेना. हातांनी जेवण जमेना. पुढे भरवलेलं अन्न कितीही पातळ असलं तरी ते गिळण्याचं तिला उमगेना. आपल्याला साध्या-साध्या वाटणाऱ्या गोष्टी ती विसरतच चालली. कधीतरी होणारी डोळ्यांची उघडझाप. क्वचित डोळ्यांत हसू, कधी आसू. मग नाइलाजानं फीडिंग ट्यूबनी अन्नपुरवठा सुरू केला. त्यामुळं कसाबसा तगून राहिलेला जीव– बस्स, एवढंच.

तरीही आमच्या भेटीच्या वेळी मी सतत तिचा मुलगा, मुलगी, जावई, सून, नातवंडं यांची नावं घेई. सगळं जरी पुसलं गेलं तरी या नावांमुळे तिच्या मनाची तार कुठंतरी छेडली जावी, हा माझा प्रयत्न असे. क्वचित तिच्या टपोऱ्या डोळ्यांची उघडझाप होई.

ही अशी अवस्था किती दिवस, किती महिने किंवा किती वर्षं टिकणार, या प्रश्नांना डॉक्टरांकडे ठाम उत्तरं नव्हती. हे असं जगणं, जगणं नव्हतंच. या परिस्थितीवर औषध, उपचार नाही किंवा यात अजिबात सुधारणा होणं शक्य नाही– एवढं मात्र डॉक्टरांना, मुलांना कळून चुकलं होतं.

असेच सहा महिने गेले. एव्हाना तिच्या हातापायांची बोटं वाकडी-वाकडी होऊ

लागली होती. तिच्याकडे बघितलं की वाटे, पूर्वी हिला संधिवातामुळे किती वेदना होत! औषधं घेऊनही त्रास व्हावा तसा कमी होत नसे. मग आता त्या वेदना आहेत कुठं? कमी आहेत? जास्त आहेत? की हिला जाणवतच नाहीत? मी तिला कधी कण्हताना पाहिलं नाही. तिच्या वेदना तशा चेहऱ्यावरही दिसल्या नाहीत की, अल्झायमरनं आपल्याला वेदना होताहेत, याचाच हिला विसर पडलाय? हिला हिच्या वेदना, संवेदना, भोवतालचं जग याबरोबर स्वत:चाही विसर पडलाय का?

कुंदाला जरी स्वत:चा विसर पडला असला तरी तिच्या मुलाबाळांना, इतरांना त्या अवस्थेत तिला बघणं क्लेशकारक होतं.

भाईंचं घर आवरताना मुलांच्या हाती भाईंची एक फाईल लागली. त्यातली कागदपत्रं चाळताना त्यांना दिसले दोन महत्त्वाचे कागद. भाईंनी आणि कुंदाने स्वतंत्रपणे केलेले. त्यात त्यांनी आपल्या तब्येतीचे काही प्रश्न उभे केले, निर्णय घेण्याची क्षमता आपण गमावून बसलो आणि जर तब्येतीत सुधारणा होणं शक्य नसेल तर कुठल्याही कृत्रिम उपायांनी आपल्याला जगवत ठेवू नये, अशी इच्छा व्यक्त करून त्याखाली सह्या केल्या होत्या. तारीख टाकली होती चार वर्षांपूर्वीची, त्याखाली त्यांच्या वकिलाची सहीसुद्धा. पण आश्चर्याची गोष्ट अशी की, या संबंधात भाई किंवा कुंदा कुणाशीही बोलले नव्हते. मुख्य म्हणजे, मुलांशी विचारविनिमय करून काही गोष्टी निश्चित केल्या नव्हत्या. आम्हाला सगळ्यांनाच या प्रकाराचं आश्चर्य वाटलं.

कुठंतरी त्यांना भविष्याची चाहूल लागली होती का? की केवळ एक खबरदारी म्हणून त्या दोघांनी आपले विचार कागदावर असे व्यक्त केले? मग मुलांना का हे सांगितलं नसेल? की हा एक अप्रिय विषय म्हणून माणसं त्यासंबंधी बोलणं टाळतात?

आज या परिस्थितीत जरी मुलांच्या हाती ही कागदपत्रं आली, तरी मुलं भांबावली. आईच्या इच्छेची अंमलबजावणी करणं तसं अवघडच.

मग डॉक्टरांशी चर्चा झाल्या. नर्सिंग होमच्या अधिकाऱ्यांबरोबर मीटिंग्ज झाल्या. अनेक तऱ्हांनी माहिती गोळा केली. लाइफ सपोर्ट असेल तर तो काढल्यावर मृत्यू लगेच येतो, पण फीडिंग ट्यूब काढल्यानंतर मध्ये काही दिवस, एक-दोन आठवडेही जाऊ शकतात. शेवटी आवश्यक ते कायदेशीर व्यवहार करून फीडिंग ट्यूब काढण्याचा दिवस ठरला.

हे तपशील मन घाबरवणारे होते.

हे सगळं बघत असलेले आम्ही सारेच हादरलो. नुसतं मृत्युपत्र असून चालणार नाही, तर 'हेल्थ केअर प्रॉक्सी'ची जरुरी किती आहे, याची जाणीव प्रकर्षानं झाली. मी यासंबंधी माझ्या मैत्रिणीशी– अरुणाशी बोलले. ती म्हणाली, "आम्ही दोघांनी

केव्हाच केलेत आवश्यक ते कागदपत्रं. मुलांना पण त्याची कॉपी देऊन ठेवली आहे.''

''तुला आठवतं का, माझ्या न्यूयॉर्कच्या आतेभावाचं काय झालं ते? अगं, तब्येत चांगली. कसलं दुखणं म्हणून नाही. जेमतेम साठी उलटली आणि अचानक ब्रेनला काही प्रॉब्लेम होऊन कोमामध्ये गेला. लाइफ सपोर्टवर होता. एकदम असं घडल्यानं आम्हा सगळ्यांना शॉकिंग झालं. त्याच्या अवस्थेत काही बदल होणं शक्य नाही, हे डॉक्टरांकडून कळलं. शेवटी लाइफ सपोर्ट काढण्याचा निर्णय घेणं भाग होतं. तो निर्णय माझ्या वहिनीला घ्यावा लागला. जरी तिच्या मुलांचा, आमचा सगळ्यांचा या निर्णयाला पाठिंबा होता, तरीही असा निर्णय घेणं तिला किती अवघड गेलं! अजूनही तिच्या मनात ती अपराधीपणाची भावना आहेच.

दुसऱ्यांच्या आयुष्यात घडणाऱ्या घटना; पण त्या तुम्हाला स्वत:च्या आयुष्याकडे बघण्याची वेगळी दृष्टी देतात. त्या आठ दिवसांत जे पाहिलं, अनुभवलं; ते बघून आम्ही दोघांनी एकमेकांशी बोलून लगेच वकिलाकडे जाऊन आवश्यक ते कागदपत्रं तयार केले.''

अरुणाच्या या बोलण्यानं मी थरकले. वाटलं, आयुष्यात विचारपूर्वक किती किती गोष्टींची तयारी करून ठेवायची? चांगलं जीवन जगता यावं म्हणून कष्ट करायचे, धडपड करायची आणि ते जगत असताना पुढचा विचार करून, मृत्यूचा विचार करून शक्यतो आपला अंतकाळ आपल्याला आणि इतरांनाही कमी त्रासदायक व्हावा म्हणून तरतूद करायची!

मग आम्हीही वकिलाकडे जाऊन यासंबंधात सविस्तर चर्चा करण्याचं ठरवून वकिलाची भेट नक्की केली.

यासंबंधात आमचे विचार काय आहेत, ते मुलांना सांगू लागले; तर अमित शांतपणे म्हणाला, ''आम्ही लग्न झाल्यावर लगेचच केलंय सगळं.'' मी उडालेच!

''अरे, आमची गोष्ट वेगळी. तुम्ही तरुण आहात. तुम्हाला काय जरूर?''

''इथे वयाचा संबंध नाही. समजा, कुणाला काही अपघात झाला तर? ती फ्लोरिडाची टेरीची केस माहीत आहे नं? वयाच्या अवघ्या २६ व्या वर्षापासून आज १३ वर्षं ती कोमात आहे. कसलं आयुष्य आहे तिला? जर तिनं हेल्थ केअर प्रॉक्सी करून ठेवली असती, तर तिला वर्षानुवर्षं असं जगावं लागलं असतं का?''

खरंच, आयुष्य किती गुंतागुंतीचं झालंय! एखाद्या बेसावध क्षणी मृत्यू तुमच्यावर झडप घालू बघतो. मात्र, सरळ तुम्हाला घेऊन न जाता शिकाऱ्यानं सावजाला खेळवत-खेळवत क्रूरपणं मारावं, तसा मृत्यूही एखाद्याला असा लोळवत-घोळवत ठेवू बघतो. अशा वेळी तुम्ही जर तरतूद करून ठेवली नसली तर होणारी अशी फरफट!

मुलांशी बोलण्यातून माझ्या डोळ्यांसमोर टेरीसंबंधी वृत्तपत्रं, टीव्ही, मासिकं यातून वाचलेल्या, पाहिलेल्या बातम्या आल्या.

एक कोवळ्या वयातली मुलगी. नुकतंच झालेलं लग्न. किती स्वप्नं असतील तिची-त्याची आणि त्या दोघांची मिळून! नुकतीच कुठं आयुष्याला झालेली सुरुवात. आणि आता वैवाहिक आयुष्यापेक्षा कितीतरी जास्त काळ केवळ फीडिंग ट्यूबच्या आधारानं तगवून ठेवलेला, कसल्याच संवेदना नसलेला तिचा देह!

तिच्या नवऱ्याची इच्छा तिची ट्यूब काढून हा अर्थहीन प्रवास संपवावा– अशी; तर तिचे आई-वडील या विचाराच्या सक्त विरोधात. मग सुरू झालेल्या कोर्टकचेऱ्या. सुप्रीम कोर्टाच्या निर्णयाप्रमाणं ट्यूब काढली असताना फ्लोरिडाचे गव्हर्नर बुश यांनी ती परत लावण्याचा दिलेला निर्णय. वाटलं, गव्हर्नर बुश चार दिवस, दिवसाचे काही तास त्या मुलीजवळ जाऊन बसले असते, तर असा निर्णय घेऊ शकले असते का?

पण ही मंडळी धर्म आणि राजकारण या गोष्टी भलत्या ठिकाणी जोडू पाहतात.

परवाच वाचलेली बातमी मन सुन्न करणारी.

पोप जॉन पॉल यांनी आदेश दिला की, एखादी व्यक्ती जरी फीडिंग ट्यूबच्या आधारानं जगत असली, अगदी व्हेजिटेबल अवस्थेत असली, तरी त्या व्यक्तीला तसंच जगवत ठेवणं, ही हॉस्पिटलची नैतिक जबाबदारी आहे. फीडिंग ट्यूब बंद करून एखाद्याचा मृत्यू घडवून आणणं, हे परमेश्वरी इच्छेविरुद्ध आहे. परमेश्वरानं दिलेलं आयुष्य कमी करण्याचा अधिकार मानवाला नाही.

एरवी प्रत्येक गोष्टीला या मंडळींना बायबलचा आधार लागतो. तो तसा घेऊन आधुनिक जगाला सामोरं जाण्याचं हे नाकारतात. मुळात फीडिंग ट्यूब ही संकल्पना अलीकडची. जिथं त्या व्यक्तीला कृत्रिम उपायाशिवाय जगणं अशक्य, तिथं त्या व्यक्तीला अशा उपायांनी जिवंत ठेवणं हे परमेश्वरी इच्छेविरुद्धच नाही का?

पण यामुळे बाकीच्या धर्मांध लोकांच्या हाती आयतंच कोलीत! एखाद्यावर अशी वेळ आलीच तर वर्षानुवर्षं नुसतं खितपत पडायचं. त्यात होणारी नातेवाइकांची प्रचंड मानसिक ओढाताण, धावपळ, खर्ची पडणारा अतोनात पैसा... आणि एवढं करूनही रुग्णाला आकलन न होणारं, पण जगावं लागणारं अर्थहीन आयुष्य!

हे सगळं बघत असताना जेव्हा कुंदाच्या मुलांनी आईच्या इच्छेनुसार तिची फीडिंग ट्यूब काढण्याचा निर्णय घेतला, तेव्हा आम्हा सगळ्यांना तो योग्यच वाटला. जर मुलांच्या हाती कुंदानं केलेले कागदपत्रं नसते, तर मात्र असा निर्णय घेणं अवघड झालं असतं. आपण केवळ स्वार्थासाठी अशा तऱ्हेचा निर्णय घेत नाही नं, अशी अपराधी भावना त्यांना वाटली असती. शिवाय दूरदेशी राहणाऱ्या कुंदाच्या नातलगांना तिच्या परिस्थितीची नीट कल्पना येऊ न शकल्याने ही परदेशी वाढलेली

मुलं अशा तऱ्हेनं आईची अडगळ दूर करत आहेत, असं वाटणं स्वाभाविक होतं.

पण वाटलं, कुंदाच्या मुलांनी गेल्या काही महिन्यांत किती किती सोसलं! भाई अकस्मात गेले. त्यानंतर झपाट्यानं उताराला लागलेलं कुंदाचं आयुष्य... आणि त्यानंतरचा हा तिचा खोळंबलेला प्रवास.

ज्या आईने या जगात आणलं, आपल्या मुखी पहिला घास दिला, अंगाई म्हटली, जोजवलं, वाढवलं, आयुष्याच्या प्रत्येक टप्प्यावर खंबीरपणं उभं राहण्याची ताकद दिली; त्याच आईचा अन्नपुरवठा बंद करून आपण तिला मृत्यूच्या स्वाधीन करतोय— अशी या मुलांच्या मनाची विलक्षण अपराधी अवस्था होणंही स्वाभाविकच! जरी आईच्या इच्छेचा विचार करून ती अमलात आणण्याचं कर्तव्य ही मुलं पार पाडीत होती, तरी वाटलं— परिस्थितीनं असं कुणाला कोंडीत पकडू नये.

ठरलेल्या दिवशी फीडिंग ट्यूब बंद केली. कुंदाच्या खोलीतला प्रकाश कमी केला. तिच्या उशाशी मिणमिणत्या मेणबत्तीसारखा एक दिवा ठेवला. मंद सुरात गीतापठणाची टेप मुलीनं लावून ठेवली. खोलीत उदबत्ती लावली. नवीन फुलं आणून ठेवली. मुला-मुलीने, नातवंडांनी, इतरांनी मूकपणे कुंदाला निरोप दिला.

कुंदाच्या आयुष्याच्या प्रवासातला हा शेवटचा टप्पा सुरू झाला. अर्थात तिला याची जाणीव नव्हती. मॉर्फिनच्या गुंगीत क्षणाक्षणांनी कुंदा हळूहळू विझत गेली. चार दिवसांत बंधनातून आत्मा मुक्त झाला.

गाडीतून घराकडे परतताना माझ्या डोळ्यांसमोर कुंदाचा प्रवास असा उलगडत गेला.

चला, इतक्या वर्षांची आमची कुंदा-भाईंची ओळख, मैत्री... कितीतरी विषयांवर झालेल्या गप्पा... रंगलेले वादविवाद... आणि बरंच काही... त्या सर्वांचा शेवट असा व्हायचा होता.

■

लोकसत्ता - दिवाळी २००४

तरुण असतं म्हातारपण

काही काही गोष्टींची जाणीवच आपल्याला नसते. आणि ती तशी असणं आपल्या दृष्टीनं फारसं महत्त्वाचं नसतंच मुळी. तरीही काय होतं, आपल्या भोवतालचे लोक मात्र अगदी तत्परतेनं ती जाणीव आपल्याला करून देतात.

एकदा फोनची बेल वाजली. कॉलर आयडीवर अनोळखीच नाव दिसलं. फोन उचलला. क्षणातच कळलं की पलीकडे माझी नागपूरची मैत्रीण मंजू असल्याचं. मग पुढं तासभर हसणं, खिदळणं, गप्पा. मंजू म्हणाली, ''फोन करताना थोडी शंका होती, ओळख विसरलीस तर नसशील...? केवढी वर्षं मध्ये निघून गेली...! तीस-पस्तीस...! शेवटचं आपण कधी भेटलो होतो, तेही आता आठवत नाही. तुझं हसणं ऐकून एकदम मागचे दिवस आठवले बघ.''

मंजूला घेऊन तिची भाची आमच्या भागात अनायसे येणार होती. मग आम्ही भेटीची वेळ ठरवली. इतक्या वर्षांनी मंजू भेटणार याचा मला कोण आनंद झाला. मी मंजूला म्हणाले, ''मला आजी सांगायची की पूर्वीचे लोक म्हणे, बारा-चौदा वर्षांनंतर भेटत असले, तर एकदम समोरासमोर येत नसत. परातीत पाणी घेऊन त्यातलं प्रतिबिंब आधी पाहत. आपणही तसंच करायचं का गं...? पण माझ्याकडच्या परातीत माझा चेहराही मावणार नाही.'' परत आमचं हसणं.

ठरल्याप्रमाणे मंजू, तिचे यजमान, भाची सगळे आमच्याकडे आले. मंजूला बघून मला धक्काच बसला. लहानपणी छान गुटगुटीत होती. आता अगदीच हडकलेली दिसली. मला बघून हिला काय वाटलं असेल? पण तेवढ्यातच मंजू म्हणाली, ''चल गं, म्हणत होतीस तेवढी काही जाडी दिसत नाहीस.''

म्हणजे, हिच्या मनात माझं काय चित्र होतं, कुणास ठाऊक...!

आमच्या गप्पा नुसत्या धावत होत्या. एकातून दुसरा विषय. मग गेल्याच

आठवड्यात आम्ही केलेल्या कॅम्पिंग ट्रीपवर बोलू लागलो. कॅम्पिंगसाठी किती किती तयारी करावी लागते, बारीक-सारीक गोष्टीही केवढ्या लागतात, हे आम्ही त्यांना सांगू लागलो. मंजूची भाची म्हणाली, "एवढा त्रास कशाला घ्यायचा? त्यापेक्षा सरळ हॉटेलमध्येच जाऊन राहायचं. व्हेकेशनला जायचं तर रिलॅक्स व्हायला."

हा म्हणाला, "कॅम्पिंगसारखं रिलॅक्सिंग काही नसतंच. या वेळी फिशिंगला तर एवढी मजा आली." आम्ही किती आणि कसे मासे पकडले याचं वर्णन याने सुरू केलं.

हे ऐकून डोळे विस्फारून मानेला हेलकावे देत-देत ती सुंदरी म्हणाली, "सही! या वयात तुम्ही हे सर्व करता?"

एकदम मला वयाच्या खुर्चीला कोणी जखडतंय, असं वाटलं. हे वय-वय म्हणजे काय आणि किती? इथले ऐंशी-नव्वदीतले म्हातारे-कोतारे सुद्धा सगळं जग पालथं घालतात. नवनवीन गोष्टी बघतात. शिकतात. मग आम्ही जेमतेम साठी गाठली, तर त्याचा असा उल्लेख कोणी करावा का?

पण हे तर काहीच नाही.

मधे आमच्याकडे नुकतेच भारतातून आलेले काही विद्यार्थी आले होते. कुणाचासा उल्लेख करताना एक जण म्हणाला, "त्या तशा म्हाताऱ्या बाई आहेत." मग एकदम चपापून एका विदुषीचा उल्लेख असा करणं बरोबर नाही, असं वाटून की काय, तो म्हणाला, "वयस्क आहेत."

तोच पुढे म्हणाला, "असतील साठीच्या जवळपास."

"म्हणजे वयस्क, म्हातारे असली विशेषणं साठीतल्या लोकांना...?" मी हसूनच प्रश्न केला.

याच्या पांढऱ्या दाढीकडे बघत पडेल सुरात तो म्हणाला, "सॉरी काका, म्हणजे तुमच्याबद्दल तर प्रश्नच नाही. तुमचा उत्साह आम्हा तरुणांनाही लाजवणारा." पुढं असंच काही काही.

त्याला थोपवत मी म्हणाले, "अरे बाबा, साठी उलटली म्हणून या देशात तरी कुणी म्हातारं होत नाही. वयाचा आणि वार्धक्याचा संबंध असतोच, असं नाही. मला तर वाटतं, वयोमानाला उगाच कशाला म्हातारपणाचं लेबल चिकटवायचं. ते वृत्तीला चिकटवायला हवं. आम्ही नव्वदीतले तरुण जसे बघितले, तसे पंचविशीतले वृद्धही."

"अगं, या तरुण मुलांच्या लेखी आपण म्हातारे, ॲन्टिक...!" हा हसायला लागला. मग मीही त्यात सामील झाले.

मी पुढे म्हणाले, "इथलं सगळं विश्वच वेगळं आहे. हळूहळू तुम्हाला ते

दिसेल, कळेल. फक्त मोकळेपणानं त्याला सामोरं जा. एक गंमत सांगते, नुकतंच याच्या ऑफिसमधल्या ॲनाचं लग्न झालं. वय किती; माहीत आहे...? नवरा-नवरी दोघंही ऐंशी वर्षांचे. अगदी लग्न होईपर्यंत ॲना नोकरी करत होती. लग्न बहामाला जाऊन केलं. लग्नाला ॲनाची मुलं, लेकी, सुना, नातवंडं आणि पणतवंडंही होती. नवऱ्यामुलाकडचीही तशीच गँग. लग्नानंतर हनीमूनला ते आफ्रिकेत ठिकठिकाणी फिरणार होते. म्हणजे या दोघांच्या तब्येती अगदी ठणठणीत आहेत, असं नाही. तरी काठ्या टेकत-टेकत, दुखणी सांभाळत ते फिरणार. महत्त्वाचा आहे तो त्यांचा उत्साह आणि दुसरं– जग बघण्याची इच्छा. अशी कितीतरी उदाहरणं.''

''याच्या अगदी उलट म्हणजे तुझ्या जुन्या ऑफिसमधल्या त्या मुलीची गोष्ट.'' हा म्हणाला.

''जाऊ दे. कशाला या मुलांना ह्या जुन्या गोष्टी सांगून बोअर करायचं? शिवाय माणसं जुन्या-जुन्या गोष्टी सांगायला लागली की त्यांचं वय झालंय, हे इतरांना कळतं.''

पण या मुलांनी आग्रह केला आणि मी सांगू लागले.

''खास तसं काही नाही. माझ्याबरोबर रोझा तेव्हा काम करायची. तरुण. जेमतेम तिशीची असेल. पण बोलण्या-चालण्यात कसला उत्साह म्हणून नाहीच. तिचं पालुपद एकच... 'कंटाळा आला.' सकाळी कोणी भेटलं तर किती उत्साहानं आपण 'गुड मॉर्निंग' म्हणतो. हिला म्हणावं, तर हिचं लगेच 'व्हॉट इज सो गुड अबाउट धिस मॉर्निंग...?' हे ठरलेलं.''

सगळे जोरात हसले. ''हे तर काहीच नाही. या बयानं इतका वैताग आणला... आता काय म्हणे, तर ढगच आलेत, पाऊसच पडेल. मग पडला तर पडू दे. कधी ऊनच जास्त. कधी काय न् कधी काय. सारखी कशाबद्दल तरी तक्रार, रडगाणं. किती तिला टाळायचं म्हटलं तरी ते शक्य नसायचं. कारण ती माझ्यासमोरच बसायची. कामानिमित्त संबंध यायचाच. तेवढ्यात मला दुसरी नोकरी मिळाली आणि मी हुश्श केलं. तर मुद्दा एवढाच, की वयाचा आणि म्हातारपणाचा संबंध नसतो.''

अर्थात हे मान्य की विशी-तिशीतील तरुणांना पन्नाशीच्या पुढील सगळेच वयानं फार-फार मोठे असल्यासारखे वाटतात. या तरुण मुला-मुलींचं जाऊ दे, पण आपल्या बरोबरीची मंडळी अलीकडे नको तेव्हा 'या वयाचा' उल्लेख करून मूड घालवतात.

परवाच पार्टीत फार दिवसांनी भेटलेल्या मैत्रिणीशी गप्पा मारताना ती म्हणाली, ''अगं, भारतातून पाहुणे येणार आहेत. हल्ली तर कुणी यायचं म्हटलं की धसकायला होतं. पूर्वीसारखी झपाट्यात कामं होत नाहीत. पूर्वी केवढे व्याप

सांभाळले, मुलं वाढवली, पण हल्ली थोड्याशा कामानंही थकायला होतं.''

लगेच दुसरी म्हणाली, ''वय झालं आपलं. आता पूर्वीसारखं कसं झेपणार..?''

झालं. मग बाकीच्यांनी तिचीच री ओढली. बोलायला विषय मिळाला, 'हे वय' आणि या वयातली दुखणी. कोणाला संधिवात, कोणाचं ब्लडप्रेशर, तर कोणाला शुगर प्रॉब्लेम. समोरच्या चमचमीत पदार्थांवर ताव मारताना वयानं आलेली दुखणी आम्ही कुरवाळत बसलोय. तरी बरं, आम्ही सगळ्या जणी अजून नोकऱ्या करतोय, हिंडतोय, फिरतोय, देशोदेशीचा प्रवास करतोय.

शिवाय मला हेही कळत नाही, की या वेगवेगळ्या दुखण्यांना बरं कळतं की, या बाईचं किंवा बुवाचं वय झालंय– आपल्या एन्ट्रीची वेळ आली. एकाच वयोगटातल्या लोकांच्या तब्येतीच्या तक्रारी सर्वसाधारणपणे सारख्याच. गेल्या वर्ष-सहा महिन्यांत आमच्या ओळखीच्या इतक्या लोकांच्या गुडघ्यावर शस्त्रक्रिया झाल्या की, मला वाटलं, आधीच जर नीट प्लॅन केलं असतं, तर एकाच डॉक्टरकडून डझनाच्या भावात या शस्त्रक्रिया स्वस्तात उरकता आल्या असत्या. अर्थात याहीपेक्षा मोठी दुखणीही बेसावध असताना या साठीच्या खिंडीत गाठतात म्हणा...! पण दोष वयाला का द्यायचा?

वय काय, दर वर्षी वाढतंच. त्याची वाढ तर थांबवता येत नाही. पण म्हणून सारखा येता-जाता ज्यानं-त्यानं वाढत्या वयाचा उल्लेख करायलाच हवा का? आपलं वय झालंय, हे मनात ठेवावं; तसंच दुसऱ्याचं वय झाल्याचं लक्षात आलं तरी त्याचा जाहीर उल्लेख कशाला? याचा अर्थ असा मुळीच नाही, की माझा तरुण राहण्याचा किंवा दिसण्याचा अट्टहास आहे. मनानं तरुण राहणं महत्त्वाचं. शिवाय साठी आली म्हणजे म्हातारपण आलं, असंही नाही. ते बहुधा ऐंशी-नव्वदीत येत असावं.

माझ्याबरोबर काम करणारी रुबी आता कुठं पंचावन्न वर्षांची झाली. म्हणजे, इथल्या मानानं तशी तरुण. पण अलीकडेच तिला आपलं तारुण्य ओसरल्याची जाणीव झाली की काय, कोण जाणे. गेल्या दीड-एक वर्षात तिनं शरीरावर काहीबाही शस्त्रक्रिया करून घेतल्या. शरीराचा काही भाग वाढवला, तर काही कमी केला. शिवाय हिचे कपडेही अगदी टीन एजरसारखे. केवढा हा आटापिटा तरुण दिसण्याचा! तिच्याहून दहा वर्षांनी लहान असलेला नवरा शेवटी या सर्व प्रकारांना कंटाळून तिला सोडून गेला.

मात्र, आपली नातवंडं जेव्हा आपल्याला वयाची जाणीव करून देतात तेव्हा त्याची गंमत वाटते. आमचा चार वर्षांचा नातू रोहन याच्या पांढऱ्या शुभ्र दाढीकडे पाहून म्हणतो; आजोबा, यू आर हंड्रेड इयर्स ओल्ड. एकदा हा त्याला म्हणाला, ''रोहन, लेट अस गो फॉर स्विमिंग.'' लगेच रोहन म्हणाला, ''आजोबा, यू आर

सो ओल्ड... हाऊ कॅन यू स्विम? यू शूड गो टू वॉकिंग पूल.'' तरी बरं, आजोबा त्याच्या बरोबरीनं दंगामस्ती करतात आणि अर्थात शेवटी दमून जातात. या पिंटुकल्याचा आजी-आजोबांच्या शारिरीक क्षमतेवर थोडाफार तरी विश्वास असेल, पण बौद्धिक क्षमतेवर मात्र नाही. यांच्या एकेका खेळाचे नियम आपल्याला समजावून सांगताना असा काही आव आणतात, की त्यांचं ते बोलणं ऐकणं हाही सुखद अनुभव असतो. रोहन तर दर वेळी त्याचा एखाद दुसरा बोर्ड गेम बाजूला काढून ठेवतो– 'तो फार कठीण आहे... तुम्हाला जमणार नाही, पुढच्या वेळी याल तेव्हा तुम्हाला शिकवीन,' असं प्रॉमिस करून. बहुतेक आणखी दोन-चार महिन्यांत आमची समज थोडी वाढेल, असं त्याला वाटत असावं. नातवंडांच्या सहवासातले क्षण, त्यांचं हसणं, बोलणं आपल्यावर जणू गुलाबपाण्याचा शिडकावा करतं. आपल्याला आपल्या वयाचा विसर पडतो.

ते काहीही असो; एक मात्र खरं, की साठीच्या आसपासची चार मंडळी जवळपास असतील तर तरुणांनी तिथून काढता पाय घ्यावा, कारण आमचे गप्पांचे विषय ठरलेले. नातवंडं, लेकी-सुना, लेक आणि जावई. या विषयांवर जसं आम्ही बोलतो; तसंच कोलेस्टेरॉल कमी करण्यासाठी झोकोर चांगलं की लिपिटॉर...? शुगरसाठी ग्लुकोट्रॉल की ग्लुकोफाज..? आणि बायकांसाठी फोसोमॅक्स की एव्हिस्टा बरं, अशा गहन विषयांवरही. एवढं मात्र खरं, की पूर्वी हे जे शब्द आमच्या शब्दकोषात नव्हते, ते आता आयुष्यात ठाण मांडून बसले आहेत.

शिवाय वाढत्या वयानं नवरा-बायकोमधील भांडणाला, वादाला नवनवीन विषय पुरवले. म्हणजे वाढत्या वयानं हट्टीपणा, हेकेखोरपणा वाढणं, सहनशक्ती कमी होणं यामुळे नाही, तर फक्त खाणं हा विषय घेतला तरी त्यातून उद्‌भवणारे वाद तरी किती! याचं कारण आम्ही बायका फारच हेल्थ कॉन्शस असतो – अर्थात त्याचा आमच्या वाढत्या वजनाशी संबंध नाही. जगात सगळीकडे कॅलरीज, कोलेस्टेरॉल, ट्रान्सफॅट यांच्या नावानं शिमगा चाललेला आहे. अमेरिकेत आज प्रत्येक खाण्याची गोष्ट फॅट फ्री मिळू शकते. आणि हा मात्र 'खाईन तर – अक्षरश: – तुपाशी' या भूमिकेवर अडून बसलाय. मी अगदी मटणात, माश्याच्या कालवणात खोबऱ्याचं दूध घालणं शिताफीनं टाळते. भाजी-आमटीत तेल कमी घालण्याचा प्रयत्न करते. पण पाककलेत निपुण असलेल्या याला, कुठल्या पदार्थात हिंगाची चिमटी कमी पडली हे जिथं कळतं, तिथं माझे हे असले डावपेच कळणार नाहीत, असं थोडंच...? मग वैतागलेल्या याला खूप शांतपणे, ''अरे, पण या वयात–'' वगैरे वगैरे मला ऐकवावं लागतं. म्हणजे, ज्या वयाचा उल्लेख इतरांनी केलेला मला चालत नाही, तो मला आमच्या घरातच येता-जाता अनेक गोष्टींसाठी करणं भाग पडतं.

मग कधी हा म्हणतो, ''अगं, वय झालंय, वय झालंय म्हणजे नक्की काय झालंय गं...? होऊ दे की वय. आता मस्तपैकी बटाटेवडे कर. किती दिवसांत झाले नाहीत. वाटलं तर ऑलिव्ह ऑईलमध्ये तळ.''

माझ्या चेहऱ्यावरचे भाव बघून हा मला पाडगावकरांच्या कवितेतल्या ओळी ऐकवतो–

''तरुण असलो की तरुण असतं म्हातारपण,
रडत बसलो की करुण असतं म्हातारपण!''

■

पुस्तक पंढरी - २००६

आटपाट नगर होतं

अमेरिकेच्या पूर्व किनाऱ्यावर, मेरिलॅन्ड राज्यात एक आटपाट नगर होतं. या नगरात मोठमोठे रस्ते होते. रस्त्यांत दुतर्फा ओक, मेपल, चेरी, डॉगवूडची झाडं आनंदानं डोलत होती. नगरात प्रशस्त महाल होते. ठिकठिकाणी मन लोभवणारी हिरवळ होती. फुलांचे ताटवे होते. शलाका नामक उद्योजिका इथं वास करीत होती. शलाकेचा हिऱ्यांचा व्यापार प्रतिदिन भरभराट पावत होता. शलाकेचा प्रासाद इतर प्रासादांपेक्षा भव्य होता. प्रासादाभोवती मैलोगणती हिरवळ पसरलेली होती. नाना तऱ्हेची फुलं तिथं होती. ती आपल्या रंग-गंधानं बघणाऱ्यांची मनं प्रफुल्लित करीत. बगीच्यात सुंदर शिल्पं होती. अंधार दाटताच त्या शिल्पांवर विविधरंगी प्रकाशाचे झोत हळूच उतरत. या रंगांच्या खेळात त्या शिल्पांचं सौंदर्य अधिकच उजळून निघे. प्रासादात हिऱ्यामाणकांची झुंबरं होती. नाना देशींच्या चित्रकारांच्या चित्रांनी प्रासाद शोभिवंत झाला होता. प्रासादाच्या उत्तरेला सुंदर जलाशय होता. त्यात नौकाविहार करण्याची, जलक्रीडा करण्याची सोय होती. समृद्धीबरोबर या प्रासादात कला, रसिकता नांदत होती.

शलाका सत्यशील होती.

अर्थसंग्रहाबरोबर तिनं लोकसंग्रह केला होता. अडल्या-नडलेल्यांना मदत करावी, समाजासाठी कामं करावीत, कोणाला विन्मुख पाठवू नये, या तिच्या गुणांमुळं ती प्रजाजनांत लोकप्रिय होती. तिला साजेसा पती मिळाला होता. त्याचं नाव हरिहर. तो नम्र, मितभाषी, गृहकृत्यदक्ष होता. कामसू, पाककुशल होता. शलाकेला व्यापार-धंद्यानिमित्तानं नाना नगरांतून फिरावं लागे, त्यामुळं त्या-त्या नगरांतूनही शलाकेचे महाल होते.

एवढं वैभव प्राप्त केलेले शलाका आणि हरिहर अंतर्यामी मात्र कष्टी होते.

शलाकेनं आयुष्याची चार दशकं ओलांडली. ती हरिहरास पुसे, "आपल्या पोटी दोन्ही पुत्रच. पुत्र काही झालं तरी परक्याचं धन; मग आपल्या एवढ्या संपत्तीस वारस कोण?" हरिहर मुकाट आसवं गाळी.

शलाकेची आम्रपाली नावाची सचिव होती. आम्रपाली आणि शलाका बालपणापासून बरोबर वाढलेल्या. एकमेकींवर अपार माया करणाऱ्या. आम्रपाली अतिशय हुशार, धोरणी होती. आपल्या सखीचं, मालकिणीचं दुःख निवारण्यासाठी काय करता येईल या प्रयत्नात ती सदा असे. आम्रपालीनं बातमी काढली की भारतखंडात, मुंबापुरीत एक महान योगी अवतरले असून त्यांची कीर्ती त्रिखंडात पसरली आहे. ते एक शब्दही बोलत नाहीत. फक्त लोकांचं दुःख ऐकून घेतात. या योगीमहाराजांपुढं आपलं दुःखं नुसतं उघडं केलं तरी त्या दुःखाचं परिमार्जन होतं. ज्यांचं दुःख या उपायानं हरण होत नाही, त्यांना हे महाराज कसल्याशा वनस्पतीचा रस देतात. विशेषत: ज्या स्त्रियांना कन्यारत्न हवं असेल, त्यांच्या कानात हे योगी चार थेंब रस घालतात. गुण हमखास येतो. दर वर्षी हे योगीमहाराज सहा महिने अमेरिकेत येतात. पूर्व किनाऱ्यापासून पश्चिम किनाऱ्यापर्यंत आणि दक्षिणेपासून थेट उत्तरेपर्यंत भ्रमण करतात. इथल्या समस्त प्रजाजनांचं दुःख हलकं करतात.

या बातमीनं शलाका हरखली. योगीमहाराजांना भेटण्याचा विचार तिच्या मनात आला. पण हे जमावं कसं? आपल्या आगं-मागं असलेले टीव्हीवाले, वर्तमानपत्रवाले यांच्या काकदृष्टीतून हे सुटावं कसं? उगीच याचा बभ्रा होईल. जिकडं-तिकडं चर्चा होईल आणि राष्ट्राध्यक्षा होण्याची लवकरच येणारी संधी वाया जाईल. राष्ट्राध्यक्षा व्हायचं, या विचारानं इतकी वर्षं पावलं टाकली; थोडक्यासाठी सारं फुकट जाईल. हल्ली प्रजाजन भारीच चोखंदळ झालेत. त्यांचं बोलणं-वागणं बेताल असो; राष्ट्राध्यक्षानं मात्र तोल राखला पाहिजे. राष्ट्राध्यक्षा म्हणे असावी कशी? तर धुतल्या तांदळासारखी. एकपतिव्रत पाळणारी. कुटुंब-महती गाणारी. देवाधर्मात तिनं गुंतू नये. त्याचा धिक्कारही करू नये. ग्रह, तारे, ज्योतिष यांच्यामागं तिनं पळू नये. गुरूच्या नादी लागू नये. हे सगळं इतके दिवस जपलं, ते आता सोडून चालणार कसं? या सर्व विचारांनी शलाका खंतावली. तेवढ्यात तिला आम्रपालीचा सांगावा आला. "सखे, योगीमहाराजांचा विचार तू सोडून दे. त्यांच्या कृपाप्रसादानं फक्त पन्नास टक्के स्त्रियांचीच मनोकामना पूर्ण होते, अशी बातमी नुकतीच मला कळली आहे. तू मोठी उद्योजिका! असला व्यवहार तुला हवा कशाला?"

आम्रपाली मात्र निराश न होता कुठल्या उपायांनी आपल्या सखीचं दुःख हरण करता येईल याचा अहोरात्र विचार करीत होती. एके दिवशी आम्रपाली मीटिंगच्या निमित्तानं दुसऱ्या नगरी गेली. मीटिंग आटोपून परतताना तिची पावलं एका युवतीच्या टेबलाशी अडखळली. त्या टेबलावर एकसारख्या दिसणाऱ्या, एकाच

वयाच्या तीन सुकुमार कन्यांचे फोटो ठिकठिकाणी होते.

आम्रपालीनं फोटोंकडे अंगुलिनिर्देश करून त्या युवतीकडं पृच्छा केली.

युवती प्रौढीनं वदली, ''या माझ्या तिळ्या. माझ्या हिऱ्याच्या कुड्या.''

आम्रपालीला शलाकेची आठवण झाली. बिचारी एक कन्यारत्न हवं म्हणून तळमळते आहे आणि इथं हिला तिळ्या? ती पुसती झाली, ''हा चमत्कार घडला कसा?''

युवती हसली. म्हणाली, ''हा आहे माझ्या व्रताचा प्रसाद. पार्वतीदेवीचा कृपाप्रसाद.''

''सखे, कोड्यात नको बोलूस बाई. कसलं व्रत? कसला प्रसाद? सांग-सांग. सगळं सांग. मला हे व्रत सांग.''

''मी पार्वतीदेवीचा वसा घेतला. तू तो घेशील?'' युवतीनं पृच्छा केली.

''घेईन-घेईन. मी तो वसा घेईन.''

''नको-नको. तू उतशील, मातशील. घेतला वसा टाकशील.''

''मी उतणार नाही. मातणार नाही. घेतला वसा टाकणार नाही.'' आम्रपाली दृढ निश्चयानं वदली.

युवती म्हणाली, ''हा वसा माझ्या आईनं घेतला होता. हा वसा माझ्या शोना आजीनं घेतला होता. हा वसा वसणं सोपं नाही. पण तुझा निश्चय आहे म्हणून मी तुला ही कहाणी सांगते. ती मनन कर :

कोणे एके काळी माझी शोना आजी या देशात शिकायला आली. आपल्या हुशारीनं तिनं शिक्षणात यश मिळवलं. मनाजोगी नोकरी मिळवली. यथावकाश तिचा राकेश आजोबांशी विवाह झाला. शोना आजी कर्तबगार होती. विवाहानंतर तिची कर्तबगारी शुक्ल पक्षातल्या चंद्राप्रमाणं वृद्धिंगत होत होती.

एकदा राकेश आजोबा आणि शोना आजी नगरापासून दूर-दूर पर्वताच्या कुशीत कॅम्पिंगला गेले. सगळीकडे उंचच उंच झाडं. मोकळी हवा. तिकडं नव्हता फोनचा खणखणाट. नव्हता टीव्हीचा ठणठणाट. सगळीकडं प्रसन्न शांतता. शोना आजी आणि राकेश आजोबा तो रम्य परिसर पाहून हरखून गेले. दिवसभर खूप फिरले. संध्याकाळ झाली. वाऱ्याच्या झुळकीबरोबर कुठूनसा फुलांचा सुगंध आला. त्या सुगंधानं नादावून शोना आजी त्या दिशेचा मागोवा घेत निघाली. पण फुलं कुठं दिसेनात. बघता-बघता अंधारून आलं. इतका वेळ झाडाझाडांवर नाचणारी सूर्याची किरणं एकदम पळून गेली. शोना आजीला परतीचा रस्ता सापडेना. ती पंचवीस पावलं दक्षिणेकडं गेली. पन्नास पावलं पूर्वेला गेली. उजवीकडं वळली. डावीकडं गेली. पण रस्ता काही गवसेना. काय करावं, कळेना. अंधारात काजवे चमकू लागले. पण त्या प्रकाशात पायाखालचा रस्ता दिसेना. ती फीर-फीर फिरली. दमून

एका झाडावर जाऊन बसली. तिला काळजी आजोबांची. तिच्याशिवाय ते काय करणार? काळजीनं ते व्याकूळ होणार. अंधारात एकटे घाबरून जाणार. शोना आजी विचारात पडली. हे विपरीत का घडावं? शोना आजीनं हवं ते सर्व मिळवलं होतं. प्रतिष्ठा मिळवली. पैसा मिळवला. किती उत्साहानं ती दोघं इथं आली. नुकतंच त्यांच्या लग्नाला अर्ध तप पूर्ण झालं. आता कुटुंबविस्तार करायचं योजलं आणि हे काय घडलं?

रात्र किर्र झाली. शोना आजी झाडावर बसून होती. आकाश चांदण्यांनी भरलं होतं. पण खाली बघावं, तर गडद अंधार होता. तेवढ्यात नवल घडलं. शोना आजीला कोणाची चाहूल लागली. पायांतल्या पैंजणांचा छुमछुम आवाज तिच्या कानी आला. काकणांची किणकिण ऐकू आली. फुलांचा मंद सुवास आला. मधुर आवाजात एकमेकांना घातलेल्या सादा तिनं ऐकल्या. झाडाखाली उजेड दिसला. घाबरून तिनं विचारलं, ''कोण आहे तिकडं?''

''बाई, बाई, भिऊ नकोस. आम्ही देवकन्या आहोत.''

''आम्ही वनकन्या आहोत.''

देवकन्यांनी, वनकन्यांची हिची कोण, कुठली म्हणून विचारपूस केली.

''देवकन्यांनो, वनकन्यांनो, तुम्ही इथं काय करताय? हा उजेड कसला?''

''हा उजेड अग्निकुंडाचा. आम्ही इथं वसा वसतोय. पार्वतीदेवीचा वसा वसतोय.''

''यानं काय होतं?''

''पडलं-झडलं सापडतं. इच्छित कार्य सिद्धीस जातं. घर धनधान्यानं भरतं. माणिक-मोत्यानं भरतं.''

''हा वसा कसा वसावा?''

''मुक्याचं व्रत घ्यावं. न्हाऊन-माखून शुभ्र रेशमी वस्त्र परिधान करावं. पांढरं वस्त्र नाही मिळालं, तर भगवं वस्त्र घालावं. अग्निकुंड पेटवावं. पार्वतीदेवीची पूजा मनोभावे करावी. सूर्योदयापासून सूर्यास्तापर्यंत किंवा सूर्यास्तापासून सूर्योदयापासून कुठल्याही वेळी हे व्रत घ्यावं. हा वसा वसताना अन्नग्रहण करू नये. उपवास नाही निभला तर फळांचा रस घ्यावा. पूजा आटोपली की अन्नसेवन करावं. असं सात दिवस करावं. सातव्या दिवशी व्रताची सांगता करावी. दीन-दुबळ्यांना मदत करावी. अडल्या-नडलेल्यांना दान द्यावं. वस्त्रप्रावरणं देऊन त्यांना संतोषित करावं.''

याप्रमाणे देवकन्यांनी, वनकन्यांनी अग्निकुंडापुढं बसून पूजा सुरू केली. शोना आजी त्यांच्यासमवेत डोळे मिटून पार्वतीदेवीचं ध्यान करत होती. तिची जणू समाधी लागली. पक्ष्यांचा किलबिलाट कानी आला. सूर्यनारायणाची चाहूल लागली. अंधकार लोप पावला. शोना आजी दचकून समाधीतून जागी झाली. बघते तर आजूबाजूला नाहीत देवकन्या, नाहीत वनकन्या. ती दोन कोस वायव्येला गेली. तीन

कोस ईशान्येला गेली. बघते तर समोर राकेश आजोबा. सकाळ होताच ते आजीच्या शोधात बाहेर पडले होते. तिला बघून ते आनंदित झाले. "शोना, शोना, हा चमत्कार झाला कसा? एवढ्या घनदाट अरण्यात आपली नेमकी भेट झाली कशी?"

"मी पार्वतीदेवीचा वसा वसला. त्यामुळं हा चमत्कार झाला." मग आजीनं घडलेली सर्व हकिगत कथन केली.

याप्रमाणं शोना आजीनं तो वसा वसला. दान-दक्षिणा देऊन गरिबांना संतुष्ट केलं. भुकेल्यांना पोटभर जेवू घातलं. पुढं तिला दिवस गेले. नऊ मास पूर्ण भरले. आजीच्या पोटी माझी आई जन्माला आली. आजी-आजोबांस मोठा संतोष झाला.

मग माझ्या आईनं माझ्या जन्माच्या वेळी तोच वसा वसला. मीही तोच वसा वसला."

आम्रपालीची उत्सुकता वाढीस लागली. "सखे, वसा वसलास हे खरं, पण एकदम तिळ्या झाल्या कशा? हे नवल घडलं कसं?"

युवती हसली. "कन्याप्राप्तीची इच्छा मी मनात बाळगून होते. माझ्या आईनं हा पार्वतीदेवीचा वसा मला सांगितला. हा वसा मी वसणार तेवढ्यात मला मीटिंगसाठी दोन महिने जपानला धाडण्यात आलं. मीटिंगच्या गोंधळात परक्या देशात हा वसा वसणं मला जमणार नाही म्हणून माझ्यासाठी आईनं हा वसा घेतला. माझ्या सासूबाईंना ही हकिगत कळली. त्यांचा माझ्या आईवर विश्वास नव्हता. या वयात माझ्या आईला हा वसा वसणं नीट जमणार नाही म्हणून माझ्या सासूबाईंनी स्वत: हा वसा वसला. आणि तिकडं जपानला रोज रात्री मनोभावे मीही हा वसा वसला. यथावकाश पार्वतीदेवीच्या कृपेनं ही तीन कन्यारत्नं एकाच वेळी प्राप्त झाली." युवती कौतुकानं उद्‌गारली.

आम्रपाली आनंदली. शलाकेसाठी हे कठोर व्रत आपण घ्यायचं, असा तिनं निश्चय केला. लगबग फ्लोरिडाहून निघाली ती शलाकेच्या नगरात येऊन पोचली. शलाकेच्या महाली जाऊन तिला भेटली. पार्वतीदेवीच्या वशाची हकिगत शलाकेला कथन केली. शलाका संतोषली. आम्रपालीनं शलाकेच्या वतीनं आपण हे व्रत करण्याचा निश्चय तिला सांगितला. आपली सखी आपल्यासाठी एवढं घोर व्रत आचरणार, हे पाहून शलाका भारावली. हरिहरानं डोळे टिपले. शलाकेनं आपला दीर बजरंग याची आम्रपालीची सेवा करण्यासाठी नियुक्ती केली.

शलाकेनं या व्रतासाठी समुद्रसपाटीपासून एक मैल उंचीवर असलेल्या डेनव्हर या नगरातील प्रासाद ठरवला. थंडीचे दिवस. सगळीकडं पसरलेली हिमवृष्टी. पार्वतीदेवींना अगदी कैलासावर असल्यासारखं वाटेल, त्या खूष होतील, हा हेतू मनी बाळगला.

आम्रपाली चतुर होती. मानसशास्त्र जाणत होती. त्या योगेच ती शलाकेच्या धंद्याची सूत्रं हलवत होती. तिनं विचार केला, कैलासावर राहणाऱ्या पार्वतीला बदल हवा. सदा सर्वकाळ बर्फात वावरणाऱ्या पार्वतीदेवीला डेनव्हरच्या बर्फाचं कौतुक ते काय? त्यापेक्षा समुद्रकिनारी जावं. थंडीचे दिवस उबदार हवेत घालवावेत. तिथं हा वसा घ्यावा. पार्वतीदेवी येतील. तो समुद्र, त्याच अव्याहत झेपावणाऱ्या लाटा, ती सोनेरी मऊ वाळू, किनाऱ्यापासून थोडं दूर उभी राहून किनाऱ्याची राखण करणारी झाडं, स्वच्छ मोकळं आकाश– सगळं-सगळं पाहून त्या मनी संतुष्ट होतील. मग आपला हेतू सफल होईल.

विचारांती जागा ठरली. कॅरेबियन महासागरातील दक्षिणेला असलेल्या अरुबा या द्वीपावरचा शलाकेचा प्रासाद व्रतासाठी निश्चित झाला. अरुबा द्वीप नितांत सुंदर आणि तिथला समुद्र त्याहून सुंदर. शलाकेच्या भव्य प्रासादालगतच असलेला तिचा स्वत:चा समुद्रकिनारा. कुठं कोणाची वर्दळ नाही. कुठं कोणाचा त्रास नाही.

आम्रपालीनं या व्रतासाठी पॅरिसहून रेशमी वस्त्रं मागवली. पार्वतीदेवींची एक सुंदर तसबीर भारतातून आणवली. बजरंगनं सर्व तयारी जय्यत केली. शलाकेनं आपली मुख्य सचिव आठ दिवस सुट्टीवर जाणार असल्याचं घोषित केलं. बजरंग आणि आम्रपालीनं अरुबाला प्रयाण केलं.

इकडं आम्रपालीनं काय करावं? रोज पहाटे उठावं. समुद्रस्नान करावं. रेशमी वस्त्रं परिधान करून सूर्योदयापूर्वीच पूजेला बसावं. पार्वतीदेवींना हळद-कुंकू वाहावं. गंधफूल वाहावं. धूप-दीप दाखवावा. डोळे मिटून ध्यान करावं. दिवसा फक्त फळांचा रस घ्यावा. संध्याकाळी अल्प आहार घ्यावा. घटका-दोन घटका समुद्रकिनारी घालवून शयनमंदिरात जावं.

पहिला दिवस सरला. दुसरा, तिसरा सरला. कठोरपणं आम्रपाली आपल्या सखीसाठी हे व्रत आचरत होती. बजरंगचा जीव ही तपस्या पाहून तीळ-तीळ तुटत होता. समोर अग्निकुंड पेटलेलं. एका बाजूला पार्वतीदेवींची तसबीर. बाजूला तेवणाऱ्या समया. कानांवर येणारी समुद्राची गाज आणि डोळे मिटून ध्यानधारणा करणारी आम्रपाली. बजरंगच्या मनात आम्रपलीविषयी प्रीती उत्पन्न झाली. तो मनोभावे आम्रपालीची सेवा करीत होता. पार्वतीदेवींची प्रार्थना करीत होता.

सहावा दिवस संपला. सातवा उजाडला. आम्रपालीची मुद्रा म्लान झाली. उपवासानं तिला ग्लानी आली. पण तिचा मनोनिर्धार पक्का होता. बजरंग तिची ही अवस्था पाहून व्याकुळला.

इकडे कैलास पर्वतावर पार्वतीदेवी महादेवांसमवेत सारीपाट खेळत होत्या. कित्येक वर्षांत त्या भूलोकी अवतरल्या नव्हत्या. महादेवांची तशी आज्ञाच होती. भूलोकी माजलेला अनाचार पाहून ते संतापले आणि गणरायासह पार्वतीला घेऊन

त्यांनी पृथ्वीतलाकडं पाठ फिरवली. कोणी कितीही धावा केला तरी पृथ्वीवर पाऊल टाकायचं नाही, अशी त्यांनी प्रतिज्ञा केली होती.

पार्वतीदेवींचं लक्ष या सारीपाटात रमेना. पृथ्वीतलावरच्या बायका अलीकडं सारखं आपलं व्रत करतात. नुसतं इथं बसून 'तथास्तु' म्हणण्यापेक्षा प्रत्यक्षात तिकडं जावं, काय चाललंय ते पाहावं, अशी प्रबळ इच्छा त्यांना झाली. विशेषत: आम्रपाली ज्या भक्तिभावानं पूजा करीत होती, ती बघून पार्वतीदेवींचं मन द्रवलं. खेळता-खेळता पार्वतीदेवी उठल्या आणि पतीची परवानगी घ्यायचं विसरून त्या तडक अरुबाला येऊन पोचल्या.

महादेव संतापानं थरथरले. त्यांना न सांगताच उमा निघून गेली. तेही, त्यांचा आज्ञाभंग करून ती भूलोकी गेल्यामुळं त्यांचा पुरुषी अहंकार दुखावला. उमा एवढी घाईनं गेली तरी कुठं, हे बघण्यासाठी ते गुप्त रूपानं तिच्या मागोमाग निघाले.

पार्वती अरुबाला आली. आनंदानं ओसंडून पुढं धावणाऱ्या लाटा, आल्हाददायक हवा, पक्ष्यांचं लक्ष्याच्या शोधात पाण्यात झेपावणं, सूर्याची पसरलेली किरणं, पायाखालची हळुवार रेती... हे सगळं पाहून पार्वतीदेवींचं देहभान हरपलं. समोर पसरलेला निळा-निळा सागर पाहून त्या चकित झाल्या. पाण्याचा रंग एवढा निळा कसा? हा तर माझ्या नीलेशाचा रंग. या समुद्रावर माझा नीलेश स्नानासाठी आला असताना त्याच्या भोळ्या स्वभावाचा फायदा घेऊन, गोड बोलून या लबाड सागरानं तर त्याचा रंग काढून घेतला नसावा नं?

उमेचा पाठलाग करणारे नीलेश, तिच्या मनातले विचार जाणून उमेला जळीस्थळी आपणच दिसतो, या विचारानं प्रसन्न झाले. आपल्या परवानगीशिवाय उमा इथं आली या तिच्या अपराधाबद्दल तिला क्षमा करून मोकळे झाले.

पार्वतीदेवींनी प्रासादात प्रवेश केला. बघतात तर शुभ्र वस्त्र परिधान करून आम्रपाली ध्यानस्थ बसली होती. समोर अग्निकुंड धगधगत होतं. बाजूला रुप्याच्या दोन समया मंदपणं तेवत होत्या. रुप्याच्या तबकातून नानाविध फळं सुबक मांडलेली होती. दुसरं तबक विविध पुष्पांनी भरलेलं होतं. त्यांचा परिमल सगळीकडं दरवळत होता. समोर पार्वतीदेवींची मोठी तसबीर होती. क्षणभर पार्वतीदेवींनी स्वत:ची तसबीर ओळखली नाही. पैठणी नेसलेली, अंगावर हिरे-माणकांचं जडजवाहीर ल्यालेली आपली छबी पाहून त्यांना विस्मय वाटला. भरजरी रेशमी वस्त्रं, अंगावर चार हिऱ्यांचे दागिने असं घातल्यावर आपलं मूळचं सौंदर्य शतपटींनी वाढतं, या विचारानं आनंदून त्या आपली छबी पुन:पुन्हा न्याहाळू लागल्या.

तसबिरीकडं नजर जाताच नीलेश संतापले. उमा वनराणी. पानं-फुलं हेच तिचं वैभव. तेच तिचे दागिने. कोणा पाप्यानं तिला एखाद्या मॉडेल-गर्लसारखं सजवलं. ते आम्रपालीला सणसणीत शाप देणार तेवढ्यात त्यांचं लक्ष पार्वतीदेवींच्या

मुखकमलाकडं गेलं. त्या अजूनही कौतुकानं आपली छबी न्याहाळत होत्या.

ध्यानस्थ बसलेल्या आम्रपालीला कोणाची तरी चाहूल लागली. तिनं डोळे उघडले तर समोर साक्षात पार्वतीदेवी. अत्यानंदानं तिला काय बोलावं, काय करावं; कळेना. बजरंगानं लगबगीनं देवींना बसायला आसन दिलं. दोघांनी पार्वतीदेवीला दंडवत घातला.

आम्रपालीनं पार्वतीदेवींचे हस्त, पद्म प्रक्षाळले. हळद-कुंकू लावून माणिक-मोत्यानं देवींची ओटी भरली. बजरंगानं पंचफळांचा रस देवीला दिला.

पार्वतीदेवी संतुष्ट झाल्या.

"मी तुझ्यावर प्रसन्न झाले. मुली, पाहिजे तो वर मागून घे. कोण्या कारणे एवढं कठोर व्रत तू आचरलंस?"

"देवी, माझ्या सखीची – शलाकेची – मनोकामना पूर्ण होऊ द्या. तिला एक कन्यारत्न होऊ द्या."

आम्रपालीचे आपल्या मैत्रिणीवरील गाढ प्रेम पाहून देवींना आनंद झाला. त्या म्हणाल्या, "तथास्तु! तुझं घरही धनधान्यानं भरेल. हिऱ्या-माणकांनी भरेल. मोठा मानमरातब तुला मिळेल. तुम्हा दोघींचे सर्व मनोरथ पूर्ण होतील."

एक क्षणभर पार्वतीदेवी थांबल्या. मग म्हणाल्या, "मुली, तू आनंदाच्या भरात भलतंच तर मागितलं नाहीस नं? पुत्ररत्न न मागता तू कन्यारत्न मागितलंस?"

आम्रपाली म्हणाली, "मी योग्य तेच मागितलं. या युगात बायका पुत्रप्राप्तीसाठी देवाची विनवणी करत नाहीत. तो काळ गेला आता. आताच्या बायका कन्याप्राप्तीसाठी देवाला साकडं घालतात."

"तरीच! हल्ली बायका माझ्या गणुरायाला सोडून माझीच पूजा करतात. मी दर वेळी तथास्तु म्हणून गप्प बसते. गणुरायाला मी म्हणते, की ही मानवजात कधी कुठल्या देवाचं महत्त्व वाढवेल याचा काही नेम नाही."

आपण खूप युगांनी इथं अवतरल्यामुळं या दुनियेत घडलेले बदल ठाऊक नसल्याचं पार्वतीदेवींनी कबूल केलं. त्यांना जिज्ञासा होती, हे सारं घडलं कसं, याची.

आम्रपाली म्हणाली, "काय सांगू? कसं सांगू? फार मोठी कहाणी आहे. सगळ्या स्त्री जातीची कहाणी. शतकानुशतकं चालत आलेली. सांगायची म्हटली तर थोडक्यात न आटोपणारी. आपल्याला ती सांगून आपला एवढा वेळ कसा मी घेऊ?"

देवींनी आग्रह धरला, "सांग-सांग, संपूर्ण कहाणी सांग. ती ऐकल्याशिवाय मी नाही हलणार. मला तरी कसला उद्योग आहे दुसरा? सारीपाट खेळून खेळून मी अगदी कंटाळले. सारखी माझ्या नीलेशाची सेवा कर-करून मी फार थकले."

हे ऐकताच नीलेश भडकले. पण प्रयासानं स्वत:ला आवरून तेही कहाणी ऐकू लागले.

आम्रपाली सांगू लागली, ''ऐक, ऐक स्त्रीदेवी, तुझी कहाणी. फार-फार वर्षांपूर्वी म्हणे, कन्यारत्न पोटी आलं की बाई आसवं गाळी. सासू-सासरे, दीर, जावा, नणंदा, भावजया– सगळे बाईला नावं ठेवीत. तिला दोष देत. मग मुलगी वाढू लागली की 'तू मुलगी आहेस, तू मुलगी आहेस' हे शब्द सतत तिच्या कानांवर चोहोबाजूंनी आदळत. ती मुलगी. तिनं मोठ्यानं बोलू नये. मनमोकळं हसू नये. घराबाहेर पडू नये. वाद घालू नयेत. पोटभर खाऊ नये. चांगली वस्त्रं लेवू नयेत.''

''असं केल्यानं काय होई?'' –पार्वतीदेवींचा प्रश्न आला.

''असं केल्यानं सासरी गेल्यावर सगळं-सगळं सहन करण्याची शक्ती तिला येई. ती बाई. राबणारी बाई. तिला कसलं आलंय मन? घराच्या चार भिंती हेच तिचं जग. पतीची सेवा, सासू-सासऱ्यांची सेवा, ह्याची सेवा, त्याची सेवा– हे तिचं व्रत. हाच तिचा धर्म. पोथ्या-पुराणांची हीच शिकवण. बालपणी घ्यावा बापाचा आधार. नंतर घ्यावा नवऱ्याचा आधार. तो आधार सुटला, तर मग घ्यावा विहिरीचा आधार. आयुष्य सोपं होतं.

''वर्षं लोटली. घराबाहेर पडावं, बाहेर डोकवावं, अशी तडफड बाईच्या मनाला लागली. बाईनं शिकावं, लिहावं, वाचावं असं काही पुरुषांना सुचलं. मग त्यांनी पुढाकार घेतला. आणि समाजाचे शिव्याशापही घेतले. पण बाई त्यामुळं घराबाहेर पडली. बाहेरच्या उजेडानं तिचे डोळे दिपले. त्या उजेडाचा तिच्या मनाला ध्यास लागला.''

''मग काय झालं?''

''मग बाई शिकू लागली. लिहू-वाचू लागली. शाळा-कॉलेजात जाऊ लागली. वर्षं जात होती.

''पोटी मुलगी म्हणेज काळजीची धोंड. तिला भरपूर शिक्षण हवं. तिला चांगली नोकरी हवी. तिला नवरा शोधायला हवा. लग्न ही बाईची गरज. लग्नाशिवाय तिला समाजात विचारणार तरी कोण? मग नवरा शोधायला झीज सोसायला हवी. हुंडा भरपूर द्यायला हवा.''

आम्रपाली बोलत होती. पार्वतीदेवी ऐकत होत्या. आम्रपालीचा आवाज प्रसंगी चढत होता. आवाजातून चीड, उपहास व्यक्त होत होता. ही कहाणी पिढ्यान्पिढ्या चालत आलेली. आईनं मुलीला सांगितलेली. मुलीनं तिच्या मुलीला सांगितलेली. आज अगदी अशक्य वाटावी, अशी.

''मुलीचं लग्न एकदाचं उरकलं की तिच्या जन्माचं सार्थक झालं. आई-बापाच्या डोक्यावरचं ओझं उतरलं. पुरुष बुद्धिमान खराच. बाईच्या शिक्षणाचा उपयोग

द्रव्यप्राप्तीसाठी होऊ लागला. तो तर लोण्याचा गोळा. त्यानं उदार मनानं बाईला मुभा दिली. बाईनं नोकरी करावी. फक्त घरातच अडकून पडू नये. बाहेरचं जग तिला दिसायला हवंच. पण हे बाहेरचं जग बघताना तिनं घर-संसार, मुलं-बाळं, पै-पाहुणे, हेही बघावं.

"बाई हरखली. आर्थिक स्वातंत्र्य मिळणार म्हणून प्रमुदित झाली. एका पिंजऱ्यातून सुटली आणि नकळत दुसऱ्या पिंजऱ्यात अडकली. सगळ्या जबाबदाऱ्या पेलताना ती मेटाकुटीला आली. तिचं शिक्षण, तिची नोकरी, हुद्दा, मान सगळं घराबाहेर होतं. घरी ती फक्त नवऱ्याची बायको. म्हणजे दासीच. ती धडपडत होती. तडफडत होती. जबाबदाऱ्यांनी वाकत होती. नोकरी सांभाळून बिचारा पुरुष मात्र थकत होता. स्वस्थ बसून बाईची धडपड पाहत होता. पुरुष तो पतिदेव. बाई ती जन्मानं कनिष्ठ. तिनं राबायला हवं. त्यातून तिला सुटका नव्हती.

"बुद्धिमान पुरुषानं बाईचं सुंदर चित्र कथा-कादंबऱ्यांतून, नाटका-सिनेमांतून रंगवलं. सोज्ज्वळ बाई, सोशिक बाई, रूपवान बाई, बुद्धिमान बाई; तरीही नवऱ्याच्या मनाप्रमाणं, मताप्रमाणं चालणारी बाई. व्रतंवैकल्यं करणारी, स्वार्थत्याग करणारी, कुटुंबासाठी राबणारी आदर्श बाई. हे सगळं वर्णन वाचून बाई आनंदित झाली. तसंच होण्यासाठी धडपडू लागली. पण एवढं करूनही कधी आई-बापानं पुरेसा हुंडा दिला नाही म्हणून तिचा सासरी छळ होई; तर कधी पोटी पुत्र नाही म्हणून छळ होई. कधी रूप जास्त उजवं म्हणून छळ होई; तर कधी ते डावं म्हणून छळ होई. कमी शिकलेली म्हणून छळ होई; जास्त शिकलेली म्हणून छळ होई."

आम्रपाली थबकली. पार्वतीदेवींना थोडक्यात सर्व सांगताना स्त्री-जातीचा संपूर्ण इतिहास तिच्या डोळ्यांपुढून सरकत होता.

"या छळाला कंटाळून कित्येकींनी आत्मार्पण केलं. कित्येकींना जाळून मारलं गेलं."

हे ऐकून पार्वतीदेवींना धक्काच बसला. "काय हा अघोरीपणा! रानटीपणा! बायकांनी हे सहन तरी का केलं? कसं केलं?"

"दुसरं करणार तरी काय? मेली बाईची जात. तिच्या जिवाचं मोल ते काय? एक गेली, तर दुसरी. तीही गेली, तर तिसरी. नगाला नग मिळत होता. सौदा सरळ होता."

मनावर काबू ठेवून आम्रपाली उद्‌गारली. "बाईचा हा त्रास वाचवायला यावर एक तोडगा शोधला."

"बरं झालं बाई, तोडगा सापडला! मग बाईचा छळ थांबला असेल... बाईची फरपट थांबली असेल?" पार्वतीदेवींना हायसं वाटलं.

"फरपट थांबली कायमची. छळ थांबला कायमचा." आम्रपाली विषादानं म्हणाली.

"म्हणजे?" काही आकलन न होऊन देवी उद्‌गारल्या.

"मानवाची प्रगती झाली. शास्त्र फार पुढं गेलं. मूल जन्माला येण्याआधीच मुलगा की मुलगी, हे जाणणं शक्य झालं. मुलाचं थाटात स्वागत होऊ लागलं. मुलगी आहे कळताच अनेकांनी ते पुष्प खुडून टाकलं."

पार्वतीदेवी संतापानं थरथरू लागल्या. यावर काय बोलावं, तेच त्यांना सुचेना. त्यांच्या डोळ्यांत अंगार फुलला. दुसऱ्याच क्षणी त्या मनी खंतावल्या. एवढं महाभारत इथं घडत होतं आणि मी मात्र नीलेशाबरोबर सारीपाट खेळण्यात गढले होते. त्याच्यामध्येच मश्गूल होते. बायकांच्या किंकाळ्या, त्यांनी घातलेली साद, काहीच आपल्या कानी आलं नाही. बायकांचं मरत-मरत जगणं आणि जळून-जळून मरणं, पुढचं मरण टाळण्यासाठी जन्मालाच न येणं यांतलं काही काही आपल्याला कळलं नाही. बाई असून बाईची वेदना मनी उमटली नाही.

पार्वतीदेवी मूकपणे मनी अश्रू ढाळत पुढील हकिगत ऐकू लागल्या.

आम्रपाली बोलत होती, "बाईची जात चिवट खरी. या सगळ्यातून तावून-सुलाखून ती बाहेर आली."

"पुढं काय झालं?"

"असं वर्षानुवर्षं चाललं. बाई शिकत होती. एकेक पायरी पुढं जात होती. तिला स्वातंत्र्याचा ध्यास लागला. पुरुष अजून स्वस्थच होता. बाईची गंमत पाहत होता. आपली सर्व कामं बाईकडून करवून घेत होता. लग्नाआधी पुरुष म्हणून जन्माला आलेल्या बाळाला बाळ म्हणून आई वाढवत होती. लग्नानंतर बायको त्याला बाळासारखं सांभाळत होती."

"असं होता-होता काय झालं?"

"असं होता-होता बाईचा आत्मविश्वास वाढला. तिचा दुबळेपणा गेला. तिची कार्यशक्ती वाढली. निर्णायक वृत्ती तिच्यात आली. थोड्या वेळात अनेक कामं उरकताना तिची धांदल झाली खरी, पण वेळेचा योग्य उपयोग करण्याचं कसब तिनं आत्मसात केलं.

"इकडे पुरुष मात्र सगळा भार बायकोवर टाकून केवळ पुरुष म्हणून मिरवण्यात धन्यता मानत होता. आळशी, व्यसनाधीन होत होता. हुकूम सोडण्यात मश्गूल होता.

"वर्षांमागून वर्षं लोटली. बाईच्या पुढं चार पावलं आहोत, अशा गमजा करणारा पुरुष बाईच्या मागं कधी पडला, हे त्याला उमजलं नाही. पण आपण किती लांबचा पल्ला गाठला, हे बाईला कळलं. त्याच वेळी हेही कळलं, की आपण कधी कनिष्ठ नव्हतोच. हा सारा पुरुषांचा डाव होता. त्यानं हे शतकानुशतकं आपल्या डोक्यात ठसवलं. आपण पुरुषावर विसंबून ते खरं मानलं. स्त्री तर आदिशक्ती. आदिमाता. जग उद्धरणारी. मग ती कनिष्ठ कशी? बाई आपल्या कोषातून बाहेर

आली. ती स्वतंत्र झाली.

''समाजात क्रांती झाली. 'मुलगा हवा, मुलगा हवा' म्हणून टाहो फोडणाऱ्या समाजाला मुलीचं महत्त्व पटलं. आणि त्यानंतर बायका 'मुलगी हवी' म्हणून नवससायास करू लागल्या...''

आम्रपालीची कहाणी संपली.

पार्वतीदेवींनी आम्रपाली आणि बजरंग यांना पुन्हा एकदा, 'तुमचे सर्व मनोरथ पूर्ण होतील', असा आशीर्वाद देऊन त्यांचा निरोप घेतला.

त्या समुद्रकिनाऱ्यावर आल्या. वेगानं किनाऱ्याकडं झेपावणाऱ्या लाटांकडं त्या एकटक बघत होत्या. त्यांच्या मनातही विचारांच्या अशाच लाटा उसळत होत्या.

बाईची जात शतकानुशतकं दडपलेली, ठेचलेली. तीही पुढं गेली. फार पुढं गेली. आपला आशीर्वाद त्यांना मोलाचा. पण आपल्या हाती तरी सत्ता किती? बाई म्हणून आपल्याला अधिकार काय? स्वातंत्र्य कुठं? आपल्या शब्दाला जगात किंमत; पण घरी काय? नीलेशाच्या प्रेमाखातर माहेर सोडलं. वैभवाकडं पाठ फिरवली. मिळालं काय?

त्या दचकल्या.

जरा गोष्ट यांच्या मनाविरुद्ध झाली की झालं तांडव सुरू. कधी काडीची मदत केली नाही. कधी आपला भार हलका केला नाही. मदतीचं राहू द्या; पण त्यांचं मन सांभाळणं, हीच एक तारेवरची कसरत होऊन बसली. आपल्याला जणू भावना नाहीतच. किती सहन केलं मुक्यानं. सांगणार तरी कोणाला आणि कसं? तसा त्यांचा स्वभाव भोळा. त्याचा फायदा इतरांना; त्रास मात्र आपल्याला. साधा सारीपाटाचा खेळ तो काय? आपण त्यात पारंगत. पण याला कधी आपण जिंकलेलं चाललं नाही. पतिपत्नींच्या खेळात हार पत्नीचीच झाली पाहिजे. दर वेळी आपण हार पत्करायची. आपलं बुद्धिचातुर्य कधी प्रगट करायचंच नाही. उमेशानं उमेपुढं हरून कसं चालेल? पुरुषानं बाईपुढं हरून कसं चालेल? का, का म्हणून हे सहन केलं? हे सगळं असंच असतं, हेच डोक्यात भिनलेलं. यापलीकडं काही आहे, हेच कधी उमजलं नाही.

आपलं नीलेशावर अपार प्रेम आहे. त्या प्रेमापोटी सगळं सहन केलं. पण शरीरा-मनानं एकरूप होतानासुद्धा, प्रकृती आणि पुरुष ही दोन रूपं आहेत, त्यांची जडणघडण वेगवेगळी आहे, हे त्यांनी कधी जाणलं नाही. यांच्यामध्ये विलीन होताना आपल्याला आपल्या म्हणून काही आवडी-निवडी असल्या, वेगळ्या संवेदना असल्या तर कुठं बिघडलं? त्यामुळं त्यांच्यावरील प्रेमात कसला अंतराय निर्माण होणार? इतकी वर्षं मी यांच्या जाळ्यात अडकले. त्या प्रेमाचा पिंजरा झाला. स्वातंत्र्य हा शब्द माहीतच नव्हता. यांच्या मागं त्याच त्या रिंगणात फिरत

राहिले. केवळ त्यांची छाया बनून राहिले. नाही मला स्वत:चा आवाज कधी ऐकू आला, की नाही इतर बायकांचा. आज यांची परवानगी न घेताच इकडं आले. घरी गेल्यावर आता तांडव आहेच. असू दे. यापुढं मात्र आपलं मन मरू द्यायचं नाही. बाई म्हणून चार पावलं मागं राहायचं नाही. पार्वतीदेवींनी मनोमन निश्चय केला.

सूर्य अस्ताला चालला होता. मघा पुढं झेपावणाऱ्या लाटा हळूहळू माघारी चालल्या होत्या. सागराची गडद निळाई आता पार्वतीदेवींना मोहवत नव्हती. जड अंत:करणानं त्या कैलासाकडं निघाल्या.

गुप्त रूपानं आम्रपालीच्या तोंडून स्त्री-जातीची कहाणी ऐकत असलेले नीलेश ते सर्व ऐकून कधी संतापत होते. कधी चिडत होते. कधी हताश होत होते. आपलं बरंच काही चुकलं याची जाणीव त्यांना प्रथमच झाली. आपण उमेवर आजपर्यंत किती अन्याय केलाय, या विचारानं त्यांना भरून आलं. आपल्या प्राप्तीसाठी कठोर व्रत आचरणारी उमा. घरादाराचा त्याग करणारी उमा. तिला जाणण्याचा आपण कधी प्रयत्नही केला नाही. तिचे कष्ट हलके करण्याचा प्रयत्न केला नाही. आपण पुरुष, आपण श्रेष्ठ याच भ्रमात राहिलो. सतत तिची सेवा घेत आलो. तीसुद्धा कधी दमत असेल, थकत असेल— हा विचार मनाला कधी शिवलाच नाही. यापुढं उमेचं प्रेम, मैत्री हवी असेल, तर आपलं वागणं बदललं पाहिजे. पूर्वीसारखं वागून आता चालणार नाही, हे त्यांच्या ध्यानात आलं.

पार्वतीदेवींनी जेव्हा कैलासावर पाऊल टेकलं, तेव्हा त्यांनी हसत पुढं येऊन तत्परतेनं त्यांचं स्वागत केलं. पार्वतीदेवी आश्चर्यानं नीलेशाचं हे नवं रूप न्याहाळू लागल्या.

मग पार्वतीदेवींना त्यांचं स्वत्त्व गवसलं. त्यांचा जणू पुनर्जन्म झाला. नीलेशांच्या पुरुषी अहंकाराचा विळखा गळून पडला. त्यांना नवदृष्टी प्राप्त झाली. त्यांनी विनाकारण डोक्यात राख घालणं सोडून दिलं. मग कैलासावरचं तांडव शमलं आणि अतिशय आनंदानं शंकर-पार्वती कैलासावर नांदू लागले.

इकडे शलाकेला यथावकाश कन्यारत्न प्राप्त झालं. बजरंग आणि आम्रपालीचा विवाह शाही इतमामानं पार पडला. आटपाट नगरात आनंदीआनंद झाला. जसे शलाका, आम्रपाली, बजरंग, शंकर, पार्वती या सर्वांचे मनोरथ पूर्ण झाले तसेच तुमचे-आमचे होवोत; ही साठा उत्तराची कहाणी पाचा उत्तरी सुफळ संपूर्ण.

■

मौज - दिवाळी १९९५

हाऊ डेअर यू...?

विमानतळावर नेहमीप्रमाणे प्रचंड गर्दी.

हातातल्या सामानाच्या बॅगा खेचत उत्साहानं झपाझप चालणारे प्रवासी. मला मात्र ना प्रवासाची ओढ, ना मागे थांबण्याची. मी करते ते बरोबर की चूक? कुणाला विचारू?

सिक्युरिटी चेकमधून मी आत शिरले. माझ्या गेटपाशी पोचले. इंटरनॅशनल फ्लाईट असल्यानं तीन तास आधी येणं भाग होतं. नाहीतरी घरी थांबणंही नकोच वाटत होतं. विचार करून डोकं भणाणून गेलंय. मन बधीर झालंय. मी उद्या मुंबईला पोचेन. माझ्या येण्याची घरचे सगळे वाट पाहत आहेत. पण मी तिकडे येत आहे ती कदाचित कायमची, हे अजूनही कोणाला सांगू शकले नाही.

खरंच मी मनीषला – माझ्यावर मनापासून प्रेम करणाऱ्या नवऱ्याला – सोडून कायमची चालले आहे का? कदाचित एकमेकांपासून दूर राहिल्यानंतर आम्हाला काही वेगळं जाणवेलही. लांबून गोष्टी वेगळ्या, स्पष्टही दिसतील. मला कोणाशी तरी मन मोकळं करून बोलता येईल. यातून काही मार्ग निघू शकेल. किंवा मला काय म्हणायचं आहे, हे कोणालाच कळणार नाही. सुखच मला खुपतंय, असं इतरांना वाटेल. मीच मूर्ख ठरेन. मात्र मनीषला खात्रीपूर्वक वाटतंय, तसं हातात पराभवाचं पांढरं निशाण घेऊन मी परतणार नाही.

नाही, नाही. मी बंडखोर स्त्री मुळीच नाही. स्त्रीमुक्ती वगैरे शब्द नुसते वाचलेले, ऐकलेले. उगीचच तत्त्वासाठी भांडणारी मी नाही. पण मला न पटणाऱ्या गोष्टी करणंही मला जमणार नाही. भोंदूपणा, खोटेपणा याची मला चीड. माझं नाव सुजला. सगळेजण मला सुजू म्हणतात. एका मध्यमवर्गीय कुटुंबात मी मुंबईला वाढले. घरात आई-बाबा आणि मोठा भाऊ केदार. शाळा-कॉलेज, नोकरी– सगळं

म्हटलं तर ठरावीक साच्यातलं. केदारचं लग्न झालं, मग साहजिकच आई-बाबांना माझ्या लग्नाचे वेध लागले.

आईच्या मामेबहिणीनं– माझ्या प्रेमामावशीनं अमेरिकेतून लग्नासाठी येऊ घातलेल्या मनीषचं स्थळ सुचवलं. मुलगा चांगला असल्याची पुन:पुन्हा ग्वाही दिली. पत्रिका वगैरे पाहण्याच्या विरुद्ध आमचे बाबा. पण मावशी आईला म्हणाली, "बाळासाहेबांच्या हट्टापायी सुजूचं कशाला नुकसान करतेस? असा कोण तुम्हाला हल्लीच्या काळात पत्रिका न बघणारा सापडणार? बाकीच्या सर्व गोष्टी बघा नं. उगीच पत्रिकेवर का अडून बसायचं?"

पुढे सर्व गोष्टी तशा पटापटा झाल्या. आई-बाबांचं आणि मनीषच्या ममी-पपांचं बोलणं झालं. नंतर मनीषनं मला ई-मेल पाठवली. मीही त्याला उत्तर पाठवलं. आम्ही एकमेकांना आमचे फोटो पाठवले. मनीषचा फोटो बघून मन आनंदलं. वाटलं, यानं आपल्याला पसंत करावं. मनीषचे ममी-पपा आमच्याकडे आले. मला पाहून ते खूष झाल्याचं आमच्या सगळ्यांच्याच लक्षात आलं. मुंबईला पाऊल टाकल्याबरोबर मनीष सकाळीच मला भेटायला आला.

आमच्या दोन तासांच्या भेटीत आम्ही इतकं मनमोकळेपणानं बोललो की, आम्हा दोघांनाही ही आपली पहिलीच भेट आहे, हे खरंही वाटेना.

लगेच लग्नाची तारीखही ठरली. ममी-पपांनीच हॉल नक्की केला. सगळंच कसं स्वप्नासारखं.

घर नुसतं आनंदानं फुललं होतं. आई सारखी म्हणत होती, "किती गं सुखाचं आयुष्य झालं माझं! सासर-माहेर चांगलं, तुम्ही मुलं गुणी निघालात, छान वाढलात, शिकलात. उत्तमपणे मार्गी लागलात. खूप-खूप सुख मिळालं बघ आयुष्यात. आणखी काय हवं?"

मग आज या सुखाला दृष्ट कशी लागली...? कोणाची लागली...? आई असती तर हसून म्हणाली असती, अगं अमेरिकेत वावरणाऱ्या तुझ्या तोंडी दृष्ट लागणं वगैरे शब्द शोभत नाहीत.

आई-बाबांचा तर असल्या कुठल्याच गोष्टींवर विश्वास नव्हता. घरात बेताचे देव. आईची रोज सकाळी देवपूजा. कधीतरी सणावारी देवळात जाणं. पण कसलंच अवडंबर नाही. बाबा म्हणत, भरपूर कष्ट करावेत; त्याचं फळ मिळतं, तो आनंद मोठा असतो. पण हात-पाय न हलवता ऊठ-सूट देवाला कशाला गाऱ्हाणं घालायचं...? आपल्या लहान-सहान मागण्या पूर्ण करणं, एवढंच त्याला काम आहे का...?

ज्योतिषी, कुठला आश्रम, मठ, बाबा, बुवा– असल्या सगळ्या प्रकारांबद्दल बाबांची मतं तीव्र होती. त्यांचा एकुलता एक मामा असा कुणाच्याशा नादी लागून

कसा पार धुतला गेला आणि त्याच्या संसाराची काय अवस्था झाली, हे बाबांच्या तोंडून वेळोवेळी ऐकलं होतं. त्यांचे हे विचार ऐकतच मी मोठी झाले.

मग आज मला काय म्हणायचंय, माझ्या वेदना काय आहेत, माझी होणारी घुसमट काय आहे, हे सर्व बाबांना नक्कीच समजेल. यातून तेच मार्ग काढू शकतील.

माझं मन निश्चिंतं झालं. मी जागेवरून उठून थोडी फिरून आले. हॉट चॉकलेट घेतलं. ते पिऊन थोडी तरतरी आली. अलीकडे जेवणही नीट जात नाही. सुखाचे गडद रंग एवढ्यात धुरकट कसे झाले...? हे जे घडतंय, ते म्हणजे आमच्या दोघांच्या केवळ आवडी-निवडीतला फरक नाही. कुठंतरी आमच्यामधला मोकळेपणा संपलाय. दूरत्व येत चाललंय. की, हा केवळ माझ्याच मनाचा खेळ...? फोबिया...? आई असती तर मोकळेपणानं मनाची उलघाल तिला सांगता तरी आली असती. बाबांनासुद्धा माझं म्हणणं पटेल.

तरीही मनात कुठेतरी शंका आहेच. माणसं बदलतात. परिस्थितीनं, वयानं. आई गेली आणि बाबांचा जणू आनंद, उत्साह घेऊन गेली. बाबा अकाली वृद्ध झाले. त्यांचं बोलणं कमी झालं. माझ्या ई-मेलला त्यांचं क्वचित उत्तर असतं. हल्ली वेबकॅमवर पण येत नाहीत.

आई गेली. त्यानंतर बाबांचच आयुष्य बदललं असं नाही, तर माझ्याही आयुष्यात केवढी उलथापालथ झाली. नाही, मी आईला दोष देत नाही. ते केवळ एक निमित्त ठरलं. आमच्या लग्नाला जेमतेम एक वर्ष झालं असताना आईच्या आजारपणात मी भारतात चार महिने काढणं, हे नुसतं निमित्त नाही तर दुसरं काय...? मी मनीषच्या जवळ असते, तर असं घडू शकलं असतं...? मी त्याला अडवू शकले असते...?

पण अडवायचं तरी कशापासून..? किती नकळत माणूस एखाद्या मार्गानं चालू लागतो! त्याच्या दृष्टीनं तो अत्युच्च सुखाचा मार्ग असेलही. पण त्याच्याशी सात जन्मं जोडलेल्या सखीला तो मार्ग जर सुखाचा वाटला नाही तर...? शिवाय त्या मार्गावर आपला जोडीदार किती पोचलाय, हे कळेपर्यंत, तो न परतीच्या वाटेवर आहे, हे कसं कळावं...?

मग हे सगळं घडलं कसं...? केव्हा...?

किती आनंदानं, उत्साहानं मी तीन वर्षांपूर्वी अमेरिकेत आले होते. आनंदी, खेळकर, उमद्या मनीषबरोबर माझं आयुष्य खूप-खूप सुखात जाणार याची मला खात्री होती.

एच वन व्हिसा असलेल्या मुलांशी लग्न केलेल्या मुलींना कायद्यानं नोकरी करता येत नसल्यानं त्यांचं आयुष्य किती कंटाळवाणं होतं, ते मी ऐकलं होतं.

तसंच ते कंटाळवाणं होऊ नये म्हणून काही जणी वेळ चांगला जाण्यासाठी व्हॉलंटरी कामं करतात, हेही कळलं होतं. त्यामुळे एकदा तिकडे गेल्यावर काय करायचं याबद्दल माझे विचार निश्चित होते. मनीषच्या पाठोपाठ अवघ्या महिनाभरातच मी ओहियो राज्यातील कोलंबस गावी पोचले.

मनीषचं एक बेडरूमचं, त्याच्या मते लहानसं अपार्टमेंट मला तरी प्रशस्त वाटलं. मनीष म्हणाला, ''या जागेचं लीझ लवकरच संपणार आहे. आपण दोन बेडरूमचं मोठं अपार्टमेंट घेऊ या. मग वर्षभरानं घर घेण्याचाही विचार करता येईल. प्रथम तू ड्रायव्हिंग शिकून घे, म्हणजे तुझ्यासाठी गाडी घेता येईल. एकदा तुझ्या हातात गाडी आली की तुला घरात अडकून राहायला नको.''

किती सहजतेनं तो गाडी घेणं, घर घेणं, या गोष्टी बोलत होता. मी भांबावूनच गेले.

आम्ही मोठं अपार्टमेंट शोधलं. मनीष म्हणाला, ''तुझ्या आवडीचं फर्निचर घेऊ या. घर कसं सजवायचं, ते तू ठरव. तुझी टेस्ट चांगली आहे. आय ट्रस्ट यू.''

''हे बरं की. तू मला पसंत केलंस, तेव्हा तुझीही टेस्ट कळली मला.'' मी हसले.

दिवस नुसते भिरभिरत जात होते. मला इथं येऊन सहा महिने कधी झाले ते कळलंच नाही. सुट्टीच्या दिवशी कुठेतरी भटकणं, पार्ट्या यात वेळ जाई. शिवाय आठवड्यातून तीन दिवस मी घराजवळच्या लायब्ररीत काम सुरू केलं. वाचायला भरपूर होतं, मात्र आई-बाबांची खूप आठवण यायची. सुरुवातीला टेलिफोन, मग ई-मेल्स, त्यानंतर चॅटिंग असं सुरू झालं. त्यांनी वेबकॅमसुद्धा बसवून घेतला. आई आणि ममी मला वेगवेगळ्या रेसिपीज द्यायच्या. मनीष तर माझ्या कुकिंगवर भलताच खूष असायचा. त्याच्या सगळ्या मित्र-मैत्रिणींना माझ्या हातची हैदराबादी मटण बिर्याणी खूप आवडायची.

बघता-बघता आमच्या लग्नाचा वाढदिवसही जवळ आला. एक दिवस ऑफिसमधून मनीषनं त्याला प्रमोशन मिळाल्याची बातमी दिली. मला खूप आनंद झाला.

पण तेवढ्यात काही महिन्यांपूर्वी घडलेली एक घटना मला अचानक आठवली.

मी इथे आल्यानंतर तीन-एक महिन्यांनी असेल, मनीषला ऑफिसमधून भरपूर बोनस मिळाला होता. त्यालाही तो एवढा अपेक्षित नव्हता. मला खूप कौतुक वाटलं मनीषचं. त्याच्या कामातल्या हुशारीचं, त्यानं घेतलेल्या मेहनतीचं असं फळ मिळालं. मला बाबांची आठवण आली.

मनीषनं ममी-पपांना फोन केला. आमचा आवाज ऐकून ममी म्हणाल्या, ''आम्हीच तुम्हाला फोन करणार होतो. मनीष, आपल्या त्या महाडच्या जागेचं सगळं मार्गी लागलं. फार चांगली किंमत मिळाली. आणि तुला बोनससुद्धा भरपूर

मिळाला म्हणतोस! या सुजूचा पायगुण अगदी चांगला झाला. गुरुजी म्हणाले होतेच, डोळे झाकून या मुलीला सून म्हणून घरात आणा. तुमची खूप भरभराट होईल. अगं सुजू, तुझ्यासाठी मी हिऱ्याचं कानातलं आणि मंगळसूत्र करवून घेते.''

ममी आणि पपांना माझं किती आणि कसं कौतुक करावं, असं होऊन गेलं.

मला मात्र एकदम आक्रसल्यासारखं झालं. यांच्या कित्येक वर्षांच्या भाऊबंदकीत अडकलेल्या जागेबद्दल मला काही माहीतही नव्हतं. पण समजा, ते काम झालं किंवा मनीषला भरपूर बोनस मिळाला, तर त्यात माझं कसलं कर्तृत्व? आणि हे गुरुजी कोण? पुढच्या संभाषणात माझं मन लागेना.

फोन झाला. मनीष भलताच खुषीत होता.

''हे गुरुजी कोण...? मला न बघताच त्यांनी कसं ममी-पपांना माझ्याबद्दल सांगितलं...?''

''सुजू, अगं, तुझी पत्रिका नव्हती. म्हणून तुझ्या मावशीनं तुझी जन्मवेळ आणि जन्मतारीख दिली होती. त्यावरून गुरुजींनी तुझी पत्रिका तयार केली. हे गुरुजी खूप ज्ञानी आहेत. त्यांचा अभ्यास दांडगा आहे. अगदी अचूक असतं त्यांचं भविष्य.''

''म्हणजे, त्यांनी सांगितलं म्हणून तू माझ्याशी लग्न केलंस?'' माझा सूर नकळत बदलला.

''कमॉन सुजू. मला तू किती आणि कशी आवडतेस, हे तुला माहीत नाही?'' लाडानं मला जवळ घेत तो म्हणाला, ''चल दाखवतो किती ते!''

त्याच्या मिठीत मनातले सगळे प्रश्न विरघळले. तो बाजूला झाला. क्षणात त्याला गाढ झोपही लागली. माझ्या मनात प्रश्नांचा नाग फणा काढून उभा राहिला. याला मी आवडले होतेच; मग गुरुजींनी पत्रिका जुळत नाही, असं सांगितलं असतं तर?

मग माझं मलाच उमगलं. जर पत्रिका जुळली नसती, तर आम्ही एकमेकांना पाठवलेल्या ई-मेल्स, केलेले फोन आणि त्यानं मला बघायला येणं, हे काहीही घडलंच नसतं.

मन कुठेतरी हिरमुसलं. म्हणजे मी सुजला – उत्तम शिक्षण, चांगली नोकरी, उंच, सडपातळ, दिसायला दहा जणींत एक, उत्साही, आनंदी आणि बरंच काही. या कशालाच काहीही महत्त्व नव्हतं का? महत्त्व फक्त त्या गुरुजींच्या शब्दाला! मनीषच्या ममी-पपांचं जाऊ दे; पण हा तर अमेरिकेत शिकला, राहिला – याचाही या असल्या गोष्टींवर विश्वास! बाबांना हे कळलं तर?

त्यानंतर इथल्या आयुष्याची लय साधताना कुठेतरी ती घटना पार मनाच्या कप्प्यात जाऊन बसली होती. आज मनीष प्रमोशनचं बोलला आणि आठवण

झाली. जाऊ दे, अशा गोष्टी विसरायच्या असतात.

आज सेलिब्रेट करायला बाहेर जावं की त्याच्या आवडीची मटण बिर्याणी करावी, असा प्रश्न मला पडला. अर्थात मटण बिर्याणी तो किती मनापासून एन्जॉय करेल याची कल्पना असल्यानं मी भराभर कामाला लागले.

एक दिवस मनीष ऑफिसमधून आला तोच, "ए, आती क्या पॅरिस? खायेंगे, पियेंगे, घुमेंगे और क्या!" म्हणत त्याचा आल्या-आल्या माझ्याभोवती नाचत गात पिंगा सुरू झाला.

"काय रे, बरा आहेस नं? काय झोकून-बिकून नाही नं आलास...?"

"अगं, मी खरंच तुला पॅरिसला घेऊन चाललोय. मला पॅरिसला कॉन्फरन्स आहे आठवडाभर. तूही चल माझ्याबरोबर. मजा करू या. इव्हिनिंग इन पॅरिस."

आमचे ट्रीपचे प्लॅन्स सुरू झाले.

आणि एक दिवस अचानक केदारची ई-मेल आली. ती वाचून मी खिळूनच बसले. मला अर्थच कळेना. मी जोरात ओरडून मनीषला हाका मारल्या. तो घाबरून धावत आला. "काय झालं? सुजू, काय झालं?" मी नुसतं ई-मेलकडे बोट दाखवलं.

त्यानंही ती वाचली. मला धीर देत तो म्हणाला, "घाबरू नकोस, वेळेवर ट्रीटमेंट सुरू झाली आहे, बरं वाटेल आईंना."

मी खूपच अस्वस्थ झाले. पण फोन करून आई-बाबांशी बोलण्याचा धीर मला होईना. आणखी दोन आठवड्यांत आम्ही पॅरिसला जाणार होतो. मला कसं सुचेल तिकडे हिंडायला-फिरायला? काय करावं?

माझ्या मनातले विचार जणू ओळखून मनीष म्हणाला, "सुजू, मला वाटतं, तू तिकडे जावंस. पॅरिसचा प्लॅन आपण कॅन्सल करू या. मी माझ्या कामासाठी जाऊन येईन. आपल्या दोघांना काय, नंतर कधीही जाता येईल."

मनीषचा एवढा समजूतदारपणा पाहून मला भरून आलं. किती नाचला होता पॅरिसला जायला!

त्यानंतर आजारी आईला भेटायला मी मुंबईला गेले होते.

शेजारच्या मुलीनं काहीतरी विचारलं आणि मी भानावर आले. मी इथं विमानतळावर आहे. नवऱ्याला सोडून मी चालले आहे. फ्लाईटची गर्दी वाढू लागली. लहान मुलांची धावाधाव. कुणी खाण्यात गुंतलेले, कुणी वाचनात दंग. तेवढ्यात समोरून एक जाडी बाई आली. आली ती धप्पकन माझ्या समोरच्या रिकाम्या सीटवर बसली. तिला चांगलाच दम लागला होता. बहुधा बोर्डिंग सुरू झालं असावं, असं वाटून ती धावत आली. पण अजून फ्लाईट सुटायला तासभर तरी होता.

माझं मन पुन्हा मूळ पदावर आलं.

लग्नानंतर प्रसंगाप्रसंगानं मनीष आणि त्याचे ममी-पपा हे जास्तच धार्मिक आहेत, हे माझ्या लक्षात आलं. काही वेळा मी त्यावरून मनीषची चेष्टाही केली.

मनीष एकदा त्याचं ऑफिस दाखवायला मला घेऊन गेला. त्याच्या ऑफिसमध्ये माझे फोटो लावलेले. अगदी त्याच्या स्क्रीन सेव्हरवरसुद्धा.

"सुजू, तू मला सारखी समोर लागतेस. आय लव्ह यू डार्लिंग!" त्यानं पटकन माझ्या गालावर ओठ टेकले. जवळपास हे बघणारं कोणी नाही, हे माहीत असूनही मी लाजले. छातीची धडपड वाढली. एवढ्यात त्यानं कशालातरी टेबलाचा एक ड्रॉवर उघडला. त्यात एका तांबारलेल्या डोळ्याच्या, भगव्या कपड्यातल्या जटाधारी माणसाचा फोटो होता. मनीष म्हणाला, "हे महाराज! ममीचे गुरू." क्षणापूर्वी हवेत तरंगणाऱ्या माझे पाय जमिनीला टेकले.

माझ्या चेहऱ्यावरचे भाव पाहून तो म्हणाला, "महाराजांचा फोटो ठेवला तर काय बिघडलं? हे लोक नाही जीझसचे फोटे इथे-तिथे लावत? बघावं तर प्रत्येकाच्या गळ्यातल्या चेनमध्ये क्रॉस. ते आपल्याला चालतं. पण आपण जर चेनमध्ये कोणा गुरूचा फोटो ठेवला, तर बुरसटलेले ठरतो." मनीषचा स्वर चांगलाच बदलला.

"घरात कुठे असा फोटो नाही; इथं पाहून आश्चर्य वाटलं."

"अगं, ममी म्हणाली ऑफिसमध्ये असू दे, म्हणजे त्यांची कृपादृष्टी सतत तुझ्यावर राहील, म्हणून इथे ठेवला."

याच्यासारख्या बुद्धिमान, स्वत:च्या कामात निष्णात असणाऱ्याला अशा कुणाच्या कृपादृष्टीची गरजच काय...? तरीही वादात न शिरता ऑफिसच्या कार्पेटचा रंग किती छान दिसतोय, म्हणत मी तो विषय बदलला.

असे लहान-सहान प्रसंग. मी मात्र त्याकडे कधी गंभीरपणे पाहिलंच नाही. मला वाटायचं, नवरा-बायकोच्या आवडीनिवडी, त्यांची स्वभाववैशिष्ट्यं ही कधी शंभर टक्के जुळणारी थोडीच असणार? आपल्याला न पटणाऱ्या काही गोष्टी सोडून द्यायला हव्यात.

आईचं आजारपण निघालं आणि मी मुंबईला धावले. तिची तब्येत सुधारल्यावर महिन्याभरात परत यायचं, असं म्हणत मी गेले खरी; पण लवकरच लक्षात आलं की आईचं दुखणं बरं होण्यातलं नाही. असं झालंच कसं..? या रोगानं तिच्या शरीरात नकळत प्रवेश कसा केला...? सुगावा लागू न देता आपली पाळंमुळं एवढी दूरवर पसरली कशी...?

आम्ही सगळेच हवालदिल झालो. बाबा तर पार खचले. मनीष ई-मेल करून, फोन करून सतत मला धीर द्यायचा. वाटायचं, या प्रसंगाला तोंड द्यायला तो जवळ

असायला हवा होता.

चार महिन्यांनंतर मी भारतातून परतले ती वेगळ्याच मन:स्थितीत. आईला जाऊन फक्त पंधरा दिवस झाले होते. बाबा म्हणाले, मनीष तिथे एकटा आहे, तू इथे थांबू नकोस.

आता यापुढे आईशी बोलता येणार नाही, तिला भेटता येणार नाही, ती या जगातच नाही, हे सत्य; पण ते पचवणं किती कठीण. मनीष आपल्या परीनं माझं दु:खं हलकं करण्याचा प्रयत्न करीत होता. म्हणाला, "सुजू, आईंच्या स्मरणार्थ मी पुण्याजवळच्या एका संस्थेला देणगी पाठवली आहे. तू येईपर्यंत थांबणार होतो, पण पाठवली झालं. जास्त पैसे पाठवता आले नाहीत, फक्त पाचशे डॉलर्स पाठवले." त्याच्या या शब्दांनी मला भरभरून आलं होतं. मी त्याला बिलगले. डोळे वाहत होते. मैत्रिणी येत, भेटून जात. मी परत लायब्ररीत काम करणं सुरू केलं. तेवढाच विरंगुळा. लवकरच मला उमगलं, आपलं दु:ख आपल्याजवळ. चार महिने एकटा राहिलेल्या मनीषकडे लक्ष पुरवायला हवं. संसारात मन रमवायला हवं.

मी मनीषला म्हटलं, "उद्या मी ग्रोसरीला जाते. मटण घेऊन येते." नॉनव्हेज म्हणजे मनीषचा जीव की प्राण. लग्नाच्या आधी पहिल्या ई-मेल मध्येच त्यानं तो स्ट्रिक्टली नॉनव्हेजिटेरिअन असल्याचं लिहिलं होतं. ते वाचून मी हसले होते. त्यामुळे मटण म्हणताच मनीष कसा खूश होईल आणि त्याचा कोल्हापुरी करणार की हैदराबादी, हा प्रश्न येईल याची मला खात्रीच.

मनीष गडबडीनं म्हणाला, "सुजू, नॉनव्हेज नको. रेड मीट खाणं चांगलं नाही."

"ठीक आहे, मटण नको असेल तर चिकन आणीन. घरात अंडीही नाहीत, तीही आणीन."

"खरं सांगू का? मला खूप कंटाळा आलाय नॉनव्हेजचा. आयुष्यभर नको तितकं खाल्लं. आता निदान थोडे दिवस तरी बंद."

मनीषनं नॉनव्हेज खाणं बंद केलं, ही मोठीच न्यूज. याचे मित्र आता यावरून चांगलेच जोक्स करणार. मला हसूच आलं. बघू या किती दिवस हे फॅड टिकणार...?

मनीष म्हणाला, "तुला सांगायचं राहिलं. शनिवारी आपल्याला डॉक्टर कुळकर्णी म्हणून आहेत, त्यांच्याकडे जायचंय. अगदी ममी-पपांच्या वयाची आहेत ही दोघं. तू इथे नव्हतीस तेव्हा माझी यांच्याशी ओळख झाली. त्यांच्याकडे प्रवचन आहे. आपण गेलो, तर तुझीही त्यांच्याशी ओळख होईल. आणखीनही बरेच लोक भेटतील. तुलाही थोडा चेंज."

आम्ही प्रवचनाला जायला निघालो. आमच्या घरापासून डॉक्टर कुळकर्णींचं

घर फारच दूर होतं. फाटकातून आमची गाडी आत शिरली. एखादा राजमहाल असावा असं हे घर. मोठा पार्किंग लॉट, त्यात भरपूर गाड्या. मी अमेरिकेत तशी नवीनच होते. अशा तऱ्हेचं मोठं घर फक्त हिंदी सिनेमात पाहिलं होतं. मी भांबावूनच गेले. बिचकतच मी मनीषबरोबर आत प्रवेश केला. मनीषनं ओळख करून दिली, ''या कुंदाताई आणि हे भाऊ.'' तिथे जमलेले बरेचसे मनीषला ओळखतात, हे पाहून मला आश्चर्य वाटलं. मी इथे असताना तर या लोकांची नावं कधी ऐकलीसुद्धा नव्हती. या मंडळींना माझी आई गेल्याचं माहीत होतं. त्यांनी सहानुभूती दर्शवली. अनोळखी लोकांच्या अशा सहानुभूतीनं मी आक्रसले.

एका प्रशस्त हॉलमध्ये आम्ही गेलो. दोनेकशे माणसं सहज बसू शकतील, अशी व्यवस्था तिथे होती. समोर बेताच्या उंचीचं स्टेज. त्यावर सुंदर काश्मिरी गालिचा. गालिच्यावर लाल चौरंग. त्यावर आसन.

कुंदाताई मायक्रोफोनपुढे आल्या, ''स्वामीजी आता इथे येतीलच. आज ते इथे स्थानापन्न झाल्यावर मला एक छोटासा समारंभ घडवून आणायचा आहे. आज स्वामीजींचा वाढदिवस, पन्नासावा. नाही, नाही, तारखेनं नाही; तिथीनं. तर, पाच सवाष्णींनी मिळून त्यांना ओवाळू या.''

मनीषनं हळूच मला ढोसलं, ''अगं, कुंदाताई तुला बोलावतायत.'' मी फटकन म्हणाले, ''मी नाही ओवाळणार.'' तेवढ्यात दुसऱ्या चार बायका उठल्याच.

स्वामीजी आले. आसनावर विराजमान झाले. हॅलोवीनला मुलं नाकडोळे कोरलेला भोपळा मांडतात तसे चौरंगावर बसलेले, केशरी वेषातले, बेताच्या उंचीचे, आडव्या अंगाचे स्वामीजी त्या भोपळ्यासारखे दिसत होते. कुंदाताईंनी त्यांच्या मस्तकी कुंकवाचा टिळा लावला. कॅमेरावाल्यांची धावपळ. चांदीच्या तबकात वाती पेटवलेल्या. बहुधा पन्नास असाव्यात. अतिशय धन्य-धन्य होऊन पाच जणींनी त्यांना ओवाळलं. स्वामीजींच्या हाती कुंदाताईंनी श्रीफळ ठेवलं. एक छोटी थैली पुढे केली. महाराजांनी विनम्रपणे ती नाकारली. कुंदाताईंनी सभोवार नजर फिरवत त्यात फक्त उपचार म्हणून अकरा डॉलर्स असल्याचं सांगून स्वामीजींनी ती स्वीकारावी, अशी विनंती केली.

''स्वामीजी, तुम्हाला कुठल्याही गोष्टीचा मोह नाही, हे आम्ही जाणून आहोत. म्हणून तुम्हाला काही न देता तुमच्या वाढदिवसानिमित्त आम्हा दोघांकडून तुमच्या आश्रमासाठी आम्ही पन्नास हजार डॉलर्स पाठवले आहेत.'' लगेच सगळ्यांनी टाळ्यांचा कडकडाट केला.

स्वामीजींचा चेहरा निर्विकार होता. मला या एकंदर वातावरणात गुदमरल्यासारखं झालं.

प्रवचनाला सुरुवात झाली. ते काय बोलत होते, त्यातलं काहीही माझ्या

डोक्यात शिरत नव्हतं. मन मात्र इकडे-तिकडे पाकोळीसारखं भिरभिरत होतं.

राजमहालासारखं हे कुंदाताईंचं घर. त्यातला हा प्रचंड दिवाणखाना. समोर बसलेले भोपळ्यासारखे स्वामीजी. गळणाऱ्या नळासारखं चालू असलेलं त्यांचं प्रवचन आणि तल्लीन होऊन ते ऐकणारा त्यांचा भक्तगण. या सर्वांत मला अधिकच एकाकी वाटू लागलं.

मला डोळ्यांसमोर आई दिसू लागली. आमच्या लग्नातली. सुस्वरूप. वयाचा फारसा परिणाम शरीरावर न झालेली. आनंदी, हसतमुख. आजारपणानं तिची रया गेली. पण चेहऱ्यावर तेच हसू. मला हुंदका दाटून आला. स्वत:ला सावरण्यासाठी मी खिडकीतून बाहेर बघू लागले. आकाशात काळे ढग जमत होते.

एकदाचं प्रवचन आटोपलं. मग टेबलावर मांडलेले जेवणाचे विविध प्रकार. आज स्वामीजींच्या वाढदिवसानिमित्तानं पंचपक्वान्नांचा बेत आणि भक्तगणांची टेबलाभोवती जमलेली गर्दी. कुणा बायकांची कुजबूज माझ्या कानी आली. कुंदाताईंच्या इथे जन्मलेल्या, वाढलेल्या मुलीचं म्हणे एका काळ्या मुलाशी प्रेमप्रकरण होतं. पण स्वामीजींनी तिला यातून बाहेर काढलं. शिवाय त्यांच्याच एका शिष्याच्या मुलाशी तिचं लग्न जमवूनही दिलं.

मला हे सगळंच कुठेतरी खटकलं.

घरी परत जाताना मनीष प्रवचनावर भरभरून बोलत होत. माझ्यापर्यंत ते कुठे पोचलंच नाही, हे मी त्याला ऐकवलंच.

"सुजू, मला वाटतं, तू फार वेगळ्या वातावरणात वाढली आहेस. आमच्याकडे कसं धार्मिक वातावरण होतं. सर्व गोष्टींवर श्रद्धा असायला हवी. जागरूक मनानं, निर्मळ मनानं स्वामीजींची प्रवचनं ऐकली की काय विलक्षण आनंद मिळतो! उगीच नाही त्यांचा भक्तगण इथे एवढा वाढत चाललाय."

"म्हणजे माझं मन निर्मळ नाही?"

"उगीच मला शब्दात नको पकडूस. काही गोष्टी मनानं स्वीकाराव्या लागतात. अध्यात्म हा केवढा गहन विषय. पण स्वामीजी कसा किती सोपा करून सांगतात!"

मनीषच्या या बोलण्यावर मी हसत सुटले. "मनीष, आपल्या लग्नाला किती दिवस झाले रे? आपली वयं काय आणि आपण वाद कुठल्या विषयावर घालतोय?"

मनीषलाही हसू आवरेना, "सुजू, तू क्यूट दिसतेस. तिथे एवढ्या सगळ्या बायकांत तूच उठून दिसत होतीस."

"मला वाटतं, प्रवचनाहून घरी परत जाणारा प्रत्येक पुरुष अध्यात्म वगैरे विसरून आपल्या बायकोला हेच सांगत असेल." विषय संपला.

त्यानंतर एकदा मनीष म्हणाला, आपण आता घर घेण्याचा विचार करू या. आत्तापासून घरं बघायला सुरुवात केली, तर घर ताब्यात येईपर्यंत पुढचे चार-सहा

महिनेही सहज जातील. मग आमचे घराचेच बेत सुरू झाले. कसं असावं, कुठे असावं, केवढ्याचं असावं, वगैरे.

इतक्या लहान वयात परक्या देशात आपलं घर होणार याचा मनाला विलक्षण आनंद झाला. माझ्याच भाग्याचा मला हेवा वाटला. आई-बाबांचा स्वत:चा ब्लॉक किती उशिरा झाला. आम्ही घर घेतोय, ही बातमी ऐकायला आई नाही, हे दु:ख काळजात कळ उठवणारं होतं. ममी-पपा तर भलतेच खूष झाले. म्हणाले, एकदा तुमचं घर होऊ द्या, की ते बघायला आम्ही तिकडे येतोच.

या घराच्या गडबडीत दोन वेळा स्वामीजींची प्रवचनं ऐकायला जाणं भाग पडलं. स्वामीजी लवकरच वेस्टकोस्टला जाणार असल्याचं ऐकलं. मनात म्हटलं, छानच झालं. मग आता या भागात ही जी काही दोन प्रवचनं आहेत ती ऐकू या. उगीच मनीषबरोबर वाद घालण्यात अर्थ नाही.

ती प्रवचनं ऐकताना जाणवत स्वामीजींचे स्पष्ट उच्चार, त्यांचं भाषेवरील प्रभुत्व आणि बोलण्याचा ओघ. त्यांच्या बोलण्यात कन्व्हिन्सिंग पॉवर नक्कीच होती. भक्तगण त्यात रंगून जात होते. जणू भिजून जात होते. माझ्या वाट्याला चार शिंतोडेही आले नाहीत. त्यातला कन्टेण्ट कुठेही माझ्या मनाला भिडत नव्हता. मनीषला वाटतं तशी मी खरंच अश्रद्ध आहे का?

लवकरच आम्हाला हवं तसं घर सापडलं. चार बेडरूम्स, प्रशस्त किचन, पुढे मागे भरपूर जागा. मनीष म्हणाला, "नवीन घरात आपण पूजा करू या. आपल्या सगळ्या मित्र-मंडळींना जेवायला बोलावू या."

घर लागलं. पूजेचा दिवस ठरला. आमंत्रणं गेली. आणि स्वामीजी भारतात जाण्यापूर्वी पूजेसाठी मुद्दाम वाकडी वाट करून आमच्याकडे येणार असल्याचं कळलं. मनीषचा आनंद काय विचारता...?

मग स्वामीजी आले. मंडळी जमली. पूजा झाली. जेवणं-खाणं पार पडली आणि स्वामीजी लगेच भारतात परतले. मलाच हायसं वाटलं. चला, हा अध्याय संपला.

त्यानंतर एकदा मास्टरकार्डचं बिल नजरेखालून घालत असताना त्यात एअरलाईनचं प्रचंड बिल पाहून हा काहीतरी घोटाळा दिसतोय म्हणून फोन करणार तर मनीषनं खुलासा केला, "अगं, मीच चार्ज केलं होतं ते. स्वामीजींचं तिकीट नाही का काढलं डेनव्हरहून आपल्याकडे येण्याचं आणि पुढे भारतात जाण्याचं? शिवाय साधं इकॉनॉमी क्लासचं कसं काढणार? नाहीतरी स्वामीजी काही दक्षिणा वगैरे घेत नाहीत. मी तुला हे बोललो नव्हतो?"

हे ऐकून माझं तर डोकंच गरगरायला लागलं. काय बोलावं, तेच कळेना. "अरे मनीष, घराचा केवढा खर्च आहे. कितीतरी गोष्टी घ्यायच्यात आपल्याला

अजून. असं असताना आत्ताच एवढा खर्च करण्याचं काय अडलं होतं? भरले असते कोणी त्यांच्या श्रीमंत शिष्यानं तिकिटाचे पैसे.''

''तू फक्त पेनी-पेनीचाच विचार कर. एवढ्या सत्पुरुषाचे पाय आपल्या नवीन घराला लागले, आपण भाग्यवान आहोत. किती चांगला शकुन झाला. पण जाऊ दे. तुला असल्या गोष्टींची किंमतच नाही.''

मनीष चांगलाच चिडला होता. खरं तर संतापायला मीच हवं, पण तरीही मी गप्प राहिले.

असल्या गोष्टीवरून नवऱ्याशी वाद घालायचे नाहीत, त्याला प्रश्न विचारायचे नाहीत, नकोशा वाटणाऱ्या गोष्टी बाजूलाच ठेवायच्या. यापेक्षा कितीतरी छान गोष्टी आजूबाजूला आहेत, त्या एन्जॉय करायच्या. आपलं सुख आणि आनंद असल्या गोष्टींनी झाकोळून टाकायचा नाही, असं मी मनाशी पक्कं केलं.

पण हे असं नुसतं स्वत:ला सांगणं सोपं आहे, हे आज कळतंय. स्वामीजींचं भूत माझ्या मानगुटीवर किंवा आमच्या संसारावर बसेल, असं त्या वेळी मला स्वप्नातही वाटलं नव्हतं. नाही, स्वामीजी या व्यक्तिविषयी माझा राग नाही. त्यांच्याबद्दल माझं काही म्हणणंही नाही. त्यांचं अध्यात्माचं ज्ञान दांडगं असेलही. आज वयाच्या पंचविशीत मला त्याची गरजही नाही. मला हवाय सुखाचा संसार. मला हवीत मी रंगवलेली माझ्या भावी आयुष्याची स्वप्नं. मला हवाय माझा कर्तृत्ववान नवरा– अशा कोणाच्या आशीर्वादाच्या कुबड्यांशिवाय पुढे जाणारा. मनानं कोणाच्या अधीन न होणारा. आत्मभान असलेला.

आजचा मनीष खूप बदललाय. हे भलतंच वेड त्याच्या डोक्यात शिरलंय. माझ्या चार महिन्यांच्या गैरहजेरीत याची कुठेतरी कुळकर्णी मंडळींशी भेट झाली काय, त्यांनी आग्रहानं याला स्वामिजींच्या प्रवचनाला बोलावलं काय आणि तो त्यात ओढला गेला काय, रुतला काय– सगळंच अविश्वसनीय.

एकेक गोष्टी मला हळूहळू उलगडत होत्या. माझे विचार, स्पष्ट मतं मनीष जाणून असल्यानं त्यानं काही गोष्टी माझ्यापासून बेमालूम दडवण्याचा प्रयत्न केला. अनेकदा धडधडीत खोटंही बोलला. अध्यात्माचं नाव घेणाऱ्यांना हा खोटेपणा चालतो? असा दांभिकपणा चालतो? माझ्या आईच्या स्मरणार्थ दिलेली भेट ही स्वामीजींच्या आश्रमाला, म्हणजे स्वामीजींनाच दिलेली होती, हे मला उशिराच कळलं. याचं नॉनव्हेज बंद करणं स्वामीजींच्या कळपात सामील झाल्यामुळे होतं, हेही कळलं.

स्वामीजींचे विचार किती बुरसटलेले आहेत, हे वेळोवेळी मला जाणवत होतं. गंमत म्हणजे, त्यांच्या कळपात वावरणाऱ्या स्त्री-पुरुषांना आजच्या काळात हा माणूस आपल्याला किती मागे ढकलतोय, ते दिसतच नव्हतं. पुरुषांची गोष्ट

एकवेळ वेगळी. त्यांच्या फायद्याच्या असणाऱ्या गोष्टींना ते का विरोध करतील? स्त्रीचा उल्लेख देवी, लक्ष्मी म्हणून करावा, नवरा हा नारायणाचा अवतार असतो— असले विचार ते भक्तगणांवर ठसवीत. मात्र, समाजाची जी अधोगती चालली आहे, ती थोपवण्यासाठी स्त्रीची पत्नी म्हणून, माता म्हणून काय कर्तव्यं आहेत, हे ते एकदा रंगवून सांगत असताना न राहवून मी म्हटलं, "मग पती म्हणून, पिता म्हणून पुरुषांची कर्तव्य काय?''

माझ्या या प्रश्नानं सगळे एकदम दचकले. स्वामीजी शांतपणे म्हणाले, "तुमच्या मनात काही प्रश्न, शंका असतील तर त्याबद्दल नंतर बोलू. इतर भक्तगणांचा वेळ त्यात वाया जायला नको.''

मला तर सर्वांसमोर चपराक दिल्यासारखं वाटलं. एक क्षणभर थांबले आणि जरा खवचटपणेच म्हणाले, "आपण नंतर बोललात तरी हरकत नाही, पण सांगा ना आत्ताच. हे पुरुषसुद्धा उत्सुक असतील पती म्हणून, पिता म्हणून त्यांची काय कर्तव्यं आहेत, हे जाणून घ्यायला.''

एकदम शांतता.

मनीष हळूच म्हणाला, "गप गं, घरी-दारी काय तुझे सारखे प्रश्न?''

स्वामीजींनी एक क्षणभर माझ्याकडे बघितलं. डोळे मिटून स्तब्ध झाले. माझ्या प्रश्नाकडे दुर्लक्ष करून पुन्हा प्रवचनाला सुरुवात केली. "तर, काय म्हणत होतो, नवरा हा नारायणाचा अवतार असतो, हे स्त्रियांनी लक्षात ठेवायला हवं.''

मला या भंपकगिरीचा उबग आला.

प्रवचन संपल्यावर कुंदाताई माझ्याजवळ येऊन म्हणाल्या, "सुजू, तू माझ्या मुलीसारखी. तू लहान आहेस. एवढ्या विद्वान स्वामीजींना असे प्रश्न विचारायचे नसतात. या समाजात वावरताना, उद्या तुला मुलं होतील तेव्हा त्यांना वाढवताना, स्वामीजींच्या शब्दांचा आधार, त्यांचा सल्ला किती मोलाचा आहे, हे तुला कळेल.''

त्या दिवशी घरी परत जाताना मनीष माझ्यावर चांगलाच उखडला. मी गाडी चालवत होते आणि हा माझा समाचार घेत होता.

तर, असेच एकेक प्रसंग. आमच्या पूर्वीच्या ग्रुपशी आमचा संबंध जवळजवळ तुटलाच. कारण कुठे पार्टीला गेलं की मनीषला गप्पांत इन्टरेस्ट नसायचा. शिवाय सकाळी त्याला खूप लवकर उठायला लागायचं म्हणून रात्री नऊ नंतर जागणं कठीण व्हायचं. आणि या पार्ट्या तर उशिरापर्यंत चालणाऱ्या.

सकाळी लवकर उठणं कशासाठी? तर पूजा-अर्चा, जप-जाप्य करण्यासाठी. हे सर्व करताना याच्या स्वभावातला बेफिकीरपणा, मोकळेपणा, आनंदीवृत्ती कमी होत चालली. एवढ्या-तेवढ्यावरून चिडचीड सुरू. कुणास ठाऊक, एका बाजूला

स्वामीजी तर दुसऱ्या बाजूला मी, अशी याची ओढाताण चालते का? घरात अध्यात्माची पुस्तकं आली. काही स्वामीजींनी लिहिलेली. त्यांच्या गुरूंचं चरित्र मुद्दाम मी वाचलं आणि त्या भाकड कथा वाचून हे असलं काही मनापासून वाचणाऱ्या आपल्या नवऱ्यावर चिडावं की त्याची कीव करावी, तेही समजेनासं झालं.

शिवाय मला चीड आणणारे प्रकार आणखीही होते. या कळपात गॉसिप्सचा प्रकार भरपूर. भक्तगण विश्वासानं स्वामीजींचा सल्ला घेण्यासाठी आपल्या अत्यंत खासगी गोष्टी त्यांना सांगतात. लवकरच या गोष्टी कळपात सगळ्यांना कळतात. स्वामीजींनी किती योग्य सल्ला दिला म्हणून सगळे माना डोलावतात.

आमचं या कळपात जाणं चालूच राहिलं. यातले बरेचसे साठीच्या आसपासचे, काही त्याहून लहान, तर पाच-सात आमच्यासारखी तरुण जोडपी. हे भक्त लोक नेहमी हिरिरीनं बोलतात. साधना, साधक, संकल्प, कुंडलिनी, समर्पण आणि मोक्ष हे शब्द वारंवार प्रत्येकाच्या तोंडी असतात. सगळ्यांनाच मोक्ष हवा आहे आणि स्वामीजींचं शिष्यत्व पत्करून आपल्याला तो मिळणार याची या भक्तांना खात्री आहे. अध्यात्मात म्हणे स्वतःला झोकून द्यावं लागतं. नुसतं काठावरून गंमत पाहण्यात काय अर्थ? असलं काही खास मला ऐकवलं जायचं. मला झोकून देणं तर सोडाच, पण काठापर्यंत जाण्याचीसुद्धा इच्छा नव्हती.

इथले थंडीचे दिवस संपले की स्वामीजींचं परत या देशात आगमन होई. मग पूर्व किनाऱ्यापासून पश्चिम किनाऱ्यापर्यंत त्यांचा संचार सुरू होई. आणि त्यांच्या मागे त्यांच्या साधकांची लगबगही.

आमच्या लग्नाला तीन वर्षं होत आली तरी मला आमचा संसार कुठे चाललाय, तेच कळेना. वर-वर सगळं गोड-गोड. मोठं घर. सुंदर फर्निचर. दोन गाड्या. अधूनमधून व्हेकेशन्स; तर कधी वाद, भांडणं, चिडाचिडी. आणि याचा विषयही ठरलेलाच. शेवटी माझं नमतं घेणं.

या सर्वांत हातून काहीतरी निसटतंय, असं मला सतत वाटत होतं. माझ्या मनात चाललेल्या वादळाची कल्पनाही कोणाला नव्हती. बाबांना फोनवर मी यातलं काही सांगू शकत नव्हते. वाटलं होतं, ममी-पपा येतील, कदाचित त्यांच्याशी बोलता येईल. पण त्यांचं येणंही जमलं नाही.

अलीकडे मला बाबांच्या त्या न पाहिलेल्या मामींची आठवण येते. कसं तिनं सहन केलं असेल सगळं? त्यात पदरी चार मुलं. मी तरी आता या परिस्थितीत काय करावं...? मनीष जेव्हा या अध्यात्माच्या तारेत नसतो, तेव्हा माझ्याशी छानच वागतो. त्याला सारखी मी हवी असते. हे खरंच प्रेम की निव्वळ शारीरिक आकर्षण...? मी तरी त्याच्या इच्छेप्रमाणे सगळ्या गोष्टींना प्रतिसाद का द्यावा...?

मला स्वत:ला तरी काय हवंय..?

महिन्यापासून मनीष खूप खुषीत होता. स्वामीजी परत आपल्या गावात येणार असून मोठा उत्सव असल्याचं म्हणाला. माझ्या पोटात ढवळून निघालं. हे स्वामीजी काही आपल्याला संसारसुख लाभू देत नाहीत. मग मनीष म्हणाला होता, तुला नाहीतरी या विषयाची आवड नाही, त्यावर बोलणं, चर्चा करणंही चालत नाही, तर तू काही येऊ नकोस या उत्सवाला. कैदेतून सुटल्यासारखा आनंद झाला मला.

आयत्या वेळी मनीष म्हणाला, ''मी शुक्रवारपासूनच जाणार आहे भाऊंकडे. शनिवारी भल्या पहाटे सगळे विधी सुरू होणार आहेत. दोन दिवसांचा उत्सव आहे.'' मनात म्हटलं, घाला काय तो गोंधळ.

शुक्रवारी संध्याकाळी मनीषसाठी कुठूनसा फ्लोरिडाहून फोन आला. हा पण याच कळपातला कोणी साधक असावा, हे मला कळलंच. त्यानं मनीषची चौकशी करून त्याच्याकडे असलेला मनीषचा ई-मेल ॲड्रेस बरोबर आहे का याची विचारणा केली. मी 'हो' म्हटलं खरं, पण मला तर त्याचा हा ॲड्रेस माहीतसुद्धा नव्हता.

मन अधिकच बेचैन झालं. मग तो ॲड्रेस वापरून, मी दोन-चार वेगवेगळे पासवर्ड्स टाकून पाहिले. मनीषच्या बोलण्यात नेहमी येणारे शब्द टाकून बघता-बघता पासवर्ड सापडला.

त्याला त्या ॲड्रेसवर भरपूर ई-मेल्स आलेल्या होत्या. त्यातल्या काही कळपातल्या कुणाच्या, तर बऱ्याचशा स्वामीजींनी पाठवलेल्या. मी एकेक उघडून वाचू लागले. माझ्या अंगाचा संताप-संताप झाला. चिडावं कुणावर, नवऱ्यावर की त्या स्वामीजींवर..? या माझ्या नवऱ्यानं आमच्या वादातल्या, भांडणातल्या बारीक-सारीक गोष्टी त्यांना कळवल्या असाव्यात. स्वामीजींनी एका ई-मेलमध्ये त्याला मन शांत ठेवण्याचा सल्ला दिला होता, तर अगदी परवाच्याच ई-मेलमध्ये उत्सवानंतरचा काळ गर्भधारणेसाठी योग्य असून आम्ही आता संततीचा विचार करावा, असाही सल्ला होता.

त्या सगळ्या ई-मेल्स वाचणं, ही भयंकर शिक्षा वाटली मला. परक्या माणसापुढे नवऱ्यानं आपली वस्त्रं उसवावीत, तसं हे. चीड आणि संतापानं मी पेटून उठले. वाटलं– काहीतरी तोडावं, फोडावं. कशावर तरी हा राग काढावा. पण माझा राग मीच सजवलेल्या संसारावर मला काढायचा नव्हता. अंगातलं त्राणच निघून गेलं. कशीबशी मी सोफ्यावर कोसळले. रडूही येईना. माझी ही अवस्था करणारा माझा नवरा आणि त्याचा तो कोण स्वामीजी, तिकडे अगदी मजेत मोक्षाच्या गोष्टी करत बसले असतील. त्या रात्री मला झोप लागणं शक्य नव्हतं. विचार करकरून डोकं फिरलं. कोणाजवळ बोलू? कोणाला सांगू माझी व्यथा? खूप विचारांती एका

निर्णयापर्यंत आले की, झालं ते पुरे झालं. यापुढे मनीषबरोबर राहण्यात अर्थच नाही. त्याचं मन जर त्या कळपातच रमत असेल, त्यांचाच आधार त्याला हवा असेल; तर आपण तरी त्याच्या मार्गात का राहायचं? असल्या गोष्टींवरून संसार मोडतात यावर पूर्वी माझाच विश्वास बसला नसता. हे कसलं अध्यात्म! हा केवळ अध्यात्माचा आभास. आणि त्यासाठी माझा मात्र बळी जातोय. मी माझ्या नवऱ्याला सोडून, येथील तीन वर्षांच्या वास्तव्यावर, सुखाच्या सुंदर आठवणींवर, मी मांडलेल्या संसारावर पाणी सोडून पुढे निघालेय. पुढचा मार्ग सोपा नाही, बिकट आहे याची मला पूर्ण कल्पना आहे. पण तो मार्ग मी स्वत:च निवडला आहे. माझा माझ्यावर पूर्ण विश्वास आहे.

मनीष त्याचा उत्सव आटोपून रविवारी रात्री परतला. तो खुषीत होता. मी मनातली वादळं लपवून नॉर्मल असण्याचं नाटक करत होते. दोन दिवसांनी त्याची अध्यात्माची नशा उतरल्यावर त्याला मी बातमी दिली.

प्रचंड स्फोट होणार याची कल्पना होतीच. तो उसळला, "तू मला सोडून जाणार..? व्हॉट डू यू मीन...? काही अक्कल आहे का? एवढं सगळं फुकटचं मिळालं, त्याचा माज आलाय. हाऊ डेअर यू...?"

आता माझाही मनावरचा ताबा सुटला. गेले दोन दिवस मनात लाव्हा नुसता खदखदत होता. त्याला वाट मिळाली. "हाऊ डेअर यू, हा प्रश्न मीच तुला विचारायला हवा होता. आज नाही, यापूर्वीच. तुझ्यासारखा शिकलेला माणूस असा कोणाच्या नादी लागतो आणि नवरा-बायकोच्या नाजूक नात्याला चव्हाट्यावर आणतो. हाऊ डेअर यू...?" मी ओरडत होते. किंचाळत होते. डोळ्यांत पाण्याचा थेंबही नव्हता, पण आगीचे लोटच त्यातून पडताहेत, असं मला वाटत होतं. इतके दिवस मी गप्प बसण्याचं काम केलं. आता मात्र माझा पेशन्स संपला. "हाऊ डेअर यू...? आपल्याला मुलं कधी व्हावीत, हे तो कोण भोपळ्या सांगणार..?" संतापाच्या भरात मी बोलून गेले आणि मनीष त्वेषानं मला मारायला धावून आला. मी किंचाळले, "अध्यात्मात बुडालेला तू, बायकोच्या अंगावर हात टाकतोस? हे– हे तुझं अध्यात्म? खोटेपणा? बायकोला फसवणं? नवरा-बायकोच्या पवित्र नात्याची तू विटंबना केलीस रे! हाऊ डेअर यू...?" माझ्या अंगातलं त्राण संपेपर्यंत मी ओरडत होते. आज इतकं बळ माझ्यात कुठून आलं?

"सुजू, निर्णय तुझा आहे. माझं तुझ्यावर आजही पहिल्याइतकंच प्रेम आहे. कदाचित आपले मार्ग वेगळे असतील. संसारात वेगवेगळे मार्ग चोखाळणारे स्त्री-पुरुषही सुखी असतात. मला खात्री आहे, आपण दोघं एकाच मार्गानं जाणार आहोत. माझा मार्ग किती योग्य आहे, सुखाचा आहे, हे आज ना उद्या तुला कळलेच. अगं, स्वामीजी म्हणाले होते, घाई करू नका. सगळं तुमच्या मनासारखं होईल."

मी त्याच्याकडे एक जळजळीत कटाक्ष टाकला. निमूटपणे माझी बॅग उचचली आणि घराबाहेर पडले.

मनीष अवसान गाळून सोफ्यात कोलमडला होता.   ■

मिळून साऱ्या जणी - दिवाळी २००६

असाही एक दिवस

पहाटे जाग आली.

लक्ष टेबलावरच्या घड्याळाकडे गेलं.

आताशी कुठं पाच वाजताहेत. आज रोजच्यासारखी लवकर उठण्याची घाई नाही. रोज कामावर जाण्यासाठी लवकर उठायचं असतं, तेव्हा झोपेचं पांघरूण डोळ्यांवरून दूर सारणं कठीण जातं. सुटीच्या दिवशी मात्र मस्त झोप काढायची, असं ठरवूनही हमखास लवकर जाग येतेच.

आज पळालेल्या झोपेबद्दल माझी तक्रार नाही. खरं म्हटलं, तर आज मंगळवार. कामाचा दिवस. पण वॉशिंग्टनमध्ये हा सुटीचा दिवस. कारण हा दिवसच मुळी आगळावेगळा. आज अमेरिकेचे नवे राष्ट्राध्यक्ष शपथबद्ध होणार. अमेरिकेच्याच नव्हे, तर जगाच्या इतिहासात सुवर्णाक्षरांनी लिहिला जाणारा हा दिवस. आज वीस जानेवारी २००९. आणखी सात तासांनी, बरोबर बारा वाजता कृष्णवर्णीय 'बराक हुसेन ओबामा' या बलाढ्य राष्ट्राचे राष्ट्राध्यक्ष होणार.

मी याला हलवून जागं केलं. "अरे, ऊठ नं...! झोपलायस काय असा? तिकडे मॉलवर आत्तापासून लोकांची झुंबड उडाली असेल. ए, खरंच जाऊ या का आपण हा सोहळा बघायला...? काय धम्माल चाललीये कालपासून."

यानं पांघरूण पुन्हा ओढून घेतलं. म्हणाला, "काय वेड लागलंय का...? या असल्या थंडीत आणि या वयात...? त्यापेक्षा घरबसल्या टीव्हीवर सगळं छान बघता येईल. गेल्या चाळीस वर्षांत कितीतरी राष्ट्राध्यक्षांचे शपथविधी मॉलवर जाऊन आपण बघितले नाहीत का? तू जा खाली. चहा ठेव. मी आलोच."

अस्सा राग आला. नाही, म्हणजे हा म्हणतोय ते तसं चुकीचं नाही. एक तर तिथपर्यंत पोचणंच कठीण. शिवाय एवढ्या थंडीत आठ-दहा तास उभं राहणं तर

त्याहून कठीण.

आजचा हा सोहळा रंगणार आहे तो कॅपिटॉलच्या भव्य पायऱ्यांवर. कॅपिटॉलच्या विरुद्ध दिशेला दोन मैलांवर लिंकन मेमोरियल. आणि दोहोंच्या मध्ये ताठ उभा असलेला वॉशिंग्टन मॉन्युमेंटचा सुळका. हा सारा परिसर मॉल या नावानं प्रसिद्ध. तसंच वॉशिंग्टन मॉन्युमेंटच्या एका हाताला जेफरसन मेमोरियल, तर दुसऱ्या हाताला व्हाईट हाऊस. या परिसरात पोचण्यासाठी लोकांची उडालेली गडबड. ठिकठिकाणी असलेले चेकपॉइंट्स. सुरक्षिततेसाठी इथे जमणाऱ्या सर्वांची चालणारी तपासणी. जेवढ्या प्रचंड संख्येनं लोक या ऐतिहासिक घटनेला साक्षी राहण्यासाठी मॉलवर जमतील, त्यापेक्षा कितीतरी मोठ्या संख्येनं जगभरातले लोक टीव्हीवर हा सोहळा बघतील.

घराघरांत, मनामनांत काय भावना दाटल्या असतील...? इथला गोरा समाज आणि गुलाम म्हणून साखळदंडाला जखडून इथं आणला गेलेला काळा समाज. त्यांच्यातल्या सीमारेषा पुसून टाकून केवळ कृष्णवर्णीयांचच नाही, तर सर्वांचच प्रतिनिधित्व करायला सज्ज झालेले ओबामा!

म्हटलं तर या देशात मी पाहुणी म्हणून आले.

त्यालाही भरपूर वर्षं लोटली. बघता-बघता या समाजात आमची मुळं धरू लागली. इथलं नागरिकत्व घेतलं. या देशात, समाजात हळूहळू झिरपणारे बदलही जाणवू लागले. आजची घटना हे त्याचच प्रतीक.

सध्या थंडीचे दिवस. गेले काही दिवस थंडीनं उच्चांक गाठलाय. कित्येक दिवस सगळ्यांचं लक्ष आजच्या हवामानाकडे लागलेलं. एकवेळ थंडी कितीही असली तरी चालेल; पण पाऊस पडू नये, बर्फ पडू नये, हीच सगळ्यांची मनोमन इच्छा.

कारण आजच्या या अपूर्व सोहळ्याला साक्षी राहण्यासाठी अमेरिकेच्या कानाकोपऱ्यांतून, जगभरातून कित्येक लाखांचा जमाव जमणार. जिथं हा समारंभ साजरा होणार, त्याच भागात आमच्या दोघांच्या नोकऱ्या. मात्र, आज होणाऱ्या या आनंदमेळ्यात रहदारीचा गुंता होऊ नये म्हणून या परिसरातल्या सर्व सरकारी-बिनसरकारी कचेऱ्याही बंद ठेवण्यात आल्या आहेत. अनेक रस्तेही बंद ठेवण्यात आले आहेत. लाखो लोक – कुणी ट्रेननं, कुणी सायकलवरून, कुणी चालत, तर कुणी कुठल्या मार्गानं – या सोहळ्याच्या जास्तीत जास्त जवळ जाण्याचा प्रयत्न करणार. कित्येक या वेळी घरून निघाले असतील. काही तिकडे पोचलेही असतील. गेले कित्येक दिवस एक विलक्षण उत्साह नुसत्या लहान-थोरांच्याच नाही, तर या शहराच्याही अंगात संचारला आहे. आज एक कल्पनातीत घटना इथं घडणार आहे.

आजचा दिवसच आगळा-वेगळा.

मी उठून खाली आले. देवाजवळ उदबत्ती लावली. हात जोडले. माझ्याही नकळत म्हणून गेले, "परमेश्वरा, बराक ओबामा आणि त्यांचे कुटुंबीय यांना दीर्घायुष्य दे."

ओबामा यांच्या दीर्घायुष्यासाठी प्रार्थना केली आणि मनात उलगडू लागला इथल्या कृष्णवर्णीयांचा खडतर, जीवघेणा प्रवास. अमेरिकेत पाऊल टाकल्यानंतर इथं रुजताना जाणवत गेलेले या समाजातले अनेक स्तर.

किती क्रूरपणे इथला समाज या लोकांशी वागला होता... गुराढोरांसारखा यांचा बाजार मांडला. एका मालकाकडून दुसऱ्या मालकाकडे यांना गुलाम म्हणून विकण्यात आलं. जनावरांपेक्षाही यांच्या वाट्याला आलेली भयानक वागणूक. त्यांचं जगणं आणि मरणं, हे सर्वस्वी मालकाच्या मर्जीवरच. या गुलामांना हाल-हाल करून ठार मारणं, हा गुन्हा समजला जात नव्हता. कारण ही आपल्यासारखीच हाडामांसाची, चालती-बोलती, भाव-भावना असलेली माणसं आहेत, हेच मुळी या गोऱ्या लोकांना संमत नव्हतं. 'व्हाईट सुप्रीमसी'चं भूत या गोऱ्यांच्या मानेवर बसलेलं. काळ्या समाजाला जनावरासमान समजणाऱ्या, वागवणाऱ्या या गोऱ्यांची कृष्णवर्णीय स्त्रियांचं स्त्रीत्व ओरबाडताना, त्यातून अनौरस प्रजा निर्माण करताना भाषा मात्र उपकारकर्त्याची. ज्या मूठभर गोऱ्या लोकांच्या मनात कृष्णवर्णीयांबद्दल सहानुभूती होती, त्यांचाही या गोऱ्या समाजानं छळच केला. काहींना जीवे मारले. अगदी इथले राष्ट्राध्यक्ष अब्राहम लिंकन आणि जॉन केनेडी यांनाही त्यांच्या पुरोगामी विचारांमुळे आपले प्राण गमवावे लागले. म्हणूनच परमेश्वराकडे मी ओबामांच्या दीर्घायुष्यासाठी प्रार्थना केली.

आज काळ बदललाय, असं वाटत असतानाही या गोऱ्या लोकांची अनेक कृष्णकृत्यं आठवतातच. त्यातलेच महाभयंकर म्हणजे 'केकेके' (Ku Klux Klan) वाले. हा गट १८६६ साली केन्टकी या राज्यात स्थापन झाला. आणि त्यानं बघता-बघता गुप्तपणे आपलं जाळं विणलं. हे सगळे लोक सुप्रीमसीच्या धुंदीत होते. आपली ओळख दडवून भुतासारखे पांढरे पायघोळ झगे, चेहरा झाकलेला आणि डोक्यावर पांढरी उंच टोकदार टोपी घालून, आपल्या घोड्यांनाही झाकून रात्रीच्या अंधारात हे काळ्यांच्या वस्तीवर हल्ला करीत. त्यांची घरं जाळीत. त्यांची प्रार्थना-मंदिरं जाळीत. गुप्तता हा या गटाचा स्थायिभाव. लहान-लहान गावातल्या पोलिसांपासून थेट नगरसेवकांपर्यंत सर्वच यात सामील असत. अतिशय निघृर्णपणे ते काळ्या लोकांच्या हत्या करीत. अजूनही कुठं कुठं हे 'केकेके'वाले डोकं वर काढू बघतातच.

एखाद्या काळ्या मुलानं गोऱ्या मुलीकडे बघणं, हाही एकेकाळी गुन्हा ठरत असे. १९५५ साली शिकागोमधील Emmett Till हा चौदा वर्षांचा किशोरवयीन

काळा मुलगा दक्षिणेकडे मिसिसिपीला गेला. त्यानं एका गोऱ्या मुलीकडे बघून शीळ घातली म्हणे. त्यावरून त्याला छिन्न-विछिन्न करून ठार मारण्यात आलं. या आणि अशा अनेक घटना व प्रसंग.

असं हे घडत असताना १९६० साली गौरवर्णीय Stanley Ann Danham या तरुणीची केनियातून होनोलुलूला शिकायला आलेल्या कृष्णवर्णीय मुसलमान बराक ओबामा सीनिअर यांच्याशी गाठ पडली. वर्ण, धर्म आड न येता ती दोघं विवाहबद्ध झाली. ४ ऑगस्ट १९६१ रोजी बराक हुसेन ओबामांचा जन्म झाला. मात्र, लवकरच या नवविवाहित दांपत्याचं वैवाहिक आयुष्य संपुष्टात येऊन ती दोघं विभक्त झाली. सीनिअर ओबामा मायदेशी परतले.

आज बराक ओबामा एका शक्तिमान राष्ट्राचे राष्ट्राध्यक्ष म्हणून शपथ घेणार. केवढा हा प्रवास. एका व्यक्तीचा. एका समाजाचा. गेल्या कित्येक वर्षांत न जाणवलेली अनुभूती आज येत आहे. हा देश खरंच बदलतोय का? अमेरिकेचं जे चित्र जगभरात रंगवलं गेलं किंवा इतरांना ती जशी दिसली, त्याहून ती वेगळी आहे. अमेरिकेत असं कधी घडणार नाही याची खात्री इथल्या काही लोकांना होती, त्यापेक्षा इतर देशांतल्या लोकांना ती अधिक होती. तरीही साऱ्यांचे अंदाज धुडकावून लावून या जनतेने लोकशाहीवरील आपला विश्वास व्यक्त केला. गेल्या एवढ्या वर्षांत दिसलेले इथले राजकीय, सामाजिक बदल; मुख्य म्हणजे अनुभवलेले आर्थिक बदल. या देशात प्रवेश केला तेव्हा पेटलेलं व्हिएतनामचं युद्ध. आज इराकचं युद्ध. अफगाणिस्तानातलं अराजक. मधल्या काळात जत्रेतला पाळणा वर-खाली जावा त्याप्रमाणे आलेली आर्थिक तेजी, आर्थिक मंदी. त्या-त्या वेळी सत्तेवर असलेल्या राजकारणी लोकांनी खेळलेली खेळी. त्याचे होणारे आर्थिक व सामाजिक परिणाम. पण आजच्यासारखी परिस्थिती कधी न अनुभवलेली. धडाधड बंद पडणाऱ्या बँका. वरिष्ठांनी स्वत:चे खिसे भरभरून कंपन्यांचं काढलेलं दिवाळं. अमेरिकन मोटारधंद्याची लागलेली वाट. कुणास ठाऊक, आज जे दिसतंय, ते हिमनगाचं नुसतं टोकच असेल. उद्या याहून अनेक गोष्टी उजेडात येतीलही. किती प्रचंड दलदलीत ओबामांच्या खांद्यावर या राष्ट्राचा भार पडणार आहे! एक पाऊल उचलायला जावं, तर दुसरं अधिकच खोल रुतणारं. एखाद्या अक्राळविक्राळ वादळात हेलपटणाऱ्या होडीला कुशल नावाड्याप्रमाणे पैलतीरी नेण्याचं सामर्थ्य ओबामा आणि त्यांचे सहकारी यांना असेल...? पण जाऊ दे, हा उद्याचा विचार.

आजचा दिवस हा अभूतपूर्व. त्याचा मनापासून आनंद लुटायला हवा.

समोर टीव्ही चालू आहे. थंडीनं फिकुटलेलं आभाळ. निष्पर्ण झाडं. कॅपिटॉलच्या परिसरातल्या जनमानसात फुललेला वसंतोत्सव. गर्दी वाढतेच आहे. इथे अशी गर्दी बघायची डोळ्यांनाही फारशी सवय नाही.

यापूर्वी २८ ऑगस्ट १९६३ रोजी लिंकन मेमोरिअलच्या अत्युच्च पायरीवरून मार्टिन ल्युथर किंग यांनी त्यांचं सुप्रसिद्ध 'आय हॅव अ ड्रीम' हे चित्तथरारक भाषण केलं होतं. तेव्हाही असाच जनसमुदाय जमला होता. मात्र, त्यात बहुसंख्य कृष्णवर्णीय होते व त्यांना पाठिंबा देणारे थोड्या प्रमाणात गोरेही.

१६ ऑक्टोबर १९९५ या दिवशी कृष्णवर्णीयांचा आवाज उठवू बघणारा फाराहखान यानं याच मॉलवर 'मिलियन मेन वॉक'साठी कृष्णवर्णीय पुरुषांना आवाहन केलं होतं. तेव्हाही असाच जनसमुदाय जमला होता. ऑफिसमधून लंच टाइममध्ये हाही त्या गर्दीत जाऊन मिसळला होता. मीही त्या वेळी काय प्रकार आहे ते बघू या तरी म्हणून बाहेर पडले खरी; पण पुरुषांची एवढी गर्दी पाहून मागे फिरले. घरी आल्यावर याला सांगितलं, तर हा माझ्यावर वैतागलाच. पण ते वयच वेगळं होतं. आज घरात बसून शांतपणे हा अभूतपूर्व सोहळा टीव्हीवर बघणंच शहाणपणाचं.

मात्र, आजच्या गर्दीचं वैशिष्ट्य म्हणजे या गर्दीला रंग नाही. इथं आज कुणी गोरा, काळा, तपकिरी, पिवळा नाहीच; सर्वच अमेरिकन. एका ध्वजाखाली एकत्र आलेले.

'Welcome To New America...!!!'

जमलेले लोक एकमेकांना मिठ्या मारत होते. नाचत होते. गात होते. आनंदानं रडत होते.

टीव्हीवर लोकांच्या उत्साहाचा धबधबा बघताना माझं मन भरून येतंय. माझी जर ही अवस्था; तर प्रत्यक्षात कृष्णवर्णीय राष्ट्राध्यक्ष यावा हे स्वप्न ज्यांनी पाहिलं असेल, जे या स्वप्नाच्या पूर्तीसाठी झगडले असतील, त्यांना आज हा सोहळा बघताना काय वाटत असेल...? माझं मन कुठं कुठं पळतंय!

काही वर्षांपूर्वी वाचनात आलेलं पुस्तक आठवलं. पुस्तक तसं जुनंच. १९६० च्या सुमारास प्रसिद्ध झालेलं. जॉन हॉवर्ड ग्रिफिन या टेक्सासमधील पत्रकारानं लिहिलेलं. पुस्तकाचं नाव 'ब्लॅक लाइक मी'. हा गोरा पत्रकार अमेरिकेच्या दक्षिण भागातल्या गोऱ्या लोकांकडून कृष्णवर्णीयांवर होणाऱ्या अमानुष अत्याचाराच्या, छळाच्या बातम्या ऐकून अस्वस्थ झाला. व्हाईट सुप्रीमसीनं ग्रासलेल्या या गोऱ्या लोकांत ही माणसं कशी वावरत असतील, त्यांच्या आयुष्याची कशी फरपट होत असेल, त्यांना काय आणि कशा तडजोडी कराव्या लागत असतील, या विचारानं त्याला पछाडलं आणि त्यातूनच त्यानं एक धाडसी निर्णय घेतला.

केवळ कातडीच्या रंगावरून मिळणारी वेगळी वागणूक त्याला अनुभवायची होती. त्यानं न्यू ऑर्लिन्समधील एका डॉक्टरच्या मदतीनं औषधोपचार करून कातडीचा रंग तात्पुरता बदलून घेतला. केसांना या लोकांसारखा कुरळेपणा नसल्यानं

त्यानं केसांचा साफ चकोट केला. आरशात जेव्हा त्यानं स्वत:चं रूप बघितलं, तेव्हा ते सुन्न करणारं होतं. हा खराखुरा परकाया-प्रवेश.

इथून त्याचा पुढे निग्रो म्हणून सुरू झालेला प्रवास. न्यू ऑर्लिन्स ते मिसिसिपी, अलाबामा ते जॉर्जिया हा प्रवास सोपा नव्हता. जन्मापासून 'गोरा' म्हणून त्याच्या वाट्याला आलेल्या सर्व सुविधा, तर आता मात्र क्षणभरही आपल्या बाह्य रूपाचा विसर पडू न देता एक काळा माणूस म्हणून वावरणं. नेहमीच्या सवयीनं जर तो चुकून गोऱ्या लोकांच्या बाथरूममध्ये गेला असता, त्यांच्यासाठी असलेल्या हॉटेलमध्ये किंवा गोऱ्या लोकांसाठी असलेल्या नळावर पाणी प्यायला गेला असता; तर एक काळा माणूस उद्दामपणे हे करतोय, असं समजून गोऱ्या लोकांनी त्याचा प्राणही घेतला असता.

हा परकाया-प्रवेश त्याला हादरवणारा होता. ज्या प्रकारची संधी, अधिकार गोऱ्यांना जन्मजात कवचकुंडलांसारखे लाभलेले होते त्यातले काहीही या काळापर्यंत काळ्या लोकांसाठी उपलब्ध नव्हते.

या दक्षिणेकडे केलेल्या प्रवासाबद्दल लेखक म्हणतो, 'गोऱ्या लोकांचा निकष एकच– तो म्हणजे कातडीचा रंग. मला आलेल्या अनुभवावरून हेच सिद्ध झालं, की दुसरे कुठलेही गुण महत्त्वाचे नसतातच. माझ्या कातडीचा रंगच मला कुठलीही गोष्ट नाकारण्यास पुरेसा होता. ज्याशिवाय माणसाचं आयुष्य पशुवत बनतं, अशा अगदी साध्या-साध्या गोष्टींचे अधिकार, स्वातंत्र्य मला नाकारण्यात आले.'

या सहा आठवड्यांतल्या प्रवासातले अनुभव 'ब्लॅक लाइक मी' या नावानं पुस्तकरूपानं त्यानं प्रकाशित केले. हे पुस्तक प्रसिद्ध झालं आणि एकदम मोहोळ उठलं. त्याला धमक्यांची पत्रं येणंही अपरिहार्य ठरलं. मात्र, अनेक गोरे या पुस्तकानं खडबडून जागे झाले. एक अत्यंत भेदक चित्र समोर आलं.

एखादा समाज आपल्या साहित्यकृतीतून जेव्हा आपल्या समाजाची वेदना, व्यथा मांडतो, तेव्हा ती वाचताना आपापल्या कोषात बिनधास्त वावरणाऱ्यांच्या काळजाला हात घातला जातो खरा; पण तरीही काही लोकांना त्या गोष्टी अतिरंजित वाटतात. पण जेव्हा त्यांच्यातलाच कोणी कातडीच्या रंगावरून मिळणाऱ्या वागणुकीला शब्दरूप देतो तेव्हा त्याला वेगळं परिमाण लाभतं. हे सगळं वाचत असताना मला भारतीय समाजाचं प्रतिबिंब त्यात लख्ख दिसलं. इथे 'व्हाईट सुप्रीमसी'चं भूत लोकांच्या डोक्यावर बसलेलं, तर तिथे श्रेष्ठ-कनिष्ठ जातींच्या उतरंडी. उच्चवर्णाच्या तोऱ्यात असलेल्यांकडून इतरांच्या वाट्याला आलेली मरणप्राय विटंबना. पावला-पावलाला इथलं असं काही बघताना, अनुभवताना, वाचताना आपल्या समाजाचं चित्रच मनात उमटतं.

ज्या अमेरिकेत स्वातंत्र्याचे आणि मानवी हक्काचे एवढे गोडवे सतत गायले

जातात, त्याच देशात एका संपूर्ण समाजाला शतकानुशतकं असं दडपलं कसं...? गुराढोरांसारखं साखळदंडाला बांधून त्यांना इथं आणलं. त्यांचा बाजार मांडला. त्यांना कुटुंबापासून, समाजापासून, देशापासून तोडलं. वेगळी नावं, वेगळी भाषा आणि वेगळा धर्म त्यांच्यावर लादला. केवळ त्यांना बायबल तरी वाचता आलं पाहिजे, असं काही मिशनऱ्यांना वाटलं, म्हणून अगदी जुजबी शिक्षण त्यांना देण्यात आलं.

पण याच अमेरिकेनं जेव्हा हिटलर नावाचा महाराक्षस एकेक मुलुख पादाक्रांत करीत सगळ्या जगाला ग्रासू बघत होता, लाखो लोकांची ते आपल्या धर्मातले, पंथातले नाहीत म्हणून क्रूरपणे कत्तल करीत होता; तेव्हा दोस्त राष्ट्रांच्या मदतीला जाऊन हिटलरला मागे रेटण्यात, त्याचा पाडाव करण्यात यश मिळवलं. पहिल्या आणि दुसऱ्या महायुद्धाच्या वेळी अनेक युरोपियन राष्ट्रांतून आलेल्या निर्वासितांसाठी अमेरिकेचं दार उघडलं गेलं. काही ना काही राजकीय कारणानं आपला जीव वाचवण्यासाठी निरनिराळ्या देशांतील लोकांना स्वत:चा देश सोडावा लागला. अशा कित्येक लाख लोकांना अमेरिकेनं दिलेला आश्रय, जीवनदान. या दोन्ही गोष्टींची सांगड कशी घालायची...?

समोर टीव्ही चालूच आहे. 'ओबामा, ओबामा'चा जयघोष आसमंतात निनादत आहे. यानं हात लांबवून फोन उचलला. मी म्हणाले, "आज फोन नको हं! समोर काय चाललंय, ते बघ. एन्जॉय कर."

नंबर फिरवताना याच्या चेहऱ्यावरचे भाव पाहून हा कोणालातरी पिळणार, हे लक्षात आलं.

"हॅलो विश्राम... अरे, टीव्ही बघतोयस नं? सालं सीएनएनचं काय कव्हरेज आहे रे...! मॉलवर नुसती धमाल चाललेय. उगाच सुतक्यासारखा चेहरा करून बसू नकोस." मग विश्रामला काही बोलण्याची संधी न देताच 'ओबामा ओबामा' असा गजर करत यानं फोन बंद केला.

विश्राम हा याचा मित्र. ठार रिपब्लिकन. प्रत्येक वेळी भेट झाली की अटीतटीचे वाद.

"कशाला रे पिळतोस त्याला?"

"अगं, तुला ग्रेट जोक सांगायचाच राहिला." याला हसणंच आवरेना.

"विश्रामचा जावई डेमॉक्रॅट. त्यानं ओबामांच्या प्रचार सभेतसुद्धा काम केलं होतं. विश्राम नातीला 'आजोबा' म्हणायला शिकवत होता. त्या छोटीला ते जमेना. मग डॅननं मुलीला 'आजोबा'च्या ऐवजी 'ओबामा' म्हणायला शिकवलं. आता ती आजोबांचा फोन आला की 'हाय ओबामा' म्हणते. साल्याचा काय मस्त तिळपापड होत असेल."

हे ऐकून माझीही हसून-हसून पुरेवाट. हसणं थांबवून मी याला विचारलं, "डॅनला ही आयडिया कोणी दिली रे...?"

"अगं टीव्ही बघ नं. उगीच काय बडबड करतेस?" यानं डोळे मिचकावत विषय बदलला.

समोर टीव्ही चालू आहे. कालच डॉक्टर मार्टिन ल्यूथर किंग यांचा वाढदिवस सगळीकडे साजरा झाला. त्यांचा वॉशिंग्टनला झालेला प्रचंड मोर्चा परत-परत दाखवत होते. त्यांचं 'आय हॅव अ ड्रीम' हे सुप्रसिद्ध भाषण ऐकताना अंगावर नेहमीच रोमांच येतात. डॉ. किंग यांनी त्या वेळी बघितलेलं स्वप्नं. त्यांनी कृष्णवर्णीयांत जागृती निर्माण करून त्या समाजाला दाखवलेलं स्वप्नं. महात्मा गांधींच्या अहिंसा मार्गाचा आदर्श पुढे ठेवून गोऱ्या सत्तेशी शांततामय मार्गानं लहान-थोरांसह दिलेला लढा. क्रूर गोऱ्यांनी तो दडपण्यासाठी प्रत्येक वेळी केलेली धरपकड, अमानुष अत्याचार, गोळीबार. तरीही नेटानं आपल्या लोकांच्या मनात मानवी हक्कांसाठी जागृती निर्माण करून त्यासाठी भोगलेला तुरुंगवास, हाल-अपेष्टा आणि पत्करलेलं मरण! डॉ. किंग यांचं स्वप्नं ओबामांच्या रूपानं साकार होतंय. एका समर्थ राष्ट्राचे, सर्वधर्मीयांचे, सर्ववर्णीयांचे जगापुढे प्रतिनिधित्व करणार बराक ओबामा.

'वेलकम टू न्यू अमेरिका.'

आता टीव्हीवर प्रार्थनेसाठी चर्चमध्ये जाणारं ओबामा कुटुंब दाखवत आहेत. ओबामा पती-पत्नी आणि त्यांच्या दोन गोड मुली, मलिआ आणि साशा. वाटलं, गुलाम म्हणून या देशात आणल्या गेलेल्या काळ्या लोकांना या लोकांनी आपला धर्म दिला. तरीही त्यांच्या धर्ममंदिरात या काळ्यांना प्रवेश नव्हता. या नवीन धर्माच्या रूपानं ही मंडळी आपल्या खडतर आयुष्यात विसावा शोधत होती. त्यांनी कष्ट करून आपली धर्ममंदिरं उभारली. तरीही कित्येक वेळा गोऱ्या लोकांनी ही मंडळी धर्ममंदिरात प्रार्थना करीत असताना त्यांना आगी लावल्या. त्यात किती लहान-मोठी पोरंबाळं होरपळून मेली. काय हा वर्णद्वेष...!

आज इतमामानं हे कृष्णवर्णीय कुटुंब धर्ममंदिरात जात आहे. पुढे-मागे भालदार-चोपदारांप्रमाणे संरक्षक. ओबामा निवडणुकीच्या रिंगणात उतरले आणि त्यांची डेमॉक्रेटिक पक्षाच्या वतीनं नेमणूक होईलच, असं निश्चित नसतानाही त्यांच्या सुरक्षिततेची विशेष खबरदारी घेण्यात आली.

ओबामांच्या प्रचारसभा दणक्यात सुरू झाल्या आणि इकडे मॅक्केननं उपराष्ट्राध्यक्षपदासाठी निवडलेल्या सॅरा पेलिनचं पितळ अधिकच उघडं पडू लागलं.

ऑफिसमध्ये आम्ही सहसा राजकारण या विषयावर बोलत नाही. जेन ही माझी ऑफिसातली खास मैत्रीण. गोरी. पण काळा-गोरा हा भेद तिला मान्य नाही. अनेक विषयांवर आमच्या मनमोकळ्या चर्चा होतात. तिला वाचायची आवड. तिची मतं

तशी स्पष्ट असतात. चर्च वगैरेंपासून ती चार हात दूरच राहते. कारण सतत तोंडानं जीझसचं नाव घेऊन दुटप्पी वागणाऱ्या लोकांचा तिला चांगलाच अनुभव आहे. ती म्हणते, 'जे लोक सतत तोंडानं देव-देव करतात, तेच लोक जास्त हिंसक असतात.'

तिचं ते बोलणं मला हादरवून सोडतं. पण शेवटी तेच सत्य ठरतं.

अशी ही जेन. पक्की रिपब्लिकन.

ऑफिसमध्ये मी कोणाशी तरी बोलत होते, "काल ऐकलं का सॅरा पेलिनला...? काय येड्यासारखं ही बाई बोलते." आम्ही सगळ्या जणी आदल्या दिवशीचा टीव्हीवरचा कार्यक्रम आठवून खिदळू लागलो. तेवढ्यात जेन मागे येऊन उभी राहिल्याचं मला कळलंच नाही.

मी म्हटलं, "किती सामान्य बुद्धीची बाई ही."

जेन असली खवळली. "मग काय झालं? मीसुद्धा सामान्य बुद्धीची आहे.'

"आपण सर्वसामान्य असल्यानं काय बिघडणार? पण ज्या पदासाठी ती उभी राहतेय, त्या पदासाठी इतक्या साधारण व्यक्तीनं येऊन कसं चालेल? गेली आठ वर्षं काय झालंय, ते पाहतोय नं आपण...?" मी बोलून गेलेच.

सगळ्यांनी तिथून हळूच काढता पाय घेतला आणि मी मात्र जेनच्या तावडीत सापडले.

जेन डेमॉक्रेटिक पक्षाला शिव्या देऊ लागली.

"शोभा, तुला माहीत नसेल, या क्लिंटनपेक्षाही केनेडी फॅमिली वाईट. आय हेट देम."

मी हसले. "जेन, कबूल. या देशाचा इतिहास मी तुझ्यासारखा शिकले नाही. पण केनेडींबद्दल बोलशील, तर माझ्या मनात त्या कुटुंबाबद्दल वेगळ्या भावना आहेत. अगं, अजूनही मला जॉन केनेडींना मारल्याची बातमी कानावर आली तो दिवस स्पष्ट आठवतोय. तेव्हा मी कॉलेजात होते. बातमी ऐकली आणि रडूच आलं. तेव्हा जॉन आणि जॅकी केनेडी नुकतेच भारतात येऊन गेले होते. वर्तमानपत्रांतून त्यांच्याबद्दल खूप वाचलं होतं. त्यांचे फोटो पाहिले होते. एका तडफदार व्यक्तीचं आयुष्य असं संपवण्यात आलं, यानंच मन विषण्ण झालं. जाऊ दे, पुरे झालं राजकारण. लंच टाइम संपला बघ." मी बोलणं थांबवून कामाला सुरुवात केली. जेन धुसफुसतच आपल्या जागेवर निघून गेली.

संध्याकाळी घरी आल्यावर मी याला ही घटना सांगितली. हा म्हणाला, "गेल्या आठवड्यात आपण डेंटिस्टकडे गेलो होतो, त्या वेळचा किस्सा जेनला का नाही सांगितलास...?"

ती एक गंमतच. पण जेनला कशी सांगणार?

त्याचं असं झालं– आम्ही डेंटिस्टकडे जनरल चेकअपसाठी गेलो होतो. तेवढ्यात आतून डॉक्टरची सहायक मेरी कुणालातरी बोलवायला बाहेर आली. आम्हाला बघितलं आणि तिनं विचारलं, "मिस्टर अॅन्ड मिसेस 'डी' आर यू इंडियन?" याचं नाव दिलीप, त्यामुळं काही आमचा उल्लेख मिस्टर अॅन्ड मिसेस 'डी' म्हणूनच करतात. आम्ही 'हो' म्हणताच तिनं पुढे विचारलं, 'आर यू हिंदू?' मिस्टर 'डी' म्हणाले, "ऑफ कोर्स!" हे ऐकताच मेरीला प्रचंड आनंद झाला. अगदी धावत, उड्या मारत ती आत गेली. आम्ही दोघांनी प्रश्नार्थक मुद्रेनं एकमेकांकडं पाहिलं. एका मिनिटातच ती परतली. तिच्या हातात एक छोटी डबी. "ही तुमच्यासाठी भेट. लॉर्ड गणेश आहे त्यात." तिचे डोळे नुसते चमकत होते.

आम्ही काही बोलण्याच्या आतच आमच्या हातात डबी ठेवून ती आत पळाली-सुद्धा. डबी उघडली, तर आत गणपतीची दोनेक इंचांची सुबक मूर्ती. ती बघून आम्हाला आश्चर्यच वाटलं.

नंतर तिच्याकडून हकिगत कळली ती अशी : ती म्हणाली, "मी एका जत्रेला गेले असताना तिथल्या एका दुकानात मला ही मूर्ती दिसली. किती क्यूट आहे नं? मला खूप आवडली म्हणून मी ती विकत घेतली. माझ्या हातात ती डबी ठेवताना दुकानदार मला म्हणाला, 'हा लॉर्ड गणेशा. हिंदूंचा गॉड.' मी गणेश घेतला म्हणून त्या माणसाला खूप आनंद झाला. पण मला तर माहीतही नव्हतं, की हा गॉड आहे म्हणून. मग मला वाटलं– मी तर ख्रिश्चन. मी कसा माझ्या घरात हिंदूंचा गॉड ठेवू? म्हणून मी गणेशासाठी योग्य घर शोधत होते. आज तुम्ही भेटलात, माझं मन शांत झालं. लॉर्ड गणेशाला योग्य घर सापडलं." ती त्याचे पैसे घेईचना. मला म्हणाली, "मिस्टर 'डी' ओबामांविषयी बोलताना मी मघाशी ऐकलं. त्या दुकानदारानं मला सांगितलं की गणेशा तुमच्या सगळ्या इच्छा, स्वप्नं पूर्ण करतो. प्लीज लॉर्ड गणेशाकडे ओबामांसाठी प्रार्थना करशील का? मी रोज करतेच आहे; पण तूसुद्धा लॉर्ड गणेशाचं ब्लेसिंग घे हं!"

माझे हात हातात घेऊन इतक्या भाबडेपणानं, मनापासून ही कृष्णवर्णीय मुलगी सांगत होती.

समोर टीव्ही चालू आहे.

फक्त दोन तासांचा अवधी उरला आहे. गर्दी वाढतेच आहे. जनसागराला आनंदाची भरती आली आहे. मात्र, कुठेही हल्लागुल्ला नाही. एकमेकांना ढकलणं नाही, रेटणं नाही. टीव्हीचा कॅमेरा किती छान टिपतोय– वेगवेगळे शॉट्स, लोकांचा आवाज, लोकांच्या हातात फडकणारे ध्वज. इथं जमलेल्या कित्येकांना

ओबामा दिसणारही नाहीत. त्यांना ठिकठिकाणी लावलेले 'क्लोज सर्किट टीव्ही'सुद्धा दिसतील की नाही; शंकाच आहे. फक्त या घटनेला आपण साक्षी आहोत, हेच त्यांच्या दृष्टीनं महत्त्वाचं. ही आठवण ते जन्मभर मर्मबंधातल्या ठेवीसारखी जपून ठेवतील.

गेल्याच आठवड्यात लंच टाइममध्ये मी फिरायला बाहेर पडले. ओबामांचा शपथविधी समारंभ चार दिवसांवर येऊन ठेपल्याने वॉशिंग्टन भागात पर्यटकांची गर्दी वाढलेली. बाहेर पडले खरी, पण अंगावर कोटाचं चिलखत चढवूनही थंडी चांगलीच जाणवत होती. नुसतंच फिरण्यापेक्षा एखाद्या म्युझियममध्ये शिरावं, असा विचार मनात आला. तेवढ्यात एका गोऱ्या मुलीनं मला हटकलं.

"व्हेअर ईज अमेरिकन हिस्टरी म्युझियम?"

"या इथे पलीकडच्या रस्त्यावरच आहे. मी पण तिकडेच चालले आहे." मी सांगितलं.

ही मुलगी फ्लोरिडातल्या कुठल्याशा लहान गावातून या समारंभासाठी आलेली. तिचं नाव बेथ. एक मोठी गाडी घेऊन भरपूर माणसं गोळा करून ही मंडळी इथे येऊन थडकली. आज तिच्या बरोबरीचे कुणी 'एअर ॲन्ड स्पेस म्युझियम' बघायला, तर कोणी आणखी कुठली म्युझियम्स बघायला गेले. तिच्याबरोबर बोलत-बोलत मी अमेरिकन हिस्टरी म्युझियममध्ये शिरले. तिला सर्व राष्ट्राध्यक्षांचे फोटो असलेलं दालन बघायचं होतं. तिला घेऊन मी वरच्या मजल्यावर गेले. जॉर्ज वॉशिंग्टनपासून सुरू झालेली राष्ट्राध्यक्षांची परंपरा. अब्राहम लिंकन, रुझवेल्ट, केनेडी, कार्टर या सर्व परंपरेत आता ओबामांचंही पोर्ट्रेट येणार, या कल्पनेनंच माझं मन आनंदलं. बेथचे डोळे पाणावलेले दिसले. ती म्हणाली, "ओबामा केवळ काळ्या लोकांचे प्रतिनिधी नाहीत, गोऱ्यांचेही नाहीत; तर ते आहेत सर्वसामान्यांचे प्रतिनिधी. मीसुद्धा माझ्या वडिलांना कधी पाहिलं नाही. सरकारी मदतीनं आईनं मला वाढवलं. आजी-आजोबांनी मला सांभाळलं. अमेरिकेतल्या अनेक घरांतली ही वस्तुस्थिती. ओबामासुद्धा असेच वाढले, म्हणून आम्हाला ते आमच्यातले वाटतात."

माझा लंच टाइम संपत आला होता. बेथला सोडून मी ऑफिसकडे वळले. या गौरवर्णीय तरुणीच्या घटकाभराच्या सहवासानं मला चटका लावला.

माझ्या डोळ्यांसमोर चार नोव्हेंबरचा निवडणुकीचा दिवस उभा राहिला. कधी नव्हे ते ठिकठिकाणच्या मतदान केंद्रांवर मतदारांची झुंबड उडाली होती. काही तर ऐंशी-नव्वदीच्या पुढचे वृद्ध. उभ्या आयुष्यात त्यांनी कधी मतदानही केलं नव्हतं, ते उत्साहानं या वेळी मतदानासाठी सरसावले.

कायद्यानं कृष्णवर्णीय पुरुषांना मतदानाचा हक्क अठराशे सत्तर साली मिळाला. तर बायकांना – गोऱ्या अथवा काळ्या – तो मिळवण्यासाठी पुढची पन्नास वर्षं वाट

पाहावी लागली होती. मात्र, या कृष्णवर्णीयांना मतदानापासून दूर ठेवण्याचे या गोऱ्या लोकांनी काही कमी प्रयत्न केले नाहीत. त्यांना साक्षरतेची परीक्षा द्यावी लागे. त्यासाठी त्यांना एका गावातून दुसरीकडे पदडवीत. परीक्षा घेणारे गोरेच. त्यात त्यांना नापास करून मतदानाचा हक्क नाकारणारेही गोरेच.

आमच्या घराजवळ राहणारी साठी ओलांडलेली शर्ली. तिची वयोवृद्ध आई अति ज्येष्ठ नागरिकांसाठी असलेल्या वसाहतीत राहते. आई व तिचे समवयीन यांना मतदानाला घेऊन जाण्यासाठी शर्लीनं खास सुटी घेतली.

मी तिला म्हटलं, "कशाला या म्हाताऱ्या धडपडत, वॉकर-व्हीलचेअर घेऊन मतदानाला जातायत? त्यांनी ॲब्सेंटी बॅलेट का भरून पाठवलं नाही? मागे एकदा मी निवडणुकीच्या वेळेस भारतात होते, तर जायच्या आधीच मतदान करून गेले होते."

शर्ली हसायला लागली, "विचारू नकोस! काय उत्साह आहे या म्हाताऱ्यांचा! सगळीकडे ओबामांचे फोटो काय लावलेत आणि त्यांना मतदान केंद्रावर जाऊनच मतदान करायचंय."

आम्ही ऑफिसनंतर संध्याकाळी मतदानाला जायचं ठरवलं होतं. थंडीचे दिवस. अगदी चार वाजताच दाटून येणारा अंधार. त्यात आज पाऊस नुसता कोसळत होता. तरीही केंद्रावर गर्दी होतीच. एवढ्या पावसात मतदानाला कशाला तडफडायला जायचं; आपल्या एका मतानं असा काय फरक पडणार, असा विचारही कोणाच्या मनाला शिवला नाही.

तर, आता शपथविधीला अगदी थोडा वेळ शिल्लक आहे. घरात हीटिंग असूनही मला बसल्याजागी थंडी वाजतेय. जराशी हालचालही नको वाटते. मग एवढे सगळे पहाटेपासून नुसत्या आकाशाच्या पांघरुणाखाली कसे जमले असतील!

एकेका नावाचा पुकारा केला जातो आणि मंत्रिमंडळातील एकेक पदाधिकारी मंचावर दाखल होतो. भूतपर्व राष्ट्राध्यक्ष आले, मिशेल ओबामा आल्या. मलिया-साशा आल्या. ओबामांच्या नावाचा पुकारा झाला. धीमी पावलं टाकीत सुहास्य मुद्रेनं ओबामा आले. टाळ्यांचा प्रचंड कडकडाट. उंचावलेले ध्वज. आनंदाच्या चीत्कारांनी दणाणलेलं वातावरण. शपथविधी झाला. अमेरिकेचे चव्वेचाळिसावे राष्ट्राध्यक्ष म्हणून ओबामांचं नाव जाहीर झालं. ओबामा भाषणाला उभे राहिले. साधी-सोपी वाक्यरचना, स्पष्ट शब्दोच्चार. ऐकणाऱ्याच्या मनाचा थेट तळ गाठणारा, दुमदुमणारा आवाज.

डोळ्यांचं पारणं फेडणारा असाही एक दिवस.

■